పూజ్యగురుదేవులు

ఆచార్య దివాకర్ల వేంకటా

షష్టిపూర్తి మహోత్సవ సం

భక్తితో సమర్పితము

వేంకటశాస్త్రి కబ్బెనఁట వేయిఫణమ్ముల విశ్వనాథ శే
షాంకుని శిష్యుగాఁ బడయు నక్కజమైన యదృష్టరేఖ ని
శ్శంకగ విశ్వనాథ కవిచంద్రున కబ్బె దివాకరప్రభా
లంకృత ధీవిశాలుఁ డనురక్తిని శిష్యుఁ డటన్న కీర్తియున్.

నీవు గురుఁడవు శిష్యుఁడ నేను తండ్రి !
నీదు వెలుఁగుల జిలుగును నెమ్మి మీఱ
పలుకులందున నిలిపిన బాలకుఁడ
బాట నీయది తడబడు పదము నాది.

నన్నయ్య కవితలో సన్నుతి కెక్కిన
అక్షరరమ్యత యబ్బె నీకు,
తిక్కన్న కృతులలో తేట తెలుంగుల
తియ్యందనాలకుఁ దెప్ప వీవు
శ్రీనాథు వాక్ప్రౌఢి చిరయశస్సులు పండి
పాక్పాకమున నిండి వాసికెక్కె
చిన్నయ్య సూత్రోక్తి చిదిమి పెట్టిన దివ్వె
నీశైలి నిస్తుల నిగమరాశి

తెలుఁగు జాతికి సాహిత్య దివ్యదీప్తి
నెఱుక పఱచిన గురుమూర్తి వెంచిచూడ
నాదు సాహిత్యసేవకు నావికుండ !
అందుకొనుమయ్య నాకృతి నాదరమున.

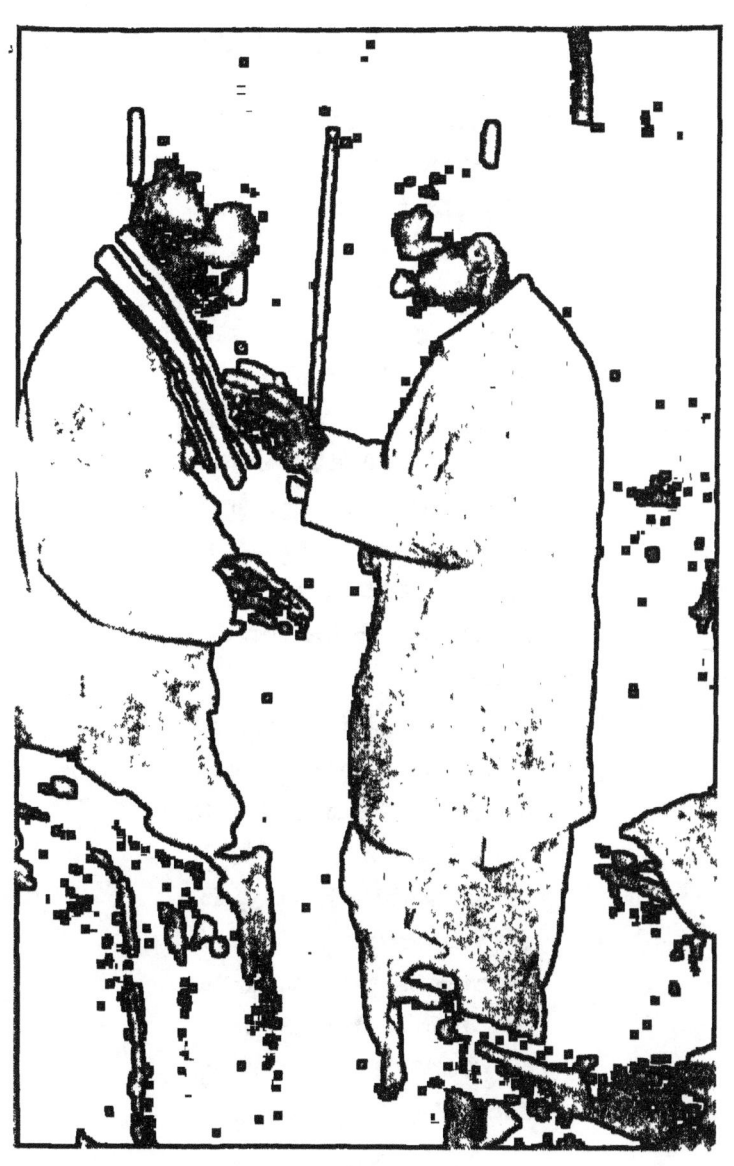

స్వీకర్త — గ్రంథకర్త

ము ం

పిల్లలమఱ్ఱి పినవీరభద్రకవి
దశనుండియు నాకొక సంకల్ప మ
శాకుంతలము నా మనస్సునకు నచ్చి
దాసు వంటి ప్రఖ్యాత నాటక కర్త
సాహసముతో నొక ప్రబంధమును
కవి పినవీరభద్రుఁడు. పెద్దలు నడ
దాటుకొని పెద్దన వంటి కవులకే పె
పినవీరభద్రుఁడు. అతఁడు స్వయమ
కనుపట్టును. అతని జైమిని భారతమ
లతని కవితలో నొక వింత సోయ
నాతని కావ్యకళా మహత్వమును గ
జెప్పవలయు ననెడి యుత్సాహమే న
కొల్పినది. ఈ గ్రంథము సాహిత్య
ధన్యము.

పిల్లలమఱ్ఱి పినవీరభద్రుని
ములు రచించిరి; సాహిత్య చరిత్ర
చిరి. వారి రచనలు నా కీ గ్రంథర
నేను కృతజ్ఞుఁడను. మాగురుదేవులై
గ్రంథము నంకితమిచ్చు నదృష్టము
నా శ్రేయోభిలాషులు నైన శ్రీయుతు
పల్లి రామానుజ రావుగారు, నూకల
నము గారు — పాల్గొనిన ఆచార్య
సన్మానసభలో కృతి సమర్పణోత్స
కందరికిని నా కృతజ్ఞతాభివందనము

ఈ గ్రంథమును ప్రచురించి
శ్రీ ఏ. వేంకటేశ్వర రావు గారికి క

ముందుమాట

పిల్లలమఱ్ఱి పినవీరభద్రకవిపై నొక గ్రంథము వ్రాయవలెనని విద్యార్థి నుండియు నాకొక సంకల్ప ముండెను. అందుకు కారణ మాతని శృంగార ంతలము నా మనస్సునకు నచ్చుటయే. వ్యాస నన్నయాది కవులును, కాళి ు వంటి ప్రఖ్యాత నాటక కర్తలును, నిర్వహించిన వస్తువును గ్రహించి హసముతో నొక ప్రబంధమును రచించి స్వీయ ప్రతిభను చాటుకొనిన మేటి పినవీరభద్రుఁడు. పెద్దలు నడచిన బాటలో నడచి తన పెద్దతనమునుగూడ ుకొని పెద్దన వంటి కవులకే పెద్ద దిక్కుగాను చూపించిన ప్రజ్ఞాధురీణుఁడు వీరభద్రుఁడు. అతఁడు స్వయముగా సాహిత్యరంగమున వీరుని వలె నాకు ంపట్టును. అతని జైమిని భారతము ఒక వీరరస కావ్యము. శృంగారవీరము ని కవితలో నొక వింత సోయగమును సంతరించుకొనినవి. అందువలన ని కావ్యకళా మహత్త్వమును గూర్చి విద్యార్థి లోకమునకుఁ గొంత తెలియఁ ువలయు ననెడి యుత్సాహమే నన్నీ సమీక్షాత్మక గ్రంథరచనమునకుఁ బురి ్పినది. ఈ గ్రంథము సాహిత్యవిద్యార్థుల కేమాత్ర ముపకరించినను నాకృషి ్యము.

పిల్లలమఱ్ఱి పినవీరభద్రుని కావ్యములపైఁ బలువురు పండితులు వ్యాస ు రచించిరి; సాహిత్య చరిత్ర కర్త లా కవి కవిత్వమహత్త్వములను గీర్తిం . వారి రచనలు నా కీ గ్రంథరచనమునఁ దోడుపడినవి. ఆ రచయితలకు ు కృతజ్ఞుఁడను. మాగురుదేవులైన ఆచార్య దివాకర్ల వేంకటావధాని గారి కీ ంథము నంకితమిచ్చు నదృష్టము కలుగుట నా పుణ్యవిశేషము. పూజ్యులు, శ్రేయోభిలాషులు నైన శ్రీయుతులు డాక్టర్ బెజవాడ గోపాలరెడ్డిగారు, దేవుల రామానుజ రావుగారు, నూకల నరోత్తమ రెడ్డిగారు, ఖండవల్లి లక్ష్మీరంజ ు గారు — పాల్గొనిన ఆచార్య దివాకర్ల వేంకటావధాని గారి షష్టిపూర్తి ్మనసభలో కృతి సమర్పణోత్సవము జరుగుట నా భాగ్యవిశేషము. ఈ పెద్దల వరికిని నా కృతజ్ఞతాభివందనములు.

ఈ గ్రంథమును ప్రచురించిన మిత్రులు మాధవీ బుక్ సెంటర్ అధినేత ఏ. వేంకటేశ్వర రావు గారికి కృతజ్ఞతలు.

రచయిత

విషయానుక్రమణిక

పిల్లలమఱ్ఱి పినవీరభద్రకవి

ఆంధ్రసాహిత్యచరిత్రలో కావ్యయుగనాయకుఁ డైన శ్రీనాథుని రచనా విధానమునకును, ప్రబంధయుగ ప్రవర్తకుఁ డైన అల్లసాని పెద్దన కావ్యకళా విధానమునకును నడుమ పూలవంతెనవలె కవిత లల్లిన కవితల్లజుఁడు పిల్లలమఱ్ఱి పినవీరభద్రకవి. 'వాణి నారాణి' యని బింకముగా పలికిఁ పలికిన పలుకును పొంకముగా నిలువఁబెట్టుకొనినదిట్ట పినవీరభద్రకవి. శక్తిమంతునకు సాభిమానోక్తి సరసాలంకార మగునని నిరూపించిన నిరుపమానకవితాకళాపట్టభద్రుఁడు పిల్లలమఱ్ఱి పినవీరభద్రుఁడు.

కవివంశము:

పిల్లలమఱ్ఱివారిది 'శారదాపీఠ' మని ప్రసిద్ధి గాంచిన పండిత కవివంశము. మలయపర్వతసానువుపైఁ బుట్టిన చందనవృక్షమువోలె పినవీరభద్రుఁ డావిద్వద్వంశమున విద్వత్కవియై వాసికెక్కెను. జైమినిభారతమున నీయంశ మిట్లు ప్రస్తుతింపఁబడినది:

సీ. "అమృతాంశుమండలం బాలవాలము గాఁగ
మొలిచె నొక్కటి జగన్మోహనముగఁ
జిగిరించె విలయసింధుగత కైతవడింభ
శయనీయవరపలాశములతోడఁ
బితృదేవతలకు నంచితసత్రశాల యై
చెట్టుగట్టెను గయాక్షేత్రసీమ
నిలువ నీడయ్యె నిందీవరప్రియకళా
కోటీరునకు భోగికుండలునకు

తే. మఱ్ఱిమాత్రంబె పిల్లలమఱ్ఱి పేరు
పేరువలెఁ గాదు శారదాపీఠకంబు
వారిలోపలఁ బినవీరు వాక్యసరణి
సరసులకు నెన్నఁ గర్ణరసాయనంబు".

పినవీరభద్రుని తాతయు, తండ్రియు, అన్నయు కవు లగుటచే నాతని యింట 'పైతామహంబగుచు' కవిత్వలక్ష్మి వెలసియున్నది. పైముగ్గురికంటె పినవీరభద్రుఁడు కవితాకళలో మిన్న.

"తాతయుఁ దండ్రియు నగ్ర
భ్రాతయునుం దాను భువనభాసురకృతిని
ర్మాతలు పిల్లలమఱ్ఱివి
ఖ్యాతునిఁ బినవీరుఁ బోలఁగలరే సుకవుల్॥"

అని మన్ననల నొందిన కుటుంబ మీకవిది. శ్రీనాథుని హరవిలాసమును కృతి గొన్న అవచి తిప్పయ్యసెట్టికి పిల్లలమఱ్ఱి పెద్దన్న యను గురు వుండెనఁట। అతఁ డీకవికి తాతయో, లేక అన్నయో అయియుండ వచ్చునని విమర్శకులు భావించు చున్నారు ఈ కవి తండ్రిపేరు గాదయామాత్యుఁడు, తల్లిపేరు నాగమాంబ. వీరిది కాశ్యపసగోత్రము.

"ఈవంశస్థుఁడ నని చెప్పికొన్న మఱియొకకవి పెనుమెళ్ల సోమనామాత్యుఁడు తాను వ్రాసిన 'సీమంతినీ పరిణయ' మందు పినవీరభద్రుని గుఱించియుఁ దద్వంశమును గుఱించియుఁ జాలవిలువైన యంశములను వ్రాసియున్నాఁడు. తన్మూలముగా సీమహాకవిని గుఱించి యెక్కుడుసంగతులను దెలిసికొనఁగలుగుచున్నాము. గాదయ్య నాగమాంబలకుఁ జాలకాలము సంతానము లేకపోవుటచే దక్షిణమున నున్న యొకశైలగుహలోఁ దపస్సు చేయుచున్న భారతీతీర్థు లనెడు యతివరు నుపాసించి, యాతని మంత్రోపదేశము నొంది యిద్దఱుకవలపుత్త్రిలఁ గనిరి. వారిలోఁ బెద్దవాఁడు పెదవీరభద్రుఁడు. చిన్నవాఁడు పినవీరభద్రుఁడు. పినవీరభద్రుఁడు పుట్టకలోనె యొకజడ ధరియించెనఁట ః కాలక్రమమున వీరిద్దఱు పెద్దవా రైరి. పెదవీరభద్రుఁడు రాజ్యకార్యదక్షుఁ డై కర్ణాటకరాజుల కొలువునకుఁ బోయి డెబ్బదివేలసామంతులకు నధికారి యై మంత్రివరేణ్యులచే నుతి నొంది గొప్పయశస్సుగాంచెను. రెండవవాఁడగు పినవీరభద్రుఁడు వీరేశ్వరుని యవతారమే యనఁదగినట్లు సకలశాస్త్రంబుల నభ్యసించి కాళిదాసాదిమహాకవులవలెఁ గావ్యరచన జేయఁగల సమర్థుఁ డయ్యెను."[1]

---

1. విజయనగర సామ్రాజ్యమందలి ఆంధ్రవాఙ్మయచరిత్రము. ప్రథమసంపుటము—శ్రీ చేకుమళ్ల అచ్యుతరావు. పుట 168.

కవి నివాసము :

ఈయంశమునుగూర్చి ఆంధ్రకవితరంగిణికర్త శ్రీ చాగంటి శేషయ్యగారిట్లు వ్రాసియున్నారు:- "గృహనామమును బట్టి (తెలంగాణము) నందలి పిల్లలమఱ్ఱియును, శకుంతలాపరిణయమునుబట్టి నెల్లూరుమండలమునందలి బిట్రగుంట పరిసరమున నున్న సోమరాజుపల్లెయును, జైమినిభారతమునుబట్టి కర్ణాటకరాజులకు రాజధానీనగర మైన విజయనగరమును ఈకవి నివాస మని నిర్ణయించుటకుఁ దగిన ప్రదేశములు."

"దాతల నాశ్రయించు సుకవులయొక్కయు, మధురసాస్వాదన మొనర్చు పుష్పంధయములయొక్కయుఁ డెంకిపట్టులను గనిపెట్టుట సుకర మగు కార్యము కాదు. ఈ కవినివాసము సోమరాజుపల్లెయో తత్పరిసరగ్రామమో యై యుండునని శకుంతలాపరిణయపీఠికలో సరస్వతీ పత్రికాధిపతులు వ్రాసియున్నారు. వా రట్లు వ్రాయుటకుఁ గారణము శకుంతలాపరిణయకృతిపతినివాసగ్రామ మై యుండుటయు, నాగ్రంథమునం దాగ్రామమును గవి విశేషముగా వర్ణించుటయు నై యుండును. కాని, అంతమాత్రమునఁ గవినివాస మాయూ రని నిశ్చయింప వలనుపడదు."

"ఈకవితండ్రి యైన గాదయామాత్యుని నివాసము పిల్లలమఱ్ఱి యను గ్రామ మని, యావంశీయుఁడ నని చెప్పుకొను పెనుమళ్ల సోమయామాత్యుఁడు తన సీమంతినీ పరిణయమందలి యాశ్వాసాంతపద్యములోఁ జెప్పియున్నాఁడు. ఇది సత్య మయ్యెనేని పినవీరన జన్మస్థానము పిల్లలమఱ్ఱి యనుటకు సందియము లేదు.

సీ. కవివర్ణనీయుఁ డాగాదిరాజు వివేక
ఘనుఁడు పిల్లలమఱ్ఱి యను పురమున
నధివసించుటఁ జేసి యాపేర విఖ్యాత
మై ప్రకాశించె నయ్యన్వయంబు
మహనీయకీర్తి నమ్మంత్రిశేఖరుఁ డంతఁ
దనధర్మసతియందుఁ దగిన యట్టి
సంతతి లే దన్న చింతాభరము పూని
యతిధైర్యసంపన్నుఁ డౌటకతన

శివునిగూర్చి తపంబు నేఁ జేసి పుత్త్రి
రత్నములఁ గాంతు నన్నట్టియత్నము గని
యాత్మగృహమున నన్నపానాది కార్య
భరము సోదరవర్గముపాల నునిచి.”

“పినవీరభద్రకవి యగ్రజుఁ డైన పెదవీరభద్రుఁడు కర్ణాటదేశమున కేఁగి డెబ్బదిరెండువేలసామంతుల కధికారి యై రాయలవద్ద నున్న ట్లీక్రింది పద్యములలో సోమయామాత్యుఁడు చెప్పియున్నాఁడు”.

సీ. “అతిలాలితాకారు లాకుమారులు పెద
వీరభద్రుఁడు పినవీరభద్రుఁ
డన్ననామములచే నధికప్రసిద్ధు లై
యభివృద్ధి గాంచి రనంతరమునఁ
బెదవీరభద్రుఁడు పృధ్వీధీనుతకార్య
దక్షుఁ డై కర్ణాటధరణి కరిగి
వాసిగా రాయసింహాసనమున నుండి
యధికులౌ రాయదాయాదులకును

మఱియు డెబ్బదివేల సామంతులకును
దావె యధికారి యై మహాస్థానులందు
సకలమంత్రివరేణ్యులు సన్నుతింప
భూనుతం బైన కీర్తివిస్ఫూర్తిఁ గనియె.”

“దీనినిబట్టి చూచినను. పినవీరనకవి నివాసము సోమరాజుపల్లి యనిస్థిరపడదు. శకుంతలాపరిణయ రచనాకాలమున నెల్లూరుమండలమునందు పంటరెడ్డిప్రభువులు కవుల నాదరించుట నెఱింగి పినవీరభద్రకవి శకుంతలాపరిణయమును వారికిఁ గృతి యీఁదలంచి యచ్చటికి వచ్చి, నియోగిబ్రాహ్మణప్రభు వైన వెన్నమంత్రి త న్నాదరించుటచేఁ దాత్కాలికముగఁ గొంతకాలము సోమరాజుపల్లియం దుండిన నుండియుండును. పిమ్మటఁ గర్ణాటకమునకు వచ్చి జైమినిభారతమును రచించి, సాళువ నరసింహభూపతికిఁ గృతి నొసంగియుండును. ఈతనియన్న యైన పెదవీరన యేకర్ణాటకరాయలయొద్ద దండనాయకుఁడుగ నుండెనో తెలిసికొనుటకుఁ దగినయాధారములు దొరుకలేదు. కర్ణాటమును పాలించిన సంగమ

వంశజు లగు విరూపాక్షరాయాదులయొద్ద నుండిన నుండవచ్చును. లేదా యీ సాళువ నరసింహరాయలయొద్ద నుండిన నుండవచ్చును.''

కవి కాలము :

ఈ కవి కాలమును నిర్ణయుంచుటకు తోడ్పడు ఆధారములలో ముఖ్యమైనది సాళువ నరసింహరాయలకాలము. ఆ ప్రభువునకు ఈ కవి తన జైమిని భారతమును కృతి యిచ్చెను. అతనిని

'శ్రీ వేంకటాద్రినాథ ద
యావర్ధితరాజ్య సన్నుతార్థిజన మహీ
దేవాగ వైరినృపరా
జీవనికరచంద్ర నారసింహనరేంద్రా!'

అని యాకావ్యపంచమాశ్వాసమునఁ గీర్తించెను. శ్రీ తిరుపతి వేంకటేశ్వరస్వామి భక్తుఁడైన నరసింహరాయలకు ఆ స్వామి అనుగ్రహమువలననే రాజ్యాభివృద్ధి కలిగె నని దీనివలన తెలియుచున్నది. నరసింహరాయలు క్రీ.శ. 1456,1467, 1468,1478,1485 సంవత్సరములలో శ్రీవేంకటేశ్వరస్వామికి మూపాడుపేట, మంగోడు, వెలద, ఆలిపురము నను గ్రామములను, మరికొంత ద్రవ్యమును సమర్పించి శిలాశాసనములు వేయించెను. వానినిబట్టి క్రీ.శ.1485వ సంవత్సరమునాటికే నరసింహరాయలు విజయనగరసింహాసన మధిష్ఠించి యుండె నని తలంప వీలగుచున్నది. కావున పిల్లలమఱ్ఱి పినవీరభద్రకవి తన జైమినిభారతము నాతనికి క్రీ.శ.1485—1490సం॥ల నడుమ కృతియిచ్చియుండవచ్చు నని భావింపవచ్చును. జైమినిభారత మీకవి చివరిరచన యగుటచే నప్పటి కాతఁ డేబది యఱువదియేండ్లవాఁడై యుండవచ్చును. అందుచేత పిల్లలమఱ్ఱి పినవీరభద్ర కవి పదునైదవశతాబ్ది ఉత్తరార్ధమున నుండియుండె నని నిశ్చయింప వీలగుచున్నది.

కవి కృతులు :

సీ. "రచియించినాఁడవు రమణీయ వాగ్గీతి
నవతారదర్పణం బభినవముగఁ
బలికినాఁడవు తేటపడఁ జేసి నారదీ
యము సత్కవిశ్రేణి యాదరింపఁ

జెప్పినాఁడవు శేముషీవిశేషంబున
మాఘమాహాత్మ్యంబు మంజుఫణితిఁ
గావించినాఁడవు ఘనబుద్ధి మానసో
ల్లాససారము సముల్లసితశయ్య
భారతీతీర్థయతిసార్వభౌమగురుకృ
పాతిశయలబ్ధ కవితావిభూతిఁ గలిగి
గౌరవము గాంచినాఁడవు కవులచేత
విపులచాటూక్తినిర్నిద్ర ! వీరభద్ర !"

అని శృంగారశాకుంతల కావ్యపీఠికలోని పద్యము ననుసరించి యీకవి అవతార దర్పణము, నారదీయమహాపురాణము, మాఘమాహాత్మ్యము, మానసోల్లాససారము అను గ్రంథములను రచించెననియు, నాపై శృంగారశాకుంతలము జైమినిభారతము–అను కావ్యములను రచించెననియుఁ దెలియుచున్నది. పైపద్యము నందలి అవతారదర్పణ మను నామమునకు నవరసదర్పణ మను పాఠాంతరము కలదు. కాని, ఆ పాఠాంతరమును గ్రహించినచో నాపాదమున యతిభంగ మేర్పడును గావున విమర్శకులు దానిని ప్రమాణముగా గ్రహింపరైరి. శృంగార శాకుంతలము, జైమినిభారతము అను కావ్యములు తప్ప మిగిలినవి ఇప్పుడు మనకు లభించుటలేదు.

పైగ్రంథములు గాక పినవీరభద్రకవి 'పురుషార్థసుధానిధి' యను గ్రంథము వ్రాసినట్లు తెలియుచున్నది. ఆంధ్రసాహిత్యపరిషత్తునం దున్న ఉదాహరణగ్రంథమున 'పిల్లలమఱ్ఱి వీరయ్య' రచించిన పురుషార్థసుధానిధిలోని వని యీక్రింది రెండుపద్యము లుదాహరింపఁబడియున్నవి :

సీ. "కాశకర్పూరనీకాశఁగా భావింపఁ
గవితా నిరూఢిఁ బ్రఖ్యాతి నెసఁగు
యావకారుణదేహయష్టిగాఁ జింతింప
మదకుంభియానల మరులు గొలుపు
నీలజీమూత సన్నిభఁగా విలోకింప
సకలమాయాప్రపంచంబు నడచుఁ
గనకచంపకధామ గౌరిగా శీలింప
నంహస్సమూహంబు సంహరించు

గీ. శంభుదేవి విశాలాక్షి సదనుకంప
యోగిజనసేవ్య యోగపయోదశంప
శ్రీకరకటాక్షలేశరక్షితనిలింప
ముజ్జగంబుల మొలపించు మూలమంప.

సీ "భర్గభట్టారకు పర్యాయమూర్తికి
షాణ్మాతురుని కూర్మిజనకునకును
మేషరాజము నెక్కి మేటిరౌతున కమ
రాధీశు పొరుగు దిశాధిపతికి
హరిణవాహనుని నెయ్యపుసంగడీనికి
సామిధేనీ ప్రియస్వాంతునకును
యాయజూకుల యిండ్ల యనుఁగుఁ జుట్టమునకు
స్వాహాస్వధాప్రాణవల్లభునకు

గీ. దండములు వెట్టెదము మోడ్చెదము కరములు
సేవ యొనరించెదము మమ్ముఁ గావు ప్రోవు
యాగవేదికి విచ్చేయు మారగింపఁ
బ్రథమజన్ముల యింటి కల్పద్రుమంబ!"

ఉదాహరణగ్రంథసంఘాత పేర్కొనిన పిల్లలమఱ్ఱి వీరయ్య పినవీరభద్రకవి యన్నగారైన పెదవీరయ్య యై యుండవచ్చు నని శ్రీ చాగంటి శేషయ్యగారు అభిప్రాయపడినారు. ఈ పురుషార్థసుధానిధి విద్యారణ్యస్వామి సంస్కృతమున రచించిన పురుషార్థనిధి యను గ్రంథమున కాంధ్రానువాదమై యుండవచ్చు ననియు, తైత్తిరీయభాష్యసారమునకు మానసోల్లాస మను పేరుగలదు కావున పినవీరభద్రకవి రచించిన మానసోల్లాసము దాని కాంధ్రానువాదమై యుండు ననియు శ్రీ టేకుమళ్ల అచ్యుతరావుగారు భావించియుండిరి.

పిల్లలమఱ్ఱి పినవీరభద్రకవి సాళువ నరసింహరాయలపేర నవరత్నములు, రాజ్యాంగపద్ధతుల పద్యములను రచించె నని శ్రీ వేటూరి ప్రభాకర శాస్త్రిలవారు చాటుపద్యమణిమంజరిలోఁ బ్రకటించియున్నారు. ఏమైనను పురుషార్థసుధానిధి, నవరత్నములు మొదలైనకృతులు పినవీరభద్రకవి కృతములని విశ్వసించుటకు ప్రబలప్రమాణములు కానవచ్చుటలేదు. నే డాకవి కావ్య

ములుగా మనకు లభించు చున్నవి శృంగారశాకుంతలము, జైమినిభారతము- అను నవి మాత్రమే.

1. శృంగారశాకుంతలము-లేక-శకుంతలా పరిణయము.

పిల్లలమఱ్ఱి పినవీరభద్రకవి రచించిన శాకుంతల మను కావ్యమునకు శృంగారశాకుంతల మనియు, శకుంతలాపరిణయ మనియు నామాంతరములు లోకమునఁ బ్రసిద్ధి గాంచియున్నవి. కవి కావ్యపీఠికలోఁ గృతిభర్త "కూర్మిఁ గృతిసేయు నాకు శాకుంతలంబు" అని అర్థించినట్లు చెప్పియున్నాఁడు; కథారంభమున కుపక్రమించుచు, "నా యొనర్పంబూనిన శాకుంతల కథాలతాలవాలం బగు పురీలలామం" బని హస్తినాపురవర్ణనమున కుపక్రమించినాఁడు; ఆశ్వాసాంతగద్యలయందు "పిల్లలమఱ్ఱి పినవీరభద్రప్రణీతం బైన శాకుంతల కావ్యం" బని పేర్కొనినాఁడు. కావున కవి తన కావ్యమునకు 'శాకుంతల' మను నామ ముంచె నని స్పష్టమగుచున్నది.

పినవీరభద్రకవి యీకావ్యమును నెల్లూరుమండలములో కందుకూరు తాలూకాలో నుండు బిట్రగుంటకు సమీపమున నున్న సోమరాజుపల్లిగ్రామము నకు కరణమైన చిల్లర వెన్నమంత్రి కంకిత మొసంగెను. వెన్నమంత్రిపూర్వులు పంటరెడ్లయొద్ద మంత్రులుగా నుండి పేరువడసినవారు. వారు ఆఱువేలనియోగి బ్రాహ్మణులు. దాతలు. సప్తసంతానములు తమపేర నిలుపుకొనిన వదాన్యులు. సోమరాజుపల్లి పండితస్థానము. 'అఱువదినాల్గువిద్యలకు నపూర్వఘంటాపథ' మని వాసికెక్కినది. వెన్నమంత్రి అతని వంశమునకు వన్నెదెచ్చిన సాహిత్య శీలము గలిగినవాఁడు. ఈశ్వరభక్తుఁడు, నిత్యసోమవార వ్రతదీక్షాకలితుఁడు, నిరతాన్నదాత. అతనికి సప్తసంతానములలోఁ బ్రశస్తిగాంచి బలము గాకుండునట్టి కృతిని గైకొనవలె నను అభిలాష జనించినది. పిల్లలమఱ్ఱి పినవీరభద్రుఁ డట్టి సత్కావ్య నిర్మాణము చేయఁగలఁ డని గ్రహించి యతనిని సత్కరించి కృతి నర్థించెను. కావ్య మనినతోడనే వస్తువు, నాయికానాయకులు, రసము, కవిత్వము అను నంశములనుగూర్చి విచారింపవలెను. వస్తువు ప్రఖ్యాతము, ఉత్పాద్యము, మిశ్రము - అని మూఁడువిధములు. అందు వెన్నమంత్రి ప్రఖ్యాతేతివృత్తము గల కావ్యమునే వరించెను. దానికి కారణము ప్రఖ్యాతమైనకథ కృతికర్తకును, కృతిభర్తనుకు విఖ్యాతిని గలిగించు నని యతఁడు భావించుటయే

గీ. "ప్రఖ్యాతం బన మిశ్రబంధ మన నుత్పాద్యం బనంగాఁ ద్రిధా
వ్యాఖ్యాతం బగు వస్తు; వందు మఱి యధ్యాహారముం జేయఁగాఁ
బ్రఖ్యాతం బితివృత్త మైన కృతి చెప్ప న్వక్తకున్ శ్రోతకున్
న్విఖ్యాతిం గలిగించుఁ బుణ్యమహిమ న్విశ్వంభరామండలిన్"

ఇట్లు ప్రఖ్యాతేతివృత్తమును బేర్కొని, కావ్యరసమును శృంగారముగా నిర్దేశించెను:

క. "శృంగారము ముఖ్యం బగు
నంగియు నంగములుఁ దలఁప [1]నన్యరసములు
న్సాంగ మగునేనిఁ డంకము
బంగారముతోడి యొర ప్రబంధము నొందున్".

శృంగారము రసరాజ మనియు, సర్వజనహృదయానందకంద మనియు లాక్షణికుల యభిప్రాయము. అట్టి శృంగారస మంగియై, అంగరసములచేఁ బరిపుష్ట మైనచోఁ గావ్యము బంగారమునకుఁ దీటగు నని వెన్నయమంత్రి భావించెను. ఈ కావ్యమున శృంగారసమున కున్న ప్రాధాన్యము నధికరించి పిలుచుటచే దీనికి 'శృంగార శాకుంతల' మను నన్వర్థనామము ప్రసిద్ధికి వచ్చె నని భావింప వీలగుచున్నది.

గీ. "కథ ప్రసిద్ధయు మిగుల శృంగారవతియుఁ
బరిగణింపంగ శ్రీమహాభారతమునఁ
గథిత మైన శకుంతలాఖ్యా నభంగి
నది ప్రబంధంబుఁ జేయు ప్రఖ్యాతి నొంద"

అని వెన్నయామాత్యుఁడు వ్యాస మహాభారతమునందలి శకుంతలోపాఖ్యానమును కావ్యవస్తువుగా నిర్దేశించెను. చంద్రవంశప్రసిద్ధుఁ డైన దుష్యంతమహారాజు చరిత్రమునకే శకుంతలకథ యని నామాంతరము. అందు నాయకుఁడు దుష్యంతుఁడు. నాయిక శకుంతల. మహాభారతమున దుష్యంతుని శీల ముదాత్తముగాఁ జిత్రింపఁబడ లేదు. అందు శకుంతల మహాపతివ్రత. ఆమె చారిత్రమున కున్నదీప్తి యాతని వర్తనమునకు లేదు. కావున వెన్నయమంత్రి శకుంతలానామము నధికరించి వస్తువును నిర్దేశించినాఁడు. వ్యాసభారతమునందలి

---

1. నవరసములు.

యాకథను సంస్కరించి, నాయకుని యుదాత్త శీలమును బరిపోషించువిధముగా వస్తువుఁ మార్చి కాళిదాసమహాకవి అభిజ్ఞానశాకుంతల నాటకమును రచించెను. నాయకపాత్ర చిత్రణమున కానాటకకల్పన లనల్పదోహదములు పినవీరభద్రుని నాటికి కళిదాసుకథయు ప్రఖ్యాతమే. అందువలన నుచితజ్ఞుఁడైన వెన్నయ మంత్రి భారతకథ మూలముగా,కాళిదాసుని శాకుంతలకథ దోహదముగా పినవీర భద్రుని ప్రబంధకథ పెంపొందవలె నని భావించినాఁడు. కథకుఁ దగిన కవితా గౌరవము కావ్యము నలంకరింపవలె నని యభిలషించి యిట్లనినాఁడు:

సీ. "సరసపువ్వులుగ మాలకరి పెక్కుతెఱఁగుల
విరుల నెత్తులుగఁ గావించినట్లు
కర్పూర కస్తూరికావస్తువితతిచే
శ్రీఖండచర్చ వాసించినట్టు
లొడికంబుగా గందవొడికి నానాసూన
పరిమళంబులు గూడఁబఱచినట్లు
సరఘలు వివిధపుష్పమరందలవములు
గొనివచ్చి తేనియఁ గూర్చినట్లు

తే భారతప్రోక్తకథ మూలకారణముగఁ
గాళిదాసునినాటకక్రమము కొంత
తావకోక్తికి నభినవశ్రీ వహింపఁ
గూర్మిఁ గృతిసేయు నాకు శాకుంతలంబు".

ఇట్లు పినవీరభద్రుని కృతికి ప్రఖ్యాతవస్తువు, శృంగారరసము, ఉజ్జ్వలనాయికా వృత్తము లభించినవి. దానికి దనకల్పనలు కొన్ని కలిపి 'మిశ్రబంధంబుగా' శాకుంతలంబను ప్రబంధంబు బంధురప్రీతిం జెప్పఁబూనినాడు కవి. ఇఁక అతని కవితాప్రాభవమా—

సీ. "నన్నపార్యుఁడు ప్రబంధప్రౌఢవాసనా
సంపత్తి సొంపు పుట్టింప నేర్చుఁ
దిక్కయజ్వ వాగ్వైక్కకామోదంబు
• చెలువు కర్ణముల వాసింపనేర్చు

నాచిరాజునిసోము వాచామహత్త్వంబు
సౌరభంబులు వెదచల్ల నేర్చు
శ్రీనాథభట్టుభాషానిగుంభంబుల
పరిమళంబులఁ గూడఁబఱచనేర్చు

తే. మహితగుణశాలి పిల్లలమఱ్ఱి వీర
నార్యుఁ డాయింటఁ జైత్రామహం బగుచును
వెలయుచున్నది నేఁడు కవిత్వలక్ష్మి
యఖిలసత్కవినికరంబు నాదరింప"

అని కృతిపతి ప్రశంసల నందుకొనినది. సత్కావ్య మవతరించుట కీసద్గుణములు చాలును!

కావ్యేతివృత్తమునఁ బ్రధానకథాతాత్పర్యము శకుంతలా దుష్యంతుల పరిణయపునస్సమాగమములే యగుటచే దీనికి 'శకుంతలా పరిణయ' మను నామాంతరము వెలసి యుండవచ్చును! ఏమైనను కవి పేర్కొనిన 'శాకుంతల' మను నామమున కున్న సార్థక్యము మఱియొక పేరునకు కానరాదు!

పినవీరభద్రకవి యీకావ్యమును నాలుగాశ్వాసములలో రచించెను.. శ్రీనాథుని శృంగారనైషధమువలె నిది శృంగారశాకుంతల మను కీర్తి నొంది ఆంధ్ర ప్రబంధరాజములలో నొకటిగాఁ బరిగణింపఁబడుచున్నది.

జైమిని భారతము

జైమినిభారతమున నీకవి తా నంతకుముందు రచించిన కావ్యముల ప్రశంస చేయకపోయినను శృంగారశాకుంతలమునఁ బేర్కొనిన గ్రంథములలో జైమినిభారతము లేకపోవుటచే శృంగారశాకుంతల రచనానంతరమే దీనిని రచించి యుండు ననియు, నిదియే యతని కట్టకడపటి కావ్యమై యుండు ననియు విమర్శకులు భావించుచున్నారు.

పినవీరభద్రుని అన్న గారైన పెదవీరభద్రుఁడు కర్ణాటదేశమున డెబ్బదివేలమంది సామంతుల కధికారియై సాళువ నరసింహరాయలను సేవించు చుండెను. శృంగారశాకుంతలము రచించిన తరువాత పినవీరభద్రుఁడు అన్నగారి ప్రాపకముతో రాయలకొలువులో ఆస్థానకవి కాగలిగినాఁడు. ఆపై నాప్రభువునకు జైమినిభారతమును గృతి యిచ్చినాఁడు.

సాళువ నరసింహరాయలను గుఱించి కీ. శే. కొమర్రాజు లక్ష్మణరావు పంతులుగారు మహమ్మదీయ మహాయుగ మను గ్రంథమున నిట్లు వ్రాసి యున్నారు: "సాళువ నరసింహరాజు విజయనగరరాజ్యము యొక్క తూర్పు భాగమున కంతటికిని అధిపతిగా నుండి యనేకయుద్ధములలోఁ దనపరాక్రమము జూపి సర్వజనులచే నాయకుఁడుగాఁ బరిగణింపఁబడుచుండెను. విరూపాక్షరాజ శేఖరరాయలకాలములో నితఁడు ప్రబలెను. విరూపాక్షరాయల ప్రభుత్వకాలములో నుత్కలదేశాధీశుఁ డగు పురుషోత్తమదేవగజపతి విజయనగరముమీఁదికి దండెత్తి రాగా ఈ నరసింహరాజు వాని నోడించెను. ఇట్లీతనిబలము దినదినాభి వృద్ధిఁ జెందుకాలములో విజయనగరరాజులు విషయపలంటులై తమబలమును గౌరమును పోగొట్టుకొనుచుండిరి కడపటిరాజగు విరూపాక్షరాయలయెడఁ బ్రజలందఱికిని ద్వేషము కలిగెను. శత్రువులను జయింపలేనట్టియుఁ బ్రజలను రక్షింపలేనట్టియు రాజును బదభ్రష్టునిఁ జేయుటయే మంచి దని తలచి, సాళువ నరసింహరాజు, రాజుయొక్క దుశ్చేష్టితములు ప్రజలకుఁ దెలిపియు, దండ నాయకుల కెల్లరకు బహుమతు లొసఁగియు, నందఱిని వశపఱచుకొని, విషయా నందములో నిమగ్నుఁడై యున్నరాజును పట్టుకొనుటకుఁ దనసేనానాయకుని ముందు పంపెను. ఈవార్త రాజునకుఁ దెలిసినను, ఆ విషయాంధుఁడు దానిని నమ్మక వర్తమానము తెచ్చినవానినే చంపించెను సాళువ నరసింహరాజుయొక్క సేనాని వచ్చి కోట నాక్రమించుకొని, తన్నెదిరించువా రెవ్వరును లేక లోనఁ బ్రవేశించెను. అప్పు డారాజు మేల్కొని తనకు సహాయము చేయువా రెవ్వరును లే రని చూచి, దిడ్డిత్రోవను బాఱిపోయెను. సాళువ నరసింహరాజు రాజ్యా రూఢుఁడై విజయనగర సామ్రాజ్యమునకుఁ బ్రభు వయ్యెను. ఈ రాజు పరా క్రమశాలి యగుటచే నంతకుఁబూర్వ మన్యరాజులచే నాక్రమింపఁబడిన దేశ మంతయుఁ దిరిగి సంపాదించెను... ఈ రాజు న్యాయవర్తనము కలవాఁడై ప్రజ లను బుత్త్రులవలె రక్షించుచు విద్వాంసులను మిగుల గౌరవించుచు నుత్తమప్రభు వని వన్నెకెక్కెను. ఈ సాళువవారు తెలుఁగువారుగాఁ గానవచ్చుచున్నారు. ఎందుకనఁగా వీరికిఁ బూర్వపురాజులు కన్నడపువారయినను, ఈవంశమువారు రాజ్యారూఢు లయినప్పటినుండియుఁ దెలుఁగువారికి మంత్రిత్వ మొసఁగుటయుఁ దెలుగుకవులకు నాశ్రయ మిచ్చుటయుఁ దటస్థించెను." ఇట్టిరాజు నాశ్రయముఁ బొందఁగలిగిన తెలుఁగుకవులలో పిల్లలమఱ్ఱి పినవీరభద్రకవి ప్రథమగణ్యుఁడు.

పిల్లలమఱ్ఱి పినవీరభద్రకవి రచించిన కృతిపతి వంశకీర్తనమున నీచారిత్రకాంశములు క్లుప్తముగాఁ జెప్పబడియున్నవి. కృతిపతి వర్ణన పద్యములను, ఆశ్వాసాద్యంతపద్యములను బరిశీలించినచో నరసింహరాయలు దండనాధుఁడుగా నున్నప్పుడు కాక, మూర్ధాభిషిక్తుఁ డైన తరువాతనే జైమినిభారతమును గృతికొనినట్లు భావించుటకు వీలగుచున్నది

సాళువ నరసింహరాయలు పరాక్రమవంతుఁడు, నీతికుశలుఁడే కాక స్వయముగాఁ బండితుఁడు, కవిపండిత పోషకుఁడు నై వాసిగాంచెను. అతఁడు సంస్కృతరామాభ్యుదయ మనుగ్రంథమును రచించెను. తాళ్లపాక అన్నమయ్యను సేవించి, కొంతకాలము తనయొద్ద నుంచుకొని గౌరవించెను.

ఈతని యాస్థానమున నున్న రాజనాథడిండిముఁ డనుకవి 'సాళువాభ్యుదయ' మను సంస్కృత గ్రంథమున నీమహామహుని వంశచారిత్రమును వర్ణించెను. పినవీరభద్ర కవియు జైమిని భారత పీఠికలోఁ గృతిభర్తయగు నీతని వంశచారిత్రము నభివర్ణించెను.

ఒకినాఁడు సాళువ నరసింహరాయలు నిండుకొలువు తీర్చి, యందు పురాణేతిహాస ప్రసంగముల వినోదించుచు, సప్తసంతానములలో కావ్యము శాశ్వతమైన దని భావించి, జైమినిభారత మను పురాణమును బ్రసిద్ధాంధ్రమహాకవి యొకనిచే ననువదింపఁ జేయవలె నని సంకల్పించెను. అతఁడు సభాముఖమునఁ బలికిన మాట లివి.

ఉ. అదట సప్తసంతతుల యందును నొక్కొకకాలమందు వి
విచ్ఛిదము గల్గు నాటిటికిఁ జెప్ప విపర్యయ మేయుగంబునన్
లేదు కవిత్వసంతతికి నిక్కము తత్కవితావిలాసమున్
జాదులు నిష్టదైవము ప్రసాదము నౌ హరికీర్తినంబునన్.

క. నామది నిరతము భారత
రామాయణ కథలఁ బ్రేమ రంజిలు నందున్
జైమిని భారత మనఁగా
భూమి నపూర్వము పురాణముల గణియింపన్.

తే. ఆపురాణంబు గనఁ దెనుఁ గయ్యెనేనిఁ
జెప్పనేర్చిన కవియుఁ బసిద్ధుఁడేనిఁ
దెనుఁగు నుడికారమున మించు గనియెనేనిఁ
గందనము కమ్మ వలచినచంద మగును.

రాయలకు భారత రామాయణ కథలయందు ప్రీతి మెండు అందును జైమిని భారతము పురాణములలో నపూర్వ మైన దగుట దానియం దత్యంతాభి మానము కలదు. తత్కృతిరచనమువలన హరికీర్తన ఫలమును, ఇష్టదైవ ప్రసాదమును లభించు నను నమ్మకము కలదు. ప్రసిద్ధుఁ డైనకవి తెలుగు నుడికారము మించ రచించినచో బంగారమునకుఁ దావి యబ్బిన ట్లగు నని యతఁగు భావించెను. దానిని సభాసదులకు రాజు నివేదించెను.

అంతకుఁ బూర్వమే పిల్లలమఱ్ఱి పినవీరభద్రకవి జైమిని భారతము నాంధ్రీకరించుటకుఁ బూనుకొని యుండెను అతని పేశలరచనాఫణితిలో నా కావ్య మప్పటికే కొంతరూపు దిద్దుకొని లోకమునఁ గొంత విఖ్యాతి గాంచియుం డెను. విద్వజ్జ నులైన సభికు లీయంశమును రాయల కిట్లు నివేదించిరి:

క. "ఏరీతి నెఱిఁగెనో పిన
వీరన దేవరతలంపు విఖ్యాతముగాఁ
బేరును బెట్టిదియును దన
పేరుగ రచియింపఁ బూనెఁ బేశలఫణితిన్".

రాజుతలంపు కవి యెఱిఁగియే యుండవచ్చు నని యూహించుటకు పిన వీరభద్రుని మహిమలను దెల్పు నొక యైతిహ్యము తోడు పడఁగలదు. ఒక నాడు పినవీరభద్రుని యన్నగారైన పెదవీరభద్రుఁడు జపము చేసికొనుచు నేకాగ్ర చిత్తము లేనివాఁడై లోలోన దాను భార్యకుఁ జేయింపఁ దలఁచుకొనిన నగలను గుఱించి యాలోచించుచుండెనట! అంతలో నెవరో యొక పెద్దమనుష్యుఁ డాతని కొఱకై వచ్చి పినవీరభద్రుని 'మీయన్నగా రేమి చేయుచున్నా' రని యడిగెనఁట! అంతట నాతఁడు తనయన్న జపములో నున్నాఁ డనుటకు మాఱుగా మాయదినగారికి నగలు చేయించుట కాలోచించు చున్నాఁ డని సమాధానము చెప్పెనఁట! దీనినిబట్టి వాగ్దేవ్యుపాసనాపరుఁడైన పిన వీరన పరుల హృదయమునందలి భావముల నవలీలగా గ్రహించు శక్తి కలవాఁ

డని స్పష్టమగుచున్నది. అన్నగారి మనసు నెఱిఁగినట్లే ఏలిక మనసును గూడ గ్రహించిన పినవీరభద్రకవి రాయ లడుగక పూర్వమే యతని చిత్తమునకు నచ్చిన కావ్యమునకు శ్రీకారము చుట్టియుంచెనని జైమినిభారతావతారిక వలన స్పష్టమగుచున్నది. ఇట్టి యపూర్వశక్తులపై విశ్వాసము లేని విమర్శకులు కొందఱు పినవీరభద్రుని అన్నగారైన పెదవీరన దండనాథుఁడై యుండుటచే నాతనివలన రాజుతలం పెఱిఁగియుండవచ్చునని భావించుచున్నారు.

ఏమైనను, ఆశ్రితుఁడైన కవి అభిలషిత కావ్యరచనాకుశలుఁ డయ్యె నని వినిన రాయల యానందమునకు మేరలు లేవు. "నాధనంబు ఋణముగాఁ దినక యుపార్జించె యశోధన; మిటు గావలదె యాశ్రితత్వం" బనుచు కర్పూరతాంబూలము నిచ్చి,

ఉ. అల్లన విచ్చు చెంగలువలందు రజంబును కప్పురంబుపైఁ
జల్లఁగఁ జల్లనై వలచు సౌరభముల్ వెదజల్లు భావముల్
పల్లవహస్త చన్నుఁగవపయ్యెద జీబుగఁ దోఁచుభాతిగాఁ
బిల్లలమఱ్ఱి వీరన యభిజ్ఞుఁడు చెప్పఁగ నేర్చుఁ గబ్బముల్."

అని ప్రశంసించి జైమిని భారతమునందలి యశ్వమేధ పర్వమును నిర్విఘ్నముగా రచింపు మని కోరెను. కవియును నంతకుఁ బూర్వమే.

క. "స్తుత్యముఁ గలికల్మషరా
హిత్యము నాఖ్యాయికావిహితభీజచతు
ష్టిత్యము శ్రీహరికథలను
నిత్యంబును నైన జైమినిజ భారతమున్."

శా. "జంబూద్వీపములోన నెంతయుఁ బ్రశస్తం బైన దీని న్నట
ద్దృంబూః కుండలజూటకోటరకుటీధృత్స్వర్ధునీవీచికా
లంబి స్విన్న నవేందు కందళ సుధాలంకార వాగ్వైఖరిన్
జంబూకావ్యము చేసెదన్ బుధజనశ్లాఘానిరాఘాటతన్"

అని పూనుకొని యుండుటచే జైమిని భారతము విజయవంతముగా ముగిసినది.

రాయల కీ జైమినిభారతమునందుఁ బ్రత్యేకాభిమానము గలుగుటకు కారణము నూహించుచు శ్రీ దేకుమళ్ళ అచ్యుతరావుగా రిట్లు వ్రాసియున్నారు:

"జైమిని భారతమునే నృసింహరాయలు వరించుటేల? దీనికి సమాధానము జైమిని భారతమునందలి కథావిషయముల వలనఁ దెలియఁగలదు. జైమిని భారతమునందలి కథాభాగ మేమన- ధర్మరాజు చేయఁదలచిన యశ్వమేధ యాగము నిమిత్తము భీమార్జునులు సలిపిన భారతదేశ దిగ్విజయ మీగ్రంథమున గుర్తింపఁబడినది. ఈదిగ్విజయము ముఖ్యముగాఁ బశ్చిమ దక్షిణభాగములందుఁ జరిగినది. అనఁగా సౌరాష్ట్రము, కొంకణము, కేరళము, పాండ్యము, ఇత్యాది దేశములు జయింపఁబడినట్లు వర్ణింపబడినది. ఈదేశములను జయించినవాఁ డర్జునుఁడు. విష్ణుస్వరూపుఁడైన శ్రీకృష్ణుని సహాయముననీయర్జునుఁ డాదేశముల నన్నిటిని దనయన్నగారి కొఱకు జయించెను. అట్లే వైష్ణవమతస్థుఁ డైన సాళువ నృసింహరాయలు తన యేలిక యగు విజయనగర రాజ్య ప్రభువున కాదేశముల నన్నిటిని జయింపవలసి వచ్చెను. ఆయోధుఁడు తత్కారణమున దా నర్జునునితోఁ దుల్యుఁ డని యూహించుకొని యుండవచ్చును. దానికి నిదర్శన ముగఁ బినవీరన తన గ్రంథమున నృసింహరాయలఁ గూర్చి యిట్లు నుడివెను:-

ఉ. "భారతవంశమండనుఁడు పాండవగాండివముక్తబాణసం
భారతత్ప్రభావనుతిపారగుఁ డంచిత గోమహీతులా
భారతదంగదానపరిపాకసమగ్రయశోవిలాసశో
భారతశాలి గుండ నరపాల నృసింహుఁడు గహ్వరీస్థలిన్."

కావున నృసింహరాయ లర్జునుని పరాక్రమము చాటుచున్న గ్రంథమును గృతి నొందుటకు నిచ్చగించె నని చెప్పుట సామంజస్యము నతిక్రమింపదు."

సంస్కృత జైమినిభారతము:-

పిల్లలమఱ్ఱి పినవీరభద్రుని జైమిని భారతమునకు మూలమైన సంస్కృత గ్రంథము నేఁడు మనకు లభించుట లేదు. సంస్కృతభాషలో జైమినిమహర్షి వ్యాసభట్టారకునివలె నొక భారతము రచించె నని చెప్పుదురు. కాని యాతఁడు వ్యాసశిష్యుఁడైన జైమిని కా డనియు, మహారాష్ట్రుఁ డైన యొక బ్రాహ్మణుఁడై యుండు ననియు నతఁ డశ్వమేధపర్వము మాత్రమే వ్రాసియుండు ననియు, శ్రీచేకుమళ్ళ అచ్యుతరావుగారు ప్రతిపాదించియున్నారు. వారి యభిప్రాయము లిచ్చట పొందుపఱుపఁబడుచున్నవి.

"జైమిని కవి యష్టాదశపర్వయుక్త మగు భారతగ్రంథమును సంపూర్ణముగ వ్రాసెనో లేదో తెలియదు. ప్రొఫెసర్ వీబర్ అను జర్మనీ పండితుఁడు తన "సంస్కృత వాఙ్మయ చరిత్రమున" నీగ్రంథముగురించి వ్రాయుచు నిట్లు నుడివెను. "అశ్వమేధికపర్వ మను పేరు గల యీగ్రంథము బొంబాయిలో క్రీ వె. 1863లో ముద్రిత మైనది. గ్రంథాంతమందు వ్రాయఁబడిన యంశము లనుబట్టి గ్రంథమంతయు సమగ్రముగా విరచితమైనట్లు కాన్పించుచున్నది. కాని, యిప్పటివఱకు నీగ్రంధసంబంధ మైనది యొక యశ్వమేధము తక్కవేఱుభాగము దొరకలేదు. ఈపర్వమునకుఁ గన్నడభాషాంతరీకరణము క్రీ వె. 12వ శతాబ్దము దని తెలియవచ్చుచున్నది ఆ గ్రంథమునే కిట్టెలుదొరగారు తాము నాగవర్మ ఛందోగ్రంథమునకు వ్రాసిన యుపోద్ఘాతములో క్రీ.వె. 13వ శతాబ్దమునకు త్రోసివేసిరి. ఈజైమినిగ్రంథమున శ్రీకృష్ణసంబంధమైన ప్రపత్తి ముఖ్యముగా గోచరించుచున్నది. క్రైస్తవ మత సంబంధ మైనపాశ్చాత్య సంసర్గములు నిశ్శంకముగాఁ గాన్పించుచున్నవి."

"ఈపండితుఁడే వేఱొకతావున నిట్లు వ్రాసెను. 'సుమంతు-జైమిని-వైశంపాయన- పైల- సూత్ర- భారత- మహాభారత- ధర్మాచార్యాః' అను వాక్యము ఇటీవలి వారిదై యుండవచ్చును. దీనినిబట్టి జైమినిభారత మిప్పటి వ్యాసమహాభారతమువలె నుండె నని నిశ్చయించుటకు వీలులేకపోయినను జైమిని కవియు వ్యాసమునివలె భారతమును సమగ్రముగా రచించియుండె నని యూహింపవచ్చును. కాని, యిప్పటి జైమినికవి గ్రంథమునకును నిప్పుడు వాడుకలో నున్న జైమిని భారతమునకును పోలిక చాల తక్కువగా నుండు నని చెప్పవచ్చును."

"ఇట్లు వీబరు పండితుఁడు మొదలగు గ్రంథకర్తలు భారతమును సమగ్రముగా జైమినికవి వ్రాసియుండవచ్చు నని యూహించుచున్నారు, కాని, యీ క్రింది కారణములచే నాయభిప్రాయము వేఱుగా నున్నది. జైమిని కవి యని చెప్పఁబడిన మహాపురుషుఁడు భారతమందలి యశ్వమేధపర్వము తప్ప నితర పర్వములను వ్రాసియుండఁ నని నాకుఁ దోచుచున్నది."

"(1) జైమినిభారతమున అశ్వమేధపర్వమందలి యాశ్వాసాంత గద్య భాగములో "ఇతి మహాభారతే అశ్వమేధికే పర్వణి జైమినీయే" యని యున్నది.
(2)

జైమిని పూర్తిగా గ్రంథమును వ్రాసియున్నయెడల "ఇతి మహాభారతే జైమినీయే అశ్వమేధికే పర్వణి" అని యుండవలసినది

(2) గ్రంథస్వభావముచుబట్టి యశ్వమేధపర్వము దప్ప వేఱుపర్వములను జైమినికవి వ్రాసియుండఁ డని యూహింపవచ్చును.

(1) గ్రంథమం దెక్కడఁ జూచినను శ్రీకృష్ణుని మాహాత్మ్యమే కానఁబడుచున్నది. వ్యాసభారతమందు శౌర్యపరాక్రమాది గుణగరిష్ఠు లగు పాండవ వీరాగ్రేసరు లందఱు నిందు తమతమస్వభావతేజఃపుంజముల నడఁచుకొని శ్రీకృష్ణునికై స్తోత్రపాఠములఁ జేయుచు దాసులవలె మెలఁగుచున్నారు. శత్రువుల నోడించునపుడు శ్రీకృష్ణునిబలము లేనిదే లేశమాత్రము చేయలేనట్లు వర్ణించుటయే కాక దానిని వెల్లడింపుటయుఁ గాన్పించుచున్నది. ఇదియంతయు వ్యాసకృతికి విరుద్ధము."

"కావున జైమినిభారతము వైష్ణవమతప్రాబల్యము నొందిన తరువాత శ్రీమహావిష్ణుని యవతార మైన శ్రీకృష్ణుని మాహాత్మ్యము నుగ్గడించుటకు వ్రాయఁబడిన గ్రంథ మని చెప్పవచ్చును. శ్రీమద్భాగవతము క్రీ. వె. 12 లేక 13వ శతాబ్దమున బోపదేవుఁ[1] డను కవివర్యునిచే రచింపఁబడిన దని యొక పండితసంప్రదాయక్రమమున వచ్చుచున్న యైతిహ్యము మనదేశమునందుఁ గలదు. జైమినిభారతముగూడ నట్లే కొంచె మెచ్చుతక్కువగఁ దత్కాలమున వ్రాయఁబడియుండునేమో!

(ii) వ్యాసకృతియం దర్జునుఁడు దక్షిణహిందూరాజ్యము లగు పౌండ్ర, ఆంధ్ర, ద్రవిళ, పాండ్య, కేరళములను జయించినట్లు సూచించుటయే కాని యారాజ్యముల నేలిన రాజవంశములను గాని, యర్జునునితోఁ బోరాడిన రాజుల పేళ్లనుగాని యుద్ధవర్ణనలను గాని కవి చెప్పియుండలేదు. జైమిని భారతమునం దట్లుగాక ముఖ్యముగా భారతవర్షములోని పశ్చిమ దక్షిణ భాగముల నున్న హిందూరాజ్యము లర్జునాది పాండవవీరుల నెదుర్కొని సమరము చేసి యలఘు పరాక్రమమున వారిని డిందుపఱిచి శ్రీకృష్ణభగవానులకు శరణాగతులఁగాఁ

1 ఈ బోపదేవుఁడు మహారాష్ట్రప్రభువులగు దేవగిరి సంస్థానాధీశులయొద్ద నుండిన ఆస్థానకవి ఈ కవి 13వ శతాబ్దాంతమున నుండెనట్లు తెలియుచున్నది

వ్యాసముగఁ నిత్థమం దెచ్చోటను గానము. [1]భీముని పరాక్రమ విషయ మెట్లయినను జొప్పించి యభివర్ణించుట కొకకథ కల్పింపఁబడియుండవచ్చును. మధ్వాచార్య ప్రతిష్ఠాపిత మైన వైష్ణవమతము నవలంబించినవారికి భీముఁడు ముఖ్యప్రాణ దేవరగదా! కావున నీజైమినికవి పశ్చిమదేశస్థు డగు మాధ్వమతస్థుఁడేమో!"

అశ్వమేధపర్వము:-

"ధర్మనందనుని ఆశ్వమేధయాగ మొనర్చు మని వేదవ్యాసుఁడు పురి కొల్పుటయు, తత్క్రతునిర్వహణార్థము వలయు ద్రవ్యసముపార్జనకై మరుత్తుని కథ నివేదించుటయు, నిత్యాది పూర్వభాగ ముభయగ్రంథములందును సమానము. యజ్ఞాశ్వమును దెచ్చుటకుగాను భీముని భద్రావతీపురమునకుఁ బంపుట వ్యాసభారతమునందు లేక జైమినిగ్రంథమున మాత్రమే యున్న దని యిది వఱకే చెప్పితిని. సవనాశ్వసంరక్షణమునకై వెనువెంట నర్జునునిఁ బంపుట నుభయగ్రంథములయందును సమానము. అటుతర్వాత రెండుగ్రంథములు చాల వఱకు భేదించుచున్నవి."

"ప్రాయశః యీభేద మర్జునుని దిగ్విజయవిషయమునఁ గన్పట్టుచున్నది ఈదిగ్విజయము వర్ణించుటలో వ్యాసకవి వింధ్యోత్తరరాజ్యములకుఁ బ్రాముఖ్య మిచ్చుటయు జైమినికవి వింధ్యమునకు దక్షిణభాగమున నున్న రాజ్యములకుఁ బ్రాముఖ్య మిచ్చుటయుఁ గాన్పించుచున్నది. వ్యాసముని త్రిగర్త, ప్రాగ్జ్యోతిష, సింధుదేశములతోఁ బ్రారంభించి తరువాత నర్జుననికుమారుఁ డగు బభ్రు వాహనుఁ డేలుచున్న మణిపూరపురముఁ[2] జెప్పెను. అటుతరువాత మగధ, వంగ, పుండ్ర, కోసలదేశములను, పదంపడి కాశి, శృంగ, కోసల, కిరాట, దాశార్ణములను బేర్కొనెను. ఈ దేశములన్నియు వింధ్యమున కుత్తరభాగమున నున్నవియే వీనికన్నిటికిఁ గలిపి యుత్తరహిందూస్థాన మని పేరిడఁబడు చున్నది. ఉత్తరదేశములను జయించిన తరువాత అర్జునుఁడు దక్షిణదిక్కునకు

---

1. భీముని సూపకారకౌశలముగూడ నప్రస్తుతాంశ మైనను గ్రంథాంతమున వర్ణింపఁ బడినది. భీముని మాహాత్మ్యము నిరూపించుటకై వీని నన్నిటిని కవి కల్పించియుండ వచ్చును.

2. వ్యాసకృతినిబట్టి యీ మణిపూరపురము అస్సాందేశములో నున్న మణిపుర మని కొందరి యభిప్రాయము.

వెళ్లె నని వ్యాసభారతమునఁ జెప్పఁబడినది. నిషధద్రవిడాంధ్రమాహిషములును, దరువాతఁ బశ్చిమరాజ్యము లగు సౌరాష్ట్రము, గోకర్ణము, ద్వారక, గాంధారము మున్నగునవియు నర్జునుఁడు గ్రుమ్మరినట్లు వ్యాసకృతిలో రచించిన దిగ్విజయ క్రమము."

"ఇంక జైమినిభారతమునందు దిగ్విజయవర్ణన ప్రారంభముననే-

మ కదలెన్ దత్తురగోత్తమంబు నగరగ్రామావనీభృన్నదీ
నదవేశంతసరిత్తటాకతట నానాభూమిసీమాదురా
సదకాంతారకఠోరమార్గము లవష్టంభంబునం దాఁటి యా
మ్యదిశామండలమండనం బయిన యామాహిష్మతిన్ జేరఁగన్.

అధ్వరాశ్వము నానాదేశములఁ గ్రుమ్మరి దక్షిణదిశ నున్న మాహిష్మతీపురముఁ జేరినదఁట. ఈ మాహిష్మతీపురము నర్మదానదీతీరమున నున్నది అనఁగా వింధ్యపర్వతములకు దక్షిణభాగమున నున్నది. కావున జైమిని కవి వింధ్యపర్వతముల కుత్తరమున నున్న దేశములతోఁ బ్రసక్తి బెట్టుకొనక' వానిపేళ్లయినను జెప్పకయే, దిఙ్మాత్రముగ సూచించి, దక్షిణ హిందూస్థానముతోఁ బ్రారంభించి మొట్టమొదటఁ గనుపించెడు మాహిష్మతీపట్టణముతో మొదలుపెట్టెను. వ్యాసభారతమందు దక్షిణహిందూదేశముల పేళ్లయినను జెప్పఁబడినవి. జైమినిభారతమున నుత్తరహిందూదేశముల పేళ్లుగూడ సూచింపఁబడలేదు. ఈవిషయము ముఖ్యముగ గుర్తింపఁదగినది."

"మాహిష్మతీపురము తరువాత మఖాశ్వము చంపకాపురముఁ జేరెను. అటుతరువాత స్త్రీమండలమునకుఁ బోవ నాదేశపురాణి యగు ప్రమీల యర్జునునితోఁ బోరి యావీరుని ప్రేమాతిశయమున కాస్పదమయ్యెను. స్త్రీమండలము తరువాత వృషదేశమునకును, దానిని గడచి మణిపురమునకును యజ్ఞాశ్వమరిగెను. మణిపురము నేలెడి ప్రభువగు బభ్రువాహనుఁ డర్జునునికిఁ జిత్రాంగదయందు జనించినవాఁడు. తండ్రికొడుకులకు ఘోరసమరము సంఘటిల్లెను. అందు గంగాశాపగ్రస్తుఁడైన యర్జునుఁడు బభ్రువాహనునిచేఁ దెగి, మున్ను కుశలవులతోఁ బోరి మూర్ఛిల్లిన శ్రీరామచంద్రునివలె సంగ్రామతలమున నీల్గెను[1].

---

1. బభ్రువాహనుని రాజ్యమగు మణిపురము లేక మణిపూరపురము రెండు గ్రంథములలోను సమానముగ నున్నది. నిజముగ నర్జునుని దిగ్విజయవిషయములలో నుభయగ్రంథములయందు సమానముగ నున్నది ఈ మణిపురపు రాజగు బభ్రువాహనుని చరిత్రమే. ఐనను వ్యాసభారతమునం దొకచోట మణిపురము ఉత్తరహిందూస్థానమందలి అస్సాంలో నున్న మణిపురమనియు, ఆగ్రంథమందే వేఱొకచోట దక్షిణహిందూస్థానమందలి పాండ్యరాజ్యమం దున్న మణిపూరపుర మనియుఁ జెప్పఁబడినది జైమినిభారతమునుబట్టి చూడఁగ నీమణిపురము మైసూరుదేశములో నున్నట్లు రైస్‌దొరగారు తమ 'కన్నడవాఙ్మయచరిత్ర' మునఁ జెప్పియున్నారు.

ఈసందర్భమున శ్రీరామచరిత్ర. సంగ్రహముగా వ్రాయఁబడినది. ఇది వ్యాస భారతమున లేదు."

"మణిపురము విడిచి మఖాశ్వము రత్నపురముఁ జేరినది. ఆపైన సారస్వతపురమునకు, నటుతరువాతఁ గుంతలదేశమునకును బోయెను. కుంతల దేశమునఁ గృష్ణార్జునులు చంద్రహాసుఁ డనురాజుతో సఖ్యము చేసికొని, ఒక దాల్భ్యుఁ, డను వింశతిబ్రహ్మకల్పుఁ డగు వృద్ధమహామునిఁదోడ్కొని యుత్తర దిశ కరిగి సింధుదేశముఁ బ్రవేశించి, క్రమముగాఁ గరిపురముఁ జేరిరి.

"కావున పైఁ బేర్కొనిన దేశములలో బభ్రువాహనునిరాజ్య మైన మణిపురమును, సైంధవునిరాజ్య మైన సింధుదేశమును దప్ప వ్యాసకృతిలో నున్న దేశములతో సరిపోవున వేవియు జైమినిగ్రంథమునఁ గానరావు."

"(2) మణియొక విషయము:- వ్యాసభారతమున లేని యద్భుతచర్యలు శ్రీకృష్ణధ్యానమాహాత్మ్యములు జైమినిభారతమునఁ బ్రీతికథయందు నావహించి యున్నవి. సుధన్వుఁడు తప్తతైలకటాహమునఁ ద్రోయఁబడినను నించుకైనఁ గ్రించుదనము నొందక సుఖముగ బయటకు వచ్చును ఈయద్భుతశక్తి యతనికి నేకపత్నీవ్రతత్వమునను, సంతతకృష్ణధ్యానమానసత్వమునను గలిగెనఁట."

"బభ్రువాహనుం డర్జునుని శిరంబు దెగవ్రేయ నాశిరంబును నాగకుమారు లపహరించి పాతాళమున మఱుఁగుపెట్టిరి. అర్జునుని బ్రతికించుటకు సంజీవికరణిని దెచ్చి యతని శిరస్సునకై వెదుకగ నెచ్చటను గాన్పింపలేదు. అప్పుడు సమస్తజనులు జనార్దనుని వేడుకొనిరి. ఆ మహానుభావుఁడు ధ్యానపరవశుఁడై యర్జునునియుత్తమాంగమును రమ్మని యాజ్ఞాపించెనఁట: ఆ యంగము రోదసీకుహరము వదలి క్షణములోఁ గృష్ణునిపాదములయొద్దఁ బడెనఁట. ఈవృత్తాంతము వ్యాసమహాభారతములోఁ గానము. కేవలము జైమిని కవి కల్పితము."

"రత్నపురాధీశ్వరుఁ డగు మయూరధ్వజుని కుమారులు దుర్జయులై కృష్ణార్జునుల నెదిరింప మాయారూపుఁ డగు శ్రీకృష్ణుఁడు బ్రాహ్మణవేషమున మయూరధ్వజునికడ కేఁగి యారాజుమేనియందు సగ మిమ్మని వేడెను. ఆ రాజ

సత్రముఁ దట్ల కానిమ్మని తనమేనసగము గోయించుకొని యదునందనున కొసఁగెను. ఇట్లనేకాద్భుతకథలు గ్రంథమందు గానఁబడుచున్నవి."

"కుంతలేశుఁ డగు చంద్రహాసునిచరిత్రము జనరంజకముగ నుండి నిరంతర కౌతూహలముఁ గలిగించుచుండును. ఈరాజసత్తమునిచరిత్రము సామాన్యముగాఁ దెలియనివా రుండరు. మంత్రియగు దుష్టబుద్ధి కుతంత్రములును, విష్ణుభక్తిపూరితుఁ డగు చంద్రహాసుని అవ్యాజపరిశుద్ధ భక్తియు, మంత్రికుమారుఁ డగు మదనుఁడు విషమునకు బదులుగ విషయ నిచ్చి వివాహము చేయుటయు నిత్యాదికథాంశములు సార్వజనీనములు. ఈ కథయంతయు జైమినిగ్రంథమునకు నాయకమణివలె విరాజిల్లుచున్నది. ఇతరకథలు సయిత మిట్లే లోకవ్యవహార చాతుర్యమునకు నిదర్శకములుగఁ గల్పింపఁబడినచో నీగ్రంథ మెంతయో హృదయరంజకముగ నుండి వ్యాసభారతమున కెంతమాత్రము వెనుదీసి యుండదు."

(3) "వ్యాసభారతములో యుద్ధానంతరమున సమస్తబాంధవుల మరణమునకు శోకించుచున్న ధర్మపుత్రునియొద్దకుఁ గృష్ణద్వైపాయనుం డేతెంచి, యనేకవిధములను చిత్తసాంత్వనవచనంబులఁ జెప్పఁబూనంగి సత్త్వరజస్తమోగుణాదికము లగు సృష్టితత్త్వ విషయములను, జననమరణాదికంబులగు సంసృతి విషయములను, జ్ఞానకర్మయోగాదికము లగు ముక్తిసాధన విషయములను, జీవయాత్రాప్రధానంబు లగు ధర్మాధర్మ వివేచన విషయంబులను, ఇత్యాదిమహర్ష్యుచితంబులగు పారమార్థిక భౌతికప్రధానాంశములఁ బ్రబోధించుచుఁ జిత్తసమాశ్వాసముఁ గావించెను. జైమినిభారతమం దట్లుగాక వ్యాసభట్టారకులు వచ్చి చాతుర్వర్ణ్యధర్మములు కొంత దెల్పి వెంటనే జారస్త్రీలక్షణంబు లుపదేశించుటకు మొదలిడిరి. జారిణుల లక్షణములు, వారి సాంకేతికములు, బంధకీవధూటుల మాయోపాయములు, అభిసారికలకపట చేష్టితములు, ఇత్యాది నటచేటీవిటకోటుల కుటిలనటనలఁ బ్రకటించి బంధుజన మరణశోకవిహ్వలుం డైన ధర్మనందనునకు మనశ్శాంతి గలుగఁజేయ యత్నించెను. ఈరెండుగ్రంథములయందలి రసభావముల యౌచిత్యవ్యత్యాసము దీని వలన విశదము గాఁగలదు. వ్యాసభారతామ్నాయమందలి పరమార్థగౌరవమును,

రసభావసముచితసౌందర్యంబును జైమినిభారతమందుఁ జాలవఱకు మృగ్యము. ఏతత్కారణంబునఁగూడ జైమినిగ్రంథ మర్వాచీన మనియే చెప్పనొప్పు."[1]

ఇట్టి జైమిని భారతమును పినవీరభద్రకవి యెనిమిది ఆశ్వాసములలో, 1478 గద్య పద్యములలో ననువదించెను ఇతని యనువాదము చాలవఱకు మూలానుసారియై యున్న దని విమర్శకులు భావించుచున్నారు. "ప్రాచీనాంధ్ర కవులు భారతాది గీర్వాణ గ్రంథముల నెట్లు దెనిఁగించిరో యాలాగుననే పిన వీరభద్రకవి జైమిని భారతమును దెనిఁగించెను. పద్యమునకుఁ బ్రతి పద్యమును, శబ్దమునకుఁ బ్రతి శబ్దమునుఁ జెప్పక, వారు గ్రంథములను స్థూలదృష్టిని బరికించి కథాభాగము దప్పకుండ రస పోషణముకొఱకు కొంత పెంచియు, కొంత తగ్గించియు, కొంత కల్పించియు, కొంత యుజ్జగించియు నిట్లు స్వతంత్రముగ మార్చి సంస్కృత గ్రంథముల నాంధ్రీకరించిరి. వీరభద్రకవియు నా మార్గమునే యనుసరించి యేతద్గ్రంథము ననువదించెను. గ్రంథ విస్తర భీతిచేఁ గాబోలు, మూలమం దున్న కథారసపోషకము లగు సంభాషణాంకములు సామాన్యముగా విడువఁబడినవి. మాతృకయందలి గుణదోషములు, అనుచిత పరిహాసోక్తులు, స్వభావ విరుద్ధాలంకారములు, యథామూలముగా గ్రహింపఁబడినవి. కావున నీతని గ్రంథమం దేలోపములు నిర్ణయించినను, ఆ లోపములు ప్రాయికముగా మూలమున నున్న వనియే నిశ్చయింపవచ్చును. కథా భాగములను గాని, కథాసందర్భములను గాని యెచ్చోట నతిక్రమింపలేదు రసపుష్టికొఱకుఁ బైనఁ జెప్పినట్లు కొలఁదిమార్పులు చేసినను గ్రంథము కేవలము మూలానుసరణముగా నున్న దనియే చెప్పవచ్చును—" అని చేకుమళ్ళ అచ్యుతరావు గారును, "తెలుగు సాహిత్యంలో ఇప్పటికి యథామూలంగా అను

---

1. జైమినిభారతముఁ (మూలము) సమగ్రముగాఁ జదివినయెడల నాగ్రంథము భారత రామాయణాది ప్రాచీనగ్రంథములతో సమానమైన పురాణగ్రంథము కాదనియు, హిందూదేశమున రాజకీయవిప్లవములు గలిగి హిందూజనసంఘములు తొంటిశీలమును, కులాచారములను బరిత్యజించి వర్ణసంకరము బొందినతర్వాతను, శైవవైష్ణవముల యన్యోన్యసంఘట్టనము ప్రారంభించిన వెనుకను వ్రాయఁబడినగ్రంథ మనియు తెలియక మానదు. కవిత్వము ప్రాచీనకవులమాదిరిగ నుండదు. సంస్కృతవాఙ్మయ మవసానదశకు వచ్చిన తర్వాత వ్రాయఁబడినట్లు గోచరమగుచుండును"

—విజయనగరసామ్రాజ్యమందలి ఆంధ్రవాఙ్మయచరిత్ర- తొమ్మిదవఅధ్యాయము- పుట. 192-200.

వాదం చేసిన ఒక కవి కనపడుతున్నందుకు సంతోషించాలి" అని శ్రీ ఆరుద్ర గారును పినవీరభద్రకవిని ప్రశంసించినారు.

హరిమాహాత్మ్యమును బ్రతిపాదించు నీ కావ్యమున పినవీరభద్రకవి కృతిభర్తనుగూడ విష్ణ్వవతారముగాఁ గల్పించి వర్ణించుట విశేషము. అశ్వమేధయాగము పరిసమాప్తి చెందిన తరువాత శ్రీకృష్ణుఁడు తాను కలియుగ ప్రథమ పాదమున వర్ణాశ్రమ సంకర మేర్పడినప్పుడు,

"ఆసమయంబున ధర్మజ!
నే సోమకులంబునను జనించి కుటిలులన్
శాసించి ధరణిపాలన
చేసెదఁ దగ సాళ్వనారసింహుఁడ నగుచున్"

అని పేర్కొనినట్లు వర్ణించి 'నా విష్ణుః పృథివీపతిః' అను నార్యోక్తిని కృతిభర్తయందు సార్థక మగునట్లు చేసియున్నాఁడు.

గురువు - భారతీ తీర్థులు :-

పిల్లలమఱ్ఱి పినవీరభద్రకవి భారతీతీర్థయతీంద్రుల శిష్యుఁడు 'భారతీతీర్థ శ్రీచరణ కరుణాపాత్రు'ఁ డని యతఁ డాశ్వాసాంతగద్యలలోఁ బేర్కొని యున్నాఁడు. శృంగార శాకుంతలమున గురుస్తుతి నిట్లు చేసినాఁడు.

శా "అర్థి న్మామకమానసాబ్జమున నధ్యాసీనుఁ గావించి సం
ప్రార్థింతు న్యతిసార్వభౌముఁ బరమ బ్రహ్మానుసంధాత నా
నార్థాలంకృతబంధురశ్రుతిరహస్యజ్ఞాత శ్రీ భారతీ
తీర్థశ్రీచరణంబు నుల్లసితముక్తిప్రేయసీవల్లభున్."

పినవీరభద్రకవి యీ యతీంద్రుని సేవించి సరస్వతీమంత్రమును బొంది యా దేవి నుపాసించి యుండవచ్చును. వాణీప్రసన్న మీ కవికిఁ గల దను నంశమును సమర్థించు కథలు - గాథలు కొన్ని లోకమునఁ గానవచ్చుటయు దీని కుపబలకముగా నున్నది.

కథలు - గాథలు :

పిల్లలమఱ్ఱి పినవీరభద్రకవి శ్రీనాథునివలె బ్రాహ్మీదత్తవరప్రసాదుఁడనియు, ఉపాసనమహిమ కలిగినవాఁ డనియు భావించుటకు వీలైన కొన్ని

కథలు లోకమునఁ బ్రచారమునం దున్నవి. వానిలో నొండు రెం డిచ్చట బేర్కొనఁబడుచున్నవి.

1 "**వాణి నారాణి**"— ఇది జైమిని భారత రచనమునకు సంబంధించిన కథ. సాళువ నరసింహరాయలు జైమిని భారతమును రచించుట కొక గడువును నిర్ణయించెను. భోగలాలసుఁడైన పినవీర భద్రకవి, అన్నగా రెన్నిసారులు ప్రబోధించినను వినక, గడువు రేపటికి ముగియు ననునంతవఱకు కావ్యరచనమును జేపట్టక విలాసముగాఁ దిరుగుచుండెను. తెల్లవారినచో రాజాస్థానమున కావ్య మంకిత మీయవలెను. ఆనాఁటి రాత్రి పినవీరన తన గదిని గోమయముచే నలికించి, రంగవల్లులు తీర్పించి, యావునేయితో దీపము పెట్టి,తలుపులు బంధించి తాటియాకులను ముందుంచుకొని సరస్వతీధ్యాన నిమగ్నుఁడై కూర్చుండెను. వాణి ప్రసన్నయై శతఘంటములతో కావ్యరచనమును నిర్వహించుచుండెను. సహస్ర సూర్యులకాంతి మిరిమిట్లు కొల్పుచు గదియంతయు నిండిపోయెను. పినవీరనయన్న తలుపుసందులనుండి వెలికివచ్చు నాకాంతిని చూచెను. బ్రాహ్మణ సంతర్పణమున నొక్కసారిగాఁ బూరీలు నములునప్పు డయ్యెడి చప్పుడులవలె తాళపత్రములపై గంటముల చప్పుడు వినవచ్చుచుండెను. పెదవీరన యా యద్భుతమును గాంచ నెంచి తలుపు సందులకుండ గదిలోనికిఁ జూచెను. సరస్వతి 'బాపగారు వచ్చి' రని పినవీరనకుఁ జెప్పుచు నంతట నదృశ్య మయ్యెను. వాణి వ్రాయగా మిగిలిన స్వల్పభాగము పినవీరన పూరించి మఱునాఁ డాకావ్యమును రాజసభకుఁ గొంపోయెను.

క్రిందటి రాత్రివఱకును గావ్యమునకు పినవీరభద్రుఁడు శ్రీకారము చుట్టలే దని రాజులకును, సభికులను దెలియును. ఒక రాత్రిలో నాశువుగ నైనను అంతటి మహాకావ్యమును వ్రాయుట దుర్లభమని సభికు లభియోగము దెచ్చిరఁట. అప్పుడు పినవీరభద్రకవి 'వాణి నారాణి' యనియు, తన కది యసాధ్యము కా దనియు వారికి బదులు చెప్పెనఁట। జగదారాధ్య యైన వాగ్దేవి నహంకరించి 'రాణి' యని పినవీరభద్రుఁడు నిందించె నని పండితు లధిక్షేపించిరి. అందులకు పినవీరన 'సభలో తెర వేయించినచో వాణియే మీకు సాక్ష్య మిచ్చు' నని పలికెను. రాజు తెరగట్టించెను. సరస్వతి తన స్వర్ణకంకణ హస్తమును తెరపైఁ జూపి 'ఔను, ఔను' అని చెప్పి సభికుల నాశ్చర్యమున ముంచెనఁట। ఇది కవి భారత్యుపాసనశక్తిని ప్రశంసించుట కేర్పడిన యైతిహ్యము కావచ్చు నని విమ

వ్యాఖ్యాతల యభిప్రాయము. 'రాణి' యను మాటకు 'భార్య' యను సామాన్యార్థమును గ్రహింపరా దనియు, మంత్రాధిదేవత యైన భారతి వాఙ్మయ సామ్రాజ్య సింహాసనారూఢ యైన మహారాజ్ఞి యని కవిభావ మనియు విజ్ఞులు వ్యాఖ్యానించు చున్నారు. వారి భావమునకు పినవీరన రచించిన వాణిస్తుతి ప్రబలసాక్ష్యముగా నిలుచుచున్నది.

సీ. "ప్రణవ పీఠమున మంత్రపరంపరలు గొల్వ
నుండు నేదేవి పేరోలగంబు
భావజ్ఞులకుఁ బరా పశ్యంతి మధ్యమా
వైఖరు లేదేవి వర్ణసరణి
జపహార కీర పుస్తక విపంచి సమంచి
తంబు లేదేవి హస్తాంబుజములు
కుందేందు మందార కందళీ బృందంబు
చంద మేదేవి యానందమూర్తి

తే. కాంచె నేదేవి కాంచనగర్భచతుర
పూర్వదంతకవాటవిస్ఫుటమనోజ్ఞ
చంద్రకాంతశిరోగృహస్థలవిహార
మమ్మహాదేవి వాగ్దేవి నభినుతింతు"

9. వాగ్దేవ్యుపాసనబలమువలన పినవీరభద్రునకు పరమనోగత భావములను దెలిసికొను శక్తి యలవడినట్లు మఱియొక యైతిహ్యము వలనఁ దెలియుచున్నది. ఒకనాఁ డతని యన్న యగు పెదవీరన యింటిలో జపము చేసికొనుచు నాతని భార్యకుఁ జేయింపఁ దలపెట్టిన బంగారు నగలను గుఱించి యాలోచించుచుండెనఁట ఆ సమయమున నొక పెద్దమనుష్యుఁ డాతనికొఱకై వచ్చి పినవీరనను 'మీ యన్నగా రేమి చేయుచున్నా?' రని ప్రశ్నింప 'జపము చేసికొనుచున్నాఁడ'నుటకు మాఱుగా - 'భార్యనగలనుగుఱించి యోచించు చున్నాఁ' డని సమాధానము చెప్పెనఁట! ఈశక్తివలననే సాళువ నరసింహ రాయల సంకల్పము నెఱింగి యాతని యానతిఁ బడయకపూర్వమే జైమిని భారతమును రచింప మొదలిడె ననియు నూహించుట కా కావ్యపీఠిక కొంత తోడుపడుచున్నది.

పినవీరభద్రుఁడు శ్రీనాథుని నధిక్షేపించె నని తెలుపు మఱియొక్క ప్రైతిహ్యము వాడుకలోఁ గ-దు. మహాకవి శ్రీనాథుఁడు పినవీరనతోడఁ దాను నైషధము నాంధ్రీకరించినట్లు చెప్పెనఁట! పినవీరభద్రుఁడు 'అయ్యా! 'గమికర్మీకృతనైకనీవృతః' అనువాక్యము నె ట్లాంధ్రీకరించితిరి?' అని ప్రశ్నించెనట అంత శ్రీనాథుఁడు 'గమికర్మీకృతనైకనీవృతుఁడనై' యని యాంధ్రీకరించితి నని పల్కెనఁట! 'నై' యొకటియే గదా నీయాంధ్రీకరణము అని పినవీరభద్రుఁ డాక్షేపింపఁగా శ్రీనాథునికి శృంగభంగ మాయెనట! విమర్శకు లీయుదంతమును విశ్వసించుటలేదు. శ్రీనాథభట్ట భాషానిగుంభముల పరిమళంబులఁగూడఁ బఱచ నేర్చు" పినవీరభద్రుఁడు శ్రీనాథునియెడల గురు భావము, గౌరవ భావము గలవాఁడు గాని యాతని నధిక్షేపించువాఁడు కాడని విజ్ఞుల యభిప్రాయము.

పై కథలలోని సత్యాసత్యము లెట్లున్నను పినవీరభద్రకవి వాణీమంత్రోపాసకుఁ డనియు, నవితథవచనుఁ డనియు, విద్వత్కవి యనియు గ్రహించుటకు వీలగుచున్నది.

పిల్లలమఱ్ఱి పి-వీరభద్రకవి వ్యక్తిత్వమునుగూర్చి డా. యస్వీ జోగారావు గారు 'శారదాపీఠ' [1]మను వ్యాసమున నిట్లు పేర్కొని యుండిరి.

మ. "పొసగన్ నేకృతి చెప్పఁగా పరిమళంబుల్ చాలనొక్కొక్కచో
కొస రొక్కించుక కల్గనేనియును సంకోచంబు గాకుండ నా
రసి ఆచ్చోటికి నిచ్చుగాత పరిపూర్ణం బొంద వాగ్దేవి యిం
పెసలారన్ తనవిభ్రమశ్రవణకల్హారోదయామోదముల్".

అని తన శృంగార శాకుంతలమున నీతఁడు చేసిన సరస్వతీస్తుతి చిత్రముగా నున్నది. ఇందు స్తుత్యర్థ మేమియు లేదు. కాని వాక్పరముగా పరిమళప్రసక్తి తెచ్చియుండుటను బట్టియు వాగ్దేవి శ్రవణ కల్హారోదయామోదము తల్లోప పూరకము కాగల దనుటలోను ఒక మహార్థ మిమిడియున్నది. ఈ కవివాక్కులే ఆదేవి పూజాపుష్పములు. తత్పరిమళగ్రహణ తత్పర ఆమె. అవి వాక్పుష్పము లగుట వాని గమ్యస్థానము ఆమె శ్రవణములే. కాన, తత్సారభలోపపూరకము ఆమె శ్రవణకల్హారోదయామోదములే. ఉపర్యుక్త సందర్భములను బట్టి అహరహ సరస్వత్యుపాసకుఁ డని యనిపించు నీతని వాక్కులు ఆదేవి శ్రవణగోచరము లగుచుండు నని ఈతని విశ్వాసము. ఈ సారస్వతభారతీతీర్థుఁడు "భారతతీర్థ కృపాసమృద్ధ సారస్వతుఁడే' యగుట విశేషము."

1. శారదామంజీరము. పుట. 159-160.

"విపుల చాటూక్తి నిర్ణిద్రుఁడీ పినవీరన. "కుకవి మల్లకషోల్లసత్కులిశ హస్తపల్లవుఁడు"..."అల్లన విచ్చు చెంగలువలందు రజంబును కప్పురంబుపై జల్లఁగ జల్లనై వలచు సౌరభముల్ వెదజల్లు భావముల్, పల్లవహస్త చన్నుగవ పయ్యెద జీబుగఁ దోచుభాతిగా" కబ్బములు చెప్పఁగ నేర్చిన అభిజ్ఞుఁడు. నన్నపార్యుని 'ప్రబంధ ప్రౌఢవాసనా సంపత్తి", తిక్కయజ్వ 'వాక్ఫక్కికామోదంబు' శ్రీనాథభట్టు 'భాషానిగుంభంబుల పరిమళంబులు' తనకవితతో పట్టు వెట్టనేర్చిన ఒక వింత మధువ్రత మహావీరుఁడు పినవీరన పై పద్యపంక్తులందు సర్వత్ర కవిత్వపరముగా నున్న సౌరభప్రసక్తిని గమనించినచో శాకుంతలమున వాగ్దేవీప్రశంసాత్మక మగు పద్యము పరమార్థము తేటపడఁగలదు.'

"ఈ కవియు శ్రీనాథ యుగమునందలి చాలమంది కవులవలె హరిహరాభేదభావము గలవాఁడుగాఁ గన్పట్టుచున్నాఁడు. ఇట్లనుటకు రెండుగ్రంథావతారికలందలి తత్తద్దైవస్తుతి పద్యములే కాక రెండు గ్రంధములందును అంతస్సాక్ష్యము కలదు. శృంగారశాకుంతలము అవతారిక 20వ పద్యమున తాను 'శివభజనాసక్తుఁడ' ననియు, 21లో 'వీరభద్ర పదపద్మధ్యాన శుద్ధాంతరంగుఁడ'' ననియు, వచించినాఁడు. 5వ పద్యమున బిట్రగుంట భైరవస్వామిని గొల్చినాడు. చతుర్థాశ్వాసమున కణ్వుని శివునిగుఱించి తపస్సు చేసినవానిగా, శివసాక్షాత్కారము పొందినవానిగా చిత్రించి, శివుని రెండుసీసములందును, పంచాక్షరీ మాహాత్మ్యమును మూఁడుపద్యములందును ప్రశంసించి యున్నాఁడు 'ప్రాసాదపు పంచవర్ణమునఁ గాలగ్రీవుఁ బూజింపఁగా నలవాటై మఱియుం దెఱుంగని"' కృతిపతి నాశీర్వదించు ప్రప్రథమపద్యమున విష్ణువును గీర్తించినాఁడు."

"జైమినిభారతకృతిపతి సాళ్వ నృసింహరాయలు 'శ్రీమదహోబలేశ్వర నృసింహుని యంశమునన్' జనించినవాఁడఁట। (అవతారిక. 43). 'శ్రీరమణచరణకలితవిచారణుఁడఁట' (2-1.), 'శ్రీ వేంకటాద్రినాథదయావర్థితరాజ్యుఁడఁట. (3-1)- అయ్యు 'క్షోణిభృత్కన్యాధవసేవానుగుఁ' డఁట। ఈ జైమిని భారతమున అమూలకముగా భీముఁ డొక గొప్పకృష్ణభక్తుఁడుగా చిత్రింపఁబడినాఁడు. (1.32,127, 123, 133). మణిపురమున ప్రజలందఱును కృష్ణభక్తులేనఁట. (7.199-201), కథాంశముల కుపమానముగను హరిభక్తి ప్రశంసలు వచ్చినవి. (2 77,55)''.

తాత్పర్యము: పిల్లలమఱ్ఱి పినవీరన శ్రీనాథునివలె శైవుఁడయ్యును శివకేశవాభేదబుద్ధియైన అద్వైతి. అతని అద్వైతబుద్ధి యతని కవితాసిద్ధి కేర్పడిన యొక యపూర్వకల్హారపరిమళపరివృద్ధి.

పూర్వకవిస్తుతి - శృంగార శాకుంతలమున నెఱ్ఱాప్రెగ్గడ ప్రశంస లేక పోవుట :-

పిల్లలమఱ్ఱి పినవీరభద్రుఁడు తన కావ్యావతారికలలోఁ బ్రాచీనకవి స్తుతి నొనర్చుచు శృంగార శాకుంతలమునఁ గవిత్రయమున నెఱ్ఱాప్రెగ్గడను స్తుతింప లేదు. కాని జైమిని భారతమున నాతని ప్రశంస చేసియుండెను. దీనికి కారణము నూహించుచు శ్రీచేకుమళ్ల అమృతరావుగా రిట్లు భావించి యుండిరి- "ఎఱ్ఱాప్రెగ్గడ గుడ్లూరు గ్రామస్థుఁడు. అద్దంకిరెడ్డి ప్రభువులయొద్ద నాస్థానకవి. గుడ్లూరు కందుకూరు తాలూకాలోనిదియే. పోచురాజుపల్లికిఁ జాల దగ్గరగా నున్నది. (శృంగార శాకుంతల కృతిపతియగు) చిల్లర వెన్నయామాత్యుఁడు కరణముగా నుండి రెడ్డి ప్రభువులక్రింద నుద్యోగిగా నుండెను. స్వశాఖీయు లగు నియోగులై, సమీపగ్రామములలో నున్న గృహస్థ కుటుంబములకుఁ జేరి యుండినవా రగుటచేతను, ఏకసంస్థానాధిపత్యసేవకు లగుటచేతను, ఎఱ్ఱాప్రెగడ కుటుంబ మగు చెదలవాడవారికిని వెన్నయ కుటుంబ మగు చిల్లర వారికి నన్యోన్యద్వేషము లుండియుండవచ్చును. అందుచేతఁ గృతిపతి యగు వెన్నయ శత్రుకుటుంబమువాఁడైన శంభుదాసునిగుఱించి యొక్కమాట యైనను వ్రాయనియ్యలేదు." ఇందలి సత్యాసత్యములను నిర్ణయించుటకుఁ దగిన యాధారములు లేవు. అందువలన దీనిని విశ్వసింపని శ్రీ బండారు తమ్మయ్యగారు "ఈ హేతు వాధారరహితమును నసమంజసము నని నా యభిప్రాయము. శ్రీనాథమహాకవి యెఱ్ఱాప్రెగ్గడను గాశీఖండమున స్మరించి భీమఖండమున నుతింపలేదు. దీనికిఁ గారణ మేమందురు?" మని ప్రశ్నించియున్నారు. కావున పిల్లలమఱ్ఱి పినవీరభద్రునకు నెఱ్ఱాప్రెగ్గడమీద ద్వేషము కలదని గాని, కృతిపతిప్రేరణముచే నామహాకవిని శృంగార శాకుంతలమున స్మరింపక మానె

నని గాని భావించుట సమంజసముగాఁ గనుపట్టదు
ప్రౌఢవాసనాసంపత్తి సొంపు పుట్టింప నేర్చు..." :
నను పిల్లమఱ్ఱి పినవీరభద్రుని కవితాశైలిపై నన్న
నాచనసోమ శ్రీనాథాదుల యొక్కయుఁ బ్రభావ మున
ప్రభావము లే దని భావించుటకు కొంత వీలు పడునే
నికి ద్వేష మని యూహించుట కెంతమాత్రమును :
ప్రాచీనాంధ్రమహాకవులప్రభావము సర్వత్ర కాననగు

శృంగార శాకుంతలము

మన ప్రాచీన లాక్షణికులు మానవ జీవితమునకు సమాంతరముగా కావ్య జీవితమును భావించి దానిని విమర్శించిరి. మానవునకు శరీరము, ఆత్మ, గుణములు, వృత్తులు, రీతులు ననునవి యెట్లుండునో కావ్యేందిరకు నట్లే యుండునని తలంచిరి. లోకమున మొదట మనదృష్టి నాకర్షించునది యెదుటివారి యాకారము. అట్లే కావ్యముయొక్క శరీర సౌందర్యము మొదట పఠిత నాకర్షించును. "ఇతి వృత్తంతు కావ్యస్య శరీరం పరికీర్తిత' మ్మని భరతమహర్షి నాట్యశాస్త్రమునఁ బేర్కొనెను. కావ్యమున కితివృత్తము శరీరము. దీనినే వృత్తము, కథ యని కూడ పిలిచెదరు. శరీరమునందు చైతన్యరూపమైన ఆత్మ ప్రకాశించుచుండును. తత్ప్రకాశము శరీరమువలన వ్యక్తమగు చుండును. అట్లే కావ్యమునకు శరీరమైన యితివృత్తము ఆత్మయైన రసమును వ్యంజింపఁ జేయును. అట్టి ప్రబంధకథా సంవిధానమును గూర్చి ఆనందవర్ధనాచార్యులు ధ్వన్యాలోకమున నిట్లనిరి :

"విభావభావానుభావసంచార్యౌచిత్యచారుణః
విధిః కథా శరీరస్య వృత్తస్యోత్ప్రేక్షితస్య వా
ఇతివృత్తవశాయాతాం త్యక్త్వాఽననుగుణాం స్థితిం
ఉత్ప్రేక్ష్యోఽ ప్యంతరాభీష్ట రసోచిత కథోన్నయః
సంధిసంధ్యంగఘటనం రసాభివ్యక్త్యపేక్షయా
న తు కేవలయా శాస్త్రస్థితిసంపాదనేచ్ఛయా
ఉద్దీపన ప్రశమనే యథాఽవసర మంతరా
రసస్యాఽరబ్ధవిశ్రాంతే రనుసంధాన మంగినః
అలంకృతీనాం శక్తాఽవప్యానురూప్యేణ యోజనం
ప్రబంధస్య రసాదీనాం వ్యంజకత్వే నిబంధనమ్"

[విభావ, భావ, అనుభావ, సంచారుల యౌచిత్యము గలిగి రమణీయముగా నున్న కథా శరీరమును (ప్రఖ్యాతము గాని, ఉత్పాద్యము గాని, మిశ్రము గాని) గ్రహింపవలయును. ఇతివృత్తగతములగు ననౌచిత్యము లున్న వానిని దొలఁగించి రసోచితముగా దానిని మార్పవలెను. రసాభివ్యక్తి నుద్దేశించి యనఁగాఁ దదుపస్కారకముగా సంధి, తదంగములను గూర్పవలెను. అంతేకాని శాస్త్ర మర్యాదను బాలించుటకై రసోపస్కారకములు గాని సంధి తదంగములను గూర్పరాదు. ఆయా ఘట్టములందు రసోద్దీపనమును, రసప్రశమనమును, సముచితముగాఁ గావింపవలెను. ఆరంభింపఁబడి యాగిపోయిన యంగిరసమును మఱల ననుభవింప వలయును. సామర్థ్య మున్నది గదా యని యలంకారములను గూర్చక యనురూపముగా మాత్రమే కూర్పవలెను. ఇది ప్రబంధ రసాది వ్యంజక మగుటలో నిబంధనము. —కావ్యాలంకార సంగ్రహము - పుట.288]

ఇట్టి శాస్త్రప్రమాణమును దృష్టియం దుంచుకొని శృంగార శాకుంత కావ్య కథా సంవిధాన విధానమును మొదట పరామర్శింతము. ఈ కావ్యకథకు మహాభారతము నందలి శకుంతలోపాఖ్యానమును కాళిదాసకవి యభిజ్ఞాన శాకుంతల నాటకమును మూలములు. అందలి కథలను గ్రహించి పినవీరన తన కావ్య కథ నెట్లు మలచుకొనెనో తెలియుటకుఁ బూర్వ మా కథలను సంగ్రహముగాఁ దెలియవలెను:

సంస్కృత మహాభారతములోని శకుంతలోపాఖ్యానము :

సంస్కృత మహాభారతమునం దాదిపర్వమున చంద్రవంశజులైన మహారాజుల చరిత్రములను వర్ణించు నవసరమున దుష్యంత మహారాజు చరిత్రము కలదు పౌరవవంశతిలకుఁడును, మహాప్రభావుఁడునైన దుష్యంతుఁడు సముద్ర వేలావలయిత మైన భూమండలము నేలుచుండెను. వజ్రసంహననుఁడైన యా రాజు నిండుజవ్వనమున నదవులతోడి మందరనగమును బాహువులతో నెత్తి బంతివలె క్రీడించెను. స్త్రీ లాతనిఁ గాంచి యింద్రసన్నిభుఁ డని తలంచుచుండిరి.

దుష్యంతుఁ డొకసారి మృగయావినోద కౌతుకమున నందనవనమును బోలు నొకయడవిం జొచ్చి వేటాడుచు, చనిచని మాలినీనదీతీరమున రమణీయ మగు నొక ఋష్యాశ్రమమును గాంచెను. అది కాశ్యపుఁ డగు కణ్వమహర్షి యాశ్రమ మని యెఱింగి, తన రాజచిహ్నముల నుజ్జగించి, వినీతవేషుఁడై

యొంటిగా నా మహర్షిని దర్శింప నా రాజర్షి యేఁగెను. ఆ మహర్షి యాశ్రమమున దుష్యంతుఁడు రూపుగొన్నలక్ష్మియో యనునట్లు వెలుగొందుచు తాపసీవేషమున నున్న శకుంతలను గాంచెను. ఆ వరారోహ రూపయౌవనసంపన్న; చారుహాసిని. ఆమె రూపసౌందర్య లావణ్యాతిశయములను గాంచి రాజు మన్మథాయత్త చిత్తుఁడయ్యెను. శకుంతల యొసంగిన సపర్యలను గ్రహించి, 'నీ వెవరవు, ఎవరి దానవు, దర్శనమాత్రముననే నామనమును హరించితివి?" యని దుష్యంతుఁ డామెను ప్రశ్నించెను. ఆ వరాంగియు మందహాససుందరవదనారవిందయై తాను కణ్వపుత్త్రి నని రాజున కెఱింగించుకొనెను. "మహాభాగుఁడైన కణ్వ మహర్షి యూర్ధ్వరేతుఁ డని విందుమే నీ వెట్లాతని కూతువైతి" వని రా జడిగెను. శకుంతల తన జన్మవృత్తాంతమును-గణ్వుఁ డెవరికో చెప్పుచున్నప్పుడు వినిన దానిని-పూసగ్రుచ్చినట్లు రాజునకుఁ జెప్పెను. దానివలన శకుంతల మేనకా విశ్వామిత్రుల సంతానమనియు, తల్లిదండ్రులచేఁ బరిత్యక్తయై కరుణామయుఁడైన కణ్వునిచేఁ బెంపఁబడిన దనియు, క్షత్త్రియవివాహయోగ్య యనియు దుష్యంతుఁడు గ్రహించెను. అంతట శకుంతలపైఁ దనకుఁ గల వలపును బ్రకటించి "నీవు రాజపుత్త్రివి నేనును క్షత్త్రియుఁడను, నన్ను వివాహమాడు' మని కోరెను శకుంతల దానికి సంతసించియు, దాను తండ్రిచాటుబిడ్డ కావున' కణ్వమహర్షులు పండ్లుదేర వనమునకు వెడలినా రనియు, వారు తిరిగివచ్చిన తరువాత వారి యనుమతి వడసి తనను వివాహమాడు మనియు దుష్యంతునితోఁ బలికెను.

మదనాతురుఁడైన దుష్యంతుఁడు మహర్షి రాకకు పూర్వమే శకుంతలను బరిగ్రహింప నెంచి శకుంతల కష్టవిధవివాహవిధుల నెఱిఁగించి, యందు క్షత్త్రియులకు గాంధర్వవిధి ధర్మవిహిత మని పేర్కొని, అది అమంత్రకము, అబంధుకమునై యొప్పుననియుఁ గావున నామెకు తండ్రియనుమతి యవసరము లేదనియుఁ జెప్పి యొప్పించెను. శకుంతల దుష్యంతునియం దనురక్తయయ్యు స్వీయసంతానము తనవలె ననాథము కాకుండ రక్షింపఁబడవలె నను తలంపుతో తన కాతనివలనఁ గలుగు పుత్త్రునకు రాజ్య మిత్తు నని రాజు ప్రతిన జేసినచో నాతనిని వివాహమాడుదు నని కట్టడిచేసెను. రా జందుల కంగీకరించెను. వారిరువురికిని గాంధర్వవివాహ మయ్యెను. కణ్వుఁ డందుల కంగీకరించునో లేక క్రుద్ధుఁడై శపించునో యని దుష్యంతుఁడు లోన శంకించెను. శకుంతలను యథావిభవముగా నంతఃపురమునకుఁ బిలిపించుకొందు నని చెప్పి, యామె నెట్లో

యొప్పించి, మహర్షి తిరిగివచ్చులోననే దుష్యంతుఁడు నగరమునకు బయలుదేరి వెడలెను.

కొంతవడికి కణ్వుఁ డాశ్రమమునకుఁ దిరిగివచ్చెను శకుంతల నూత్న శృంగారలజ్జావివశయై భయమునఁ దండ్రిని యెప్పటియట్ల దఱియదాయెను. కణ్వుఁ డామె చందమును గాంచి, దివ్యదృష్టి సారించి, జరిగిన వృత్తాంతమును గ్రహించి, నెమ్మనమున సంతసించి, కూతు నభినందించుచు "తల్లీ! నీవు రహస్యముగా, నాయనుమతి లేకయే, యమంత్రకముగా నీ వేమి చేసితివో యది లెస్స. కన్నులకుఁ బొగ క్రమ్మియున్నను హవిస్సు హవ్యవాహునియం దుంచఁబడినది. దుష్యంతుఁడు పురుషోత్తముఁడు, ధర్మాత్ముఁ"డని చెప్పుచు శకుంతల ననునయించెను. అంతట నామె తండ్రిమూపున నున్న ఫలభారమును దింపి, యతని పాదములు కడిగి, సేదదేర్చుచు "తండ్రీ! నేను దుష్యంతునిఁ బతిగా గ్రహించితిని. ఆరాజుపై నీవు ప్రసన్నుఁడవు గ"మ్మని వేడుకొనెను. కరుణామయుఁడగు కణ్వుఁ డామె నాశ్వాసించి 'చే నాతనియెడ ప్రసన్నుఁడ నైతిని అతనికై నీ కేమి వరము కావలయునో కోరుకొను' మని యడిగెను. శకుంతల దుష్యంతునకు సదా ధర్మస్థితియు, రాజ్యాస్ఖలనమును గలుగునట్లు వర మడిగి పొందెను.

శకుంతల పతిసమాగమమువలన గర్భవతియై, మూఁడేండ్లు నిండిన తరువాత దీప్తానలద్యుతిసమన్వితుఁ డైన బాలునకు జన్మ మిచ్చెను. అతఁడు మునిగణములచే నిర్వర్తితజాతసంస్కారుఁడై, సత్త్వసంపన్నుఁడై కణ్వాశ్రమమున వృద్ధిగాంచుచుండెను. అతఁ డాఱేండ్లయీడుననే సింహశార్దూలాది వన్యక్రూరమృగముల నవలీలగా నొడుపునఁబట్టి యాశ్రమప్రాంతములఁ గట్టివేయఁ జొచ్చెను. అతని సింహపరాక్రమమును గాంచిన మును లాతనికి సర్వదమనుఁ డని సార్థకనామ ముంచి సాదరముగాఁ జూచుచుండిరి. దుష్యంతుఁడు కణ్వశాపభీతివలనను, రాజ్యకార్యవ్యగ్రతవలనను శకుంతల నంతఃపురమునకుఁ దెప్పించుకొనక మిన్నకుండెను.

అట్లు కొంతకాలము గడచెను. సర్వదమనుఁడు వేదవేదాంగవిద్యలయందే కాక, ధనుర్విద్యాదులయందును నిష్ణాతుఁ డయ్యెను. కణ్వుఁ డాతఁడు యౌవరాజ్యపట్టాభిషేకమున కర్హుఁ డయ్యెనని భావించి శకుంతల నత్తవారింటికిఁ

బంపఁదలంచెను. స్త్రీలకుఁ బుట్టినింట చిరకాల ముండుట పాడి కాదనియు, కీర్తికిని, చారిత్రమునకు, ధర్మమునకును జేటు దెచ్చుననియు, పుత్త్రుఁడు యౌవరాజ్యపదవీసమర్థుఁ డయ్యెననియు శకుంతలకు బోధించి, ఋషులను దోడిచ్చి సపుత్త్రిగా నామెను హస్తినాపురమున కంపెను.

ఋషులు శకుంతలను రాచనగరున దింపి తిరిగివచ్చిరి. శకుంతల యొక్కతెయే, పుత్త్రుని దోడుగొని నిండుకొలు వున్న దుష్యంతుని దర్శించి, తన నెఱిగించుకొనెను. రాజు శకుంతలను గుర్తించియు, జనాపవాదమునకు వెఱచి, "ఎవరవే నీవు? దుష్టతాపసి! నిన్ను నే నెఱుఁగను. ఇక్క డుండక, నీవు వచ్చినకడకు పొ" మ్మని తిరస్కరించెను. అశనిపాతమువలె విన వచ్చిన రాజుమాటలకు శకుంతల నివ్వెరఁజెంది, పతికపటవర్తనమునకు కోపగించి, చేయునది లేక కొంతతడవు దుఃఖించి, కొంతతడవు నోటమాటరాక నిలిచెను. తృణాచ్ఛన్నమైన కూపమువలె ధర్మకవచము దాల్చినరాజు తనయెడవర్తించిన తీరునకు కోపము ముప్పిరిగొన,కన్నుల నిప్పులు రాలఁ జూచుచు,తపస్సంభృతతేజముఁ దాల్చి రాజుతో నిట్లనెను: "మహారాజా! నిజ మెఱింగియు నెఱుఁగని వానివలె ని ట్లేల పలుకుచున్నావు? మనవివాహమును మన మిరువురము తప్ప అన్యు లెఱుఁగ రనియు, నే నొంటరిదాననియు తలంచితివి కాబోలు. సర్వాంతర్యామి యైన నారాయణుఁడు, జగత్సాక్షులైన సూర్యచంద్రులు,పంచభూతములు లేవా? వీనినుండి నీవు కనుమఱుఁగఁగలవా? బ్రతిమాలుకొనుచున్న నామాటను మన్నింపవేని నీతల వేయివ్రక్కలై పోఁగలదు. నీకు నేను భార్యను. భార్య పురుషున కిహమున పురుషార్థసాధనమున సహధర్మచారిణి; పరమున పతి సాంగత్యము నభిలషించు పవిత్రశీల. ఇదుగో నీకొడుకు. జలమునఁ బ్రతిబింబమును గాంచునట్లు నీరూపును నీపుత్త్రునియందు చూచుకొనుము. అత్యంత శీతలమైన పుత్త్రగాత్రపరిష్వంగసుఖము ననుభవింపుము. నీవు నన్ను పరిత్యజించిన త్యజింతువుగాక! పుత్త్రుని గ్రహించి సత్యవాక్యపాలకుఁడవు గమ్ము"— అని ప్రబోధాత్మకముగాఁ బలికెను.

రాజు నిండుకొలువులో శకుంతలను భార్య యని యంగీకరించినచో జను లాతని 'పరవనితాలోలుఁ' డని నిందింతు రను భయముతో స్త్రీలు వట్టి యసత్యవచనలు కావున శకుంతలమాటలను నమ్మజాల నని యామెను తిరస్కరించెను. శకుంతలకు కోపము మిక్కుట మయ్యెను. దుష్యంతునిఁ దూలనాడుచు

నిట్లనెను. "ఇతరుల తప్పు లావగింజలంతయైనను వాని నేనుఁగులంతగాఁజేసి యధిక్షేపించెదవు కాని నీసొంతతప్పులను నీవు చూడలేకున్నావు. నేను నీకంటె నన్నింట నధికను. మాయమ్మ దేవతయైన మేనక. నీవు భూమిపై మాత్రము తిరుగగలవు నేను మింటఁ జరింపఁగలను. నాకును నీకును హస్తిమశకాంతర మున్నది. ఎందుల కింతఁ జేసెదవు? సత్యము తలంపుము. ధర్మ మాచరింపుము. అట్లుకాక అసత్యవర్తి వయ్యెదవేని నీతో నాకుఁ బనిలేదు నేను పోయెదను. నీతో పనిలేకయే నాపుత్త్రుఁడు చతురంభోధిపరీతమైన భూవలయమును శాసింపఁగల సమర్థుఁడు" అని సాభిమానముగను, నిష్ఠురముగను మాటలాడి శకుంతల రాజసభను వీడిపోవ నుద్యమించెను.

అంతలో నశరీరవాణి మింటినుండి యిట్లు పలికెను :

శ్లో : "భర స్వపుత్త్రం దుష్యంత మావమంస్థా శకుంతలామ్
త్వం చాస్య ధాతా గర్భస్య సత్య మాహ శకుంతలా"

"దుష్యంతా ! పుత్త్రిని భరింపుము. శకుంతల నవమానింపకుము. ఆమె నిజము పలికినది. వీఁడు నీ యౌరసుఁడే. నీ కయ్యును మా మాటచేతను భర్తవ్యుఁడగును గాన నితని కిఁక భరతుఁ డను పేరు నిలచును". ఈ మాటలు సభికులందఱు వినిరి. అంత దుష్యంతుఁగు సభికు లందఱకును శకుంతల పారిశుద్ధ్యమును దెలుపఁ గోరి యట్లు చేసితి ననియు, నాకాశవాణి యమోఘవాక్కు వలన సతీమాహాత్మ్యము బయలువడె ననియుఁ దెలిపి, సతిని దరిఁ జేర్చి యనునయించి, — సుతుని నాలింగన మొనర్చి యౌవరాజ్య పట్టాభిషిక్తునిఁ గావించెను.

కాళిదాసుని అభిజ్ఞాన శాకుంతలమునందలి కథ :-

ప్రథమాంకము :

దుష్యంతుఁడు హస్తినాపుర చక్రవర్తి. అతఁ డొక వేసవిలోఁ జతురంగ బలసమేతుఁడై రథము నెక్కి మాలినీ నదీ తీరవనములందు వేటాడ నేఁగెను. అతఁడొక సారంగమును వెన్నంటి, సైన్యమునుండి చీలి, యొంటరియై చాల దూరము పోయెను. అధిజ్యకార్ముకుఁడైన రాజు మృగానుసారి యగు పినాక పాణివలె నొప్పారెను. నేల యెగుడుదిగుడుగా నుండుటచే రథము వేగముగా సాగుట లేదు. హరిణ మా యదను కనిపెట్టి, శరపతనభీతిచే మాటిమాటికి

రథమువైపు మెడను త్రిప్పి చూచుచు, వేగముగా దాఁటుచుఁ బరుగెత్తుచుండెను. కొంతవడికి సమతలభూమి వచ్చెను. రాజు రథవేగము నినుమడింపఁ జేసి హరిణమును సమీపించి శరసంధానము గావించెను. అంతలో వైఖానసుఁ డిరువురు శిష్యులతో జింకకును రథమునకును నడుమ నిలిచి, 'రాజా! యిది సాధువైన యాశ్రమమృగము. దీనిపై బాణము నేయకుము. వజ్రసారముల వంటి నీ శరము లార్తులను రక్షించుటకు గాని నిరపరాధులను దండించుటకుఁగా' దని వారించెను. వినీతుఁ డగు రాజు మునియానతిఁ బాటించి శరము నుపసంహరించెను. అందులకు వైఖానసుఁడు సంతసించి, 'పురువంశదీపకుఁడవైన నీకు సర్వగుణముల నిను బోలువాఁడును, చక్రవర్తి కాఁగలవాఁడును నగు పుత్త్రుఁ డుదయించు గాత' యని దీవించెను. అనపత్యుఁడైన దుష్యంతుఁ డాతని దీవెనను మహాప్రసాదముగా గ్రహించెను. వైఖానసాదు లా రాజు నా సమీపమున నున్న కణ్వమహర్షి యాశ్రమమున కేఁగి, యాతిథ్యము గొనుమని చెప్పి సమిధలను దెచ్చుటకై యడవికిఁ బోయిరి. కులపతియైన కణ్వుఁడు శకుంతల కేర్పడిన దైవప్రాతికూల్యమును నివర్తించుటకు సోమతీర్థమున కేఁగియుండెను; ఆశ్రమమున నతిథిసత్కారముల నొనర్చు బాధ్యత శకుంతల కప్పగించి యుండెను.

దుష్యంతుఁ డామెను దర్శించినచోఁ దన భక్తిప్రపత్తు లామహర్షి కామె వలన నెఱుకపడఁగల వని భావించి, పుణ్యాశ్రమ దర్శన కుతూహలమున గవచాదుల నుజ్జగించి, వినీతవేషము ధరించి, రథము దిగి పాదచారియై, యొంటిగా నాశ్రమద్వారమునఁ బ్రవేశించెను. అంతట నతనికి దక్షిణబాహువు స్పందించెను. శాస్త్రమునుబట్టి యట్టి శకునము వరస్త్రీలాభమును గాని, యుద్ధ విజయమును గాని సూచించును. 'ప్రశాంత పదమైన పుణ్యాశ్రమమున నిట్టి లాభముల కాస్కారము లేదు. అయినను అదృష్టద్వారము లెప్పు డెట్లు తెఱచుకొనునో తెలియుట కష్టమని భావించుచు ముందుకు నడచెను. అంతలో 'ఇటు ఇటు' అని ఆశ కలుగునట్లు తపస్వి కన్యల మాటలు విన వచ్చినవి. రా జావైపు దృష్టి సారించెను. ముగ్గురు ముని కన్యలు ఘటములతో పెంపుడుచెట్లకు నీరు పోయుచున్న దృశ్యము కంటఁబడెను. వారిసౌందర్యము రాజాంతఃపురవనితలయందము కంటెమిన్నయై యుండెను. వారినిమఱిమఱిచూడవలె ననుకుతూహలము రాజునకు మిక్కుటమయ్యెను. అతఁ డొక చెట్టు నీడను నిలిచి వారిని కనుపెట్టుచుండెను. వారు విస్రంభముగా మాటలాడుకొనుచుండిరి. వారి పిలుపులవలన నొకతె శకుం-

తల యనియు మిగిలిన యిరువురు నామె నెచ్చెలులగు ననసూయా ప్రియంవద లనియు రాజు గ్రహించెను.అందుముగ్ధమోహనాంగియైన శకుంతల రాజుచిత్తము నాకర్షించెను. ప్రియంవద తియ్యని మాటల పుట్ట. అనసూయ వివేకశీల. కుసుమపేశల యైన శకుంతలను చెట్లకు నీరు పోయుటకు నియోగించుట వలన కణ్వులకు వనలతలపై మక్కువ యెక్కువ యని తేటపడుచున్నదని యనసూయ చమత్కరించెను. శకుంతల తనకుఁగూడ వనలతలపై సోదరస్నేహము కలదని సమర్థించుకొనెను. రాజునకు శకుంతలపై నాదర మేర్పడెను. ప్రియంవద శకుంతల స్తనవల్కలమును బిగియఁ గట్టినది. దానిని వదులు చేయుమని శకుంతల యనసూయ నడిగినది. ప్రియంవద యా తప్పు తనది కాదు పయోధర విస్తారయితృకమైన శకుంతలాయౌవనముదే యని పరిహాస మాడినది.రాజునకు శకుంతలపై నాసక్తి కలిగినది. మధురమైన యామె రూపమునకు వల్కలము లపూర్వాలంకారములుగా నాతనికిఁ బొడఁ గట్టినవి. ఆ వనమున 'వనజ్యోత్స్న' యను నవమాలికాలత సహకారవృక్షము నల్లుకొని యుండెను. ఆ లత యన్న శకుంతలకు ప్రాణము. వనజ్యోత్స్న వలె శకుంతలయు ననురూపుఁడైన వరునిఁ బొందఁగోరుచున్నదని ప్రియంవద చమత్కరించెను రాజునకామెపై నభిలాష యంకురించినది. కాని, యామె మునికన్య. తాను క్షత్రియుఁడు. సంస్కారవంతమైన తనయంతరాత్మ యామెనువరించుటకు కారణ మేమని యతఁడు తలంచెను. అతని యంతఃకరణప్రవృత్తిపై నతనికి ప్రమాణబుద్ధి కలదు. కావున నామె క్షత్రపరిగ్రహక్షమ కావలెను. నిజముగా నామె యెవరో తెలిసికొన నాతఁడు తలంచెను. అంతలో నీటిపోతవలన నవమాలికా పుష్పమునుండి యొక తుమ్మెద లేచి శకుంతల వదనమును పద్మమని భ్రమించి దానిని స్పృశింప యత్నించి, చూపుల కెదురైనది. కంపితగాత్రమును మాటిమాటికిఁ దాకినది, రహస్యము చెప్పినట్లు చెవియొద్ద రొద చేసినది, రతిసర్వస్వమనదగు నామె యధరమును స్పృశించినది. దానిని గాంచి 'అరరే వల్లభసామ్రాజ్యమంతయు నా తుమ్మెద యనుభవించినదే' యని రాజు అసూయనొందెను. తుమ్మెదబాధనుండి రక్షింపుఁ డని శకుంతల సఖుల నెలుగెత్తి పిలిచెను. వారు తపోవనములు రాజరక్షితములు కావున దుష్యంతునికి మొఱబెట్టుకొను మని పరిహాసించిరి. రాజు తాను వారి యెదుట పడుట కది తగిన తరుణమని భావించి, తపస్వికన్యారక్షణ వ్యాజమున వారి యెదుటకు వచ్చెను. అతనిని జూచి చెలులు నివ్వెఱ పోయిరి తుమ్మెదకు బెదరి శకుంతల భయపడినది

కాని ప్రమాదము లేదని యనసూయ పలికినది. రాజు శకుంతలను గాంచి 'తపస్సు వర్ధిల్లుచున్నదా,' యని యాచారోక్తి పలికెను. రాజును చూచినది మొదలు శకుంతల సాధ్వసముచే నోట మాట రాక నిలచెను. అనసూయ యందుకొని 'అతిథిలాభముచేత మాచెలితప మిప్పుడు నిజముగా వర్ధిల్లుచున్నదని' స్వాగతము పలికి శకుంతల నాశ్రమమునకు వెడలి యర్ఘ్యమును దెమ్మనెను. రా జామె కనుమఱుగుట కిచ్చకింపక. 'మీ ప్రియవచనములచే నాకాతిథ్యము చెల్లిన' దని యభినందించెను. అనసూయ రాజును సప్తపర్ణవేదిపైఁ గూర్చుండఁ బ్రార్థించెను. రాజు కూర్చుండి వారిని గూడ విశ్రాంతి గొను డని సూచించెన.అతిథిసేవ కర్తవ్యమని చెప్పి యనసూయ శకుంతల నొడఁబఱుప, నందఱును గూర్చుండిరి.

శకుంతలకు దుష్యంతునిఁ గాంచినది మొదలు తపోవనవిరుద్ధమైన మదనవికారము కలిగినది. అనసూయ రాజు నాతని కులనామధేయములనుగూర్చి ప్రశ్నించెను. రాజు తననుగూర్చి తెలుపుకొందునా, దాచుకొందునా యని సందేహించి, తాను పౌరవధర్మాధికారి యనియు, తపోవనరక్షణార్థ మేతెంచెననియుఁ బలికెను. అనసూయ రాజు నభినందించెను. శకుంతలా దుష్యంతులు శృంగారభావానుగుణములైన యనుభావములను బ్రకటించుచుండిరి. సఖులు దానిని గమనించి 'కాశ్యపులవా రున్నచో నతిథి కుచితసత్కార మొనర్చి యుండెడి వా'రని చమత్కరించిరి రాజు శకుంతలను గూర్చి వారి నడిగెను వా రామె కాశ్యపతనూజ యని చెప్పిరి. కణ్వు లాజన్మబ్రహ్మచారులు కదా ! వారి కీమె యెట్లు పుత్త్రిక యయ్యె నని రాజు ప్రశ్నించెను. అనసూయ శకుంతలా జన్మవృత్తాంతమును జెప్ప నారంభించెను. కౌశికుఁ డను రాజర్షి శకుంతల కన్నతండ్రి. అతఁడామెను త్యజించుటచే కాశ్యపుఁడు పెంచిన తండ్రియయ్యెనని యనసూయ చెప్పెను. త్యజించుట యేమి ? దానిని వివరింపుమని రాజు కోరెను అనసూయ—'కౌశికతపోభంగము గావించిన మేనకవలన నీమె జన్మించె' నని అర్థోక్తితో లజ్జామధురముగా వంగ్యకథనము గావించెను. 'శకుంతల నిజముగా నప్సరస్సంభవయే. లేనిచో మానవవనితలయం దింతటి సౌందర్య మెచ్చట నుండును. ఈమె నింగినుండి దిగివచ్చిన మెఱపు కన్నె' యని దుష్యంతుఁడు ప్రశంసించెను. కాని,అతఁడు లోన మథన పడఁ జొచ్చెను. శకుంతల క్షత్త్రియ యయ్యు నప్సరోజాత యగుటచే నాతఁ డామెకు తగినవాఁడా ? కాడా ? ఆమె యతనిని వలచునా ? లేదా ? యని యతని సందేహము. దానిని నివారించుకొన

వలె నను నుత్కంఠ యతనిలోఁ గానవచ్చెను ప్రియంవద దానిని గమనించి “అయ్యా ! తమ రింకను ఏదియో నడుగవలె నని తలంచుచున్నట్లున్నా’ రని యనెను. శకుంతల సఖిని ప్రేలితో బెదరించెను. దుష్యంతుఁ డిట్లనెను. “మీ చెలి పెండ్లి చేసికొనునా లేక యెప్పటికిని హరిణముల నడుమ నాశ్రమమందే నివసించునా ?” “అవి యామె యిష్టము కాదు. తండ్రి కాశ్యపులవా రామె నను రూపుఁడైన వరున కీయవలె ననియే తలంచుచున్నా’’రని ప్రియంవద పలికెను అట్టి వరుఁ డంత వఱ కెవ్వడును లేడు దుష్యంతుఁ డామాట విని యెవఁడైన వరుఁ డుండియుండు నని భ్రమించి మనసు మరల్చుకొను నేమో యనిశకుంతల లోలోన విలవిలలాడి పోయెను పైకి ప్రియంవదపై కోపము సటించి ‘చెలి లేని పోనివెల్ల సుద్దులు వదరుచున్న దసి గౌతమి కెఱిగించెద’ నని లేవఁ బోయెను. అతిథుల నట్లు వదలి తటాలున లేచి పోరాదని యామె ననసూయ వారించెను. కాని శకుంతల వినక బయలుదేరెను. ఆమెను పోనీక పట్టుకొన వలయునను తమకము కలిగినను రాజు లోకాచారమును స్మరించి తనను తాను నిగ్రహించు కొనెను. ప్రియంవద శకుంతలను బోనీక అడ్డగించెను.అందుల కామెకు మఱింత కోపము రాగా, తనకు బాకీపడిన వృక్షసేచనములను తీర్చి వెడలు మని బలవంతముగా నామెను ప్రియంవద మరల్చెను. రాజు శకుంతల యప్పునకు చెల్లుగా తన ముద్దుటుంగరము నీయ నుంకించెను. దానిపై రాజుముద్రను జూచి యాతఁడు దుష్యంతుఁ డని శంకించిరి. అది రాజపరిగ్రహమనియు, తాను రాజ పురుషుఁడ ననియు దుష్యంతుఁడు సమాధానము చెప్పెను. ‘ముద్రిక వలదు మీ మాటలవలననే చెలియప్పు తీరిన’ దనియు, శకుంతల యింక వెడలి పోవచ్చు ననియు ప్రియంవదపలికెను.శకుంతల కారాజసన్నిధానమును వీడుటకు మన సొప్ప లేదు. మఱల కృతకకోపము నటించి ‘నీ వెవ్వరవు నన్ను వెడలు మనుటకును, వలదనుటకు’ నని యధిక్షేపించెను. శకుంతల శృంగారలజ్జానుభావములను నిగ్రహించుకొనలేకపోయినది.రాజు తన మన సామెపై నెట్లున్నదో యామె హృదయము తనపై నట్లే యుండునా ? యని వితర్కించెను.

అంతలో రాజసైన్య మాశ్రమప్రాంతము చేరినది. వనగజ మొకటి బెదరి యాశ్రమారణ్యమును ధ్వంస మొనర్పఁ జొచ్చినది. రాజు సైన్యమును గలసికొనఁ బోవలసి వచ్చెను. ఆతిథ్యము గొనఁ బునర్దర్శన మిప్పింపుఁ డని చెలులు సిగ్గుతో రాజును కోరిరి. శకుంతల రాజును వీడలేక మృషావ్యాజము

లచే నాతనిని వెనుదిరిగి చూచుచు నాశ్రమమునకు వెడలిపోయెను. రాజు శకుంతలాగతమనస్కుఁడై ఆశ్రమరక్ష కుపక్రమించెను.

ద్వితీయాంకము :

దుష్యంతుఁ డాశ్రమమునకు నాతిదూరముగా గుడారములను వేయించి విడిసెను. ఆ రాత్రియంతయు శకుంతలను స్మరించుచు జాగరము చేసెను. విదూషకుఁడగు మాఢవ్యుని యభ్యర్థనము మిషగాఁ గొని యానాఁడు వేఁట చాలించెను. విదూషకునకు శకుంతలాసౌందర్యము నభివర్ణించి చెప్పెను. ఆమె నెట్లైనఁ గాంచు నుపాయము నన్వేషింపు మని నర్మసఖుని నభ్యర్థించెను. విదూషకుఁ డీ క్రొత్తవలపునకు విరుగుడు పెట్టుటకు యత్నించెను. అంతలో మునికుమారులు కొందరు వచ్చి, రాజును దర్శించి, యాశ్రమ సవనములకు రాక్షసులు విఘ్నము నాపాదించుచుండి రనియు, తద్రక్షకు రాజు కొంతకాల మాశ్రమమున వసింప వలె ననియుఁ గోరిరి. రా జందుల కంగీకరించెను. అంతలో రాజధానినుండి కరభకుఁ డొక వర్తమానము దెచ్చెను. రాజమాత పుత్రపిండపాలకవ్రతము చేయుచుండె ననియు, నాల్గవనాడు పారణ మగు ననియు, నాటికి రాజును తప్పక రాజధానికి రమ్మని కోరె ననియు రాజమాత సందేశము. రాజు ఋష్యాశ్రమ రక్షాధర్మమును నిర్వహించుటకై నిలువవలయుటను, రాజమాతచే పుత్రనిర్విశేష వాత్సల్యము ననుభవించు విదూషకుఁడు రాజునకు మారుగా రాజధాని కేఁగు నట్లును దుష్యంతుఁడు నిశ్చయించెను. మాఢవ్యునివెంట రాజు సైన్యమునంత టిని పంపివైచెను. మాఢవ్యుఁడు వదరుఁ డగుటచే నంతఃపురమున శకుంతలా ప్రణయవృత్తాంతమును జెప్పి కలతఁ బుట్టించు నని రాజు భావించి 'ఆ అడవి పిల్ల యేడ, నేను ప్రేమించుట యేడ ! ఇది యంతయు కల్ల' యని నమ్మఁ బలికి యతనిని పంపివైచెను.

తృతీయాంకము :

దుష్యంతుఁ డాశ్రమరక్షణము చేయుచుండ సవనకర్మలు నిర్విఘ్నముగా సాగుచుండెను. రాజునకు శకుంతలావిరహ మధిక మగుటచే రాత్రులందు నిద్ర లేదు. శకుంతలయు నట్లే మదనబాధకు గురియయ్యెను. ఒకనాఁటి మధ్యాహ్నమున శకుంతల మాలినీనదీతీరమునందలి ప్రబ్బలిచెట్లగుబురులో

నొక లతామంటపమున జెలులు సేదఁ దేర్చు చుండ విరహశయ్యపై విరాళి నొందుచుండెను రాజు వారి పదచిహ్నములను గుర్తించి యా ప్రాంతమున కేఁగెను రాజు కొమ్మలచాటున నుండి యా చెలులతీరును గమనించుచుండెను. అనసూయాప్రియంవదలు శకుంతలయస్వాస్థ్యమునకు హేతు వేమి యని గ్రుచ్చి గ్రుచ్చి యడిగిరి. శకుంతల సిగ్గుపడుచునే 'ఆ రాజర్షి కంటఁ బడిన నాఁటినుండి యాయనపై మరులుగొని యీ స్థితికి వచ్చితిని, ఆయన నన్ను కనికరించు విధము నాలోచింపు' డని చెప్పినది. రాజున కామాటలు శ్రవణా నందము కలిగించెను. చెలులు శకుంతల నొక ప్రేమలేఖ వ్రాయు మనిరి. దానిని పూలలోఁ బొదివి దేవతాప్రసాదమని రాజున కందఁ జేసెదమని తెల్పిరి. శకుంతల ప్రేమలేఖను కానగోటితో లేఁదామరాకుపై వ్రాసి చదివెను. రా జది తగిన సమ మని యెంచి లతామంటమునఁ బ్రవేశించెను. 'కాముఁడు తనకై శకుంతల నెట్లు తపించుచున్నాఁడో ఆమెకై తననుగూడ నట్లే దహించుచున్నాఁ' డని' రాజు పల్కెను. శకుంతలశయ్యపై రాజు నుపవిష్టునిఁ జేసినారు చెలులు; చెలిప్రాణ ములను రక్షింపు మని యాతనిని బ్రాధేయపడినారు. 'బహుభార్య వల్లభుఁడవైన నీవు మా చెలిని బంధుజనశోచనీయ గాకుండ నిర్వహింపు' మని వేడుకొని నారు. రాజు శకుంతలను బట్టమహిషిగా గ్రహింతు నని మాట యిచ్చినాఁడు. అంతట సఖు లేదోవ్యాజమున దూరముగా నేఁగి, శకుంతలాదుష్యంతుల కేకాం తము కల్పించిరి. రాజు శకుంతల ననునయించి, యుపభోగింపఁ బోయెను. ఆమె 'నేను స్వతంత్రను గాను కదా!' యని బిడియపడెను. అంతట రాజు గాంధర్వవిధి క్షత్రియకులోచిత మని నచ్చఁ జెప్పి యామెను తనకు సముఖ రాలుగా జేసికొని అధరమును జుంబింపఁ బోయెను. అంతలో గౌతమి వచ్చు చున్నదన్న వార్త చెలులు వినిపించిరి. రాజు కొమ్మచాటున దాగి కొనెను గౌతమి శకుంతల నాశ్రమమునకుఁ గొంపోయెను. శకుంతల లతామంటప వ్యాజమున రాజును సంబోధించి, పునస్సమాగమము చంద్రోదయమున నగు నని చెప్పి వెడలిపోయెను. రాజు సమాగమవిఘ్నమునకు విచారపడుచుండ 'సాయంసమ యమున రాక్షసోపద్రవ' మను నెలుఁగు విని సవనరక్షకై యుపక్రమించెను.

చతుర్థాంకము :

శకుంతలాదుష్యంతులకు గాంధర్వవివాహ మయ్యెను. వారిరువురును కలిసి మాలినీనదీతీరమున కొన్నినాళ్లు రహస్యముగా విహరించిరి. ఆశ్రమ

మున సవనకర్మ ముగిసినది. రాజు గృహోన్ముఖుఁ డగుటకు మును లనుమతించిరి. కణ్వుఁ డప్పటి కింకను తిరిగి రాలేదు. శకుంతల రాజవియోగమునకుఁ బరితపించెను. ఆమె నెట్లో యోదార్చి, తన రాజముద్రిక నామెకు గుర్తుగా నిచ్చి, అందలి యక్కరములు రోజు కొక్కటి ముగియునాటికి రాజాంతఃపురమున కామెను బిలిపించుకొందు నని మాటయిచ్చి రాజు హస్తినకుఁ దరలిపోయెను.

శకుంతల మనసులో మనసు లేదు; చిత్తరువు వలె నాశ్రమమునఁ బతిధ్యానమున బ్రొద్దులు పుచ్చు చుండెను. అనసూయా ప్రియంవదలు శకుంతల సౌభాగ్యదేవతను బూజించుటకై పూవులు దేనేఁగిరి. అంతలో దుర్వాసుఁ డాశ్రమద్వారమున నతిథియై నిలిచెను. శకుంతల పరధ్యానమున నుండుటచే నాతని పిలుపు వినిపించుకొనలేదు. అందుల కుగ్రుఁడైన యా మహర్షి శకుంతలను దుష్యంతుఁడు మరచి పోవునట్లు శపించి వెడలిపోఁజొచ్చెను. ఆతని పరుష వాక్యములు వినిన ప్రియంవద యనసూయా ప్రేరణమున పరుగు పరుగునఁ బోయి యాతని కాళ్ల ప్రేళ్లఁ బడి యపరాధములను క్షమింపఁ బ్రార్థించెను. (ఇట్లు ప్రార్థించినది యనసూయయే యని కొన్ని ప్రతులలో కలదు.) 'అభిజ్ఞానమును జూపించినచో మఱల నాతని కామె జ్ఞాపకము వచ్చును. పొమ్ము!' అని కరుణించి దుర్వాసుఁ డంతర్ధాన మందెను. అనసూయాప్రియంవదలు శకుంతలకుఁ గలిగిన యిక్కట్టునకు విచారించియు, నభిజ్ఞానముగా నున్న ముద్దుటుంగరమువలన నామె తనభర్తను తిరిగి పొందఁగల దని ధైర్యపడి, యా సంగతి శకుంతలకుఁ జెప్పక తమలో దాచుకొనిరి. కోమలహృదయ యైన శకుంతల యీ వార్తను విని సహింపలే దని వారు తలంచిరి.

నాలుగైదునెలలు గడచినవి. కణ్వమహర్షి సోమతీర్థము నుండి యాశ్రమమునకుఁ దిరిగి వచ్చెను. అగ్నిశరణమున నాతని కశరీరవాణి 'శకుంతల దుష్యంతునిచే గర్భవతి యయ్యె' నని తెలియఁ జెప్పెను. ఆ కరుణామయుఁడు లజ్జావనతవదన యైన శకుంతలను గౌఁగిలించుకొని, దీవించి, వెంటనే భర్తయొద్దకుఁ బంపుటకు ప్రస్థానసన్నాహములు చేయించెను. శకుంతలకు చెలులభ్యంగన స్నానము చేయించిరి ముత్తైదువలు దీవన లందించిరి. వనదేవతలు శకుంతలకు చీనిచీనాంబరములు ప్రసాదించిరి. అనసూయ పొగడదండను మురిపెముతో ముద్దుదీర నలంకరించినది. కూఁతు నత్తవారింటి కంప వలె నన్న

భావమే కాశ్యపుని గద్గదకంఠునిఁ జేసినది. 'నియతులైన ఋషుల మాటయే యిట్లుండ గృహస్థుల మాట వేఱు చెప్ప వలెనా !' యని యాకరుణామయుఁడు కన్నుల నీరు నింపినాఁడు. కూఁతు నాశీర్వదించినాఁడు, అగ్నులకుఁ బ్రదక్షిణము చేయించినాఁడు; శకుంతలసేవల నందుకొనిన వనదేవతలచే నాశీస్సులు పలికించినాఁడు. ప్రకృతి సుముఖమై శకుంతలకు ప్రస్థానసౌముఖ్యమును బ్రకటించినది శకుంతల ప్రకృతిలోఁ బుట్టి పెరిగిన బిడ్డ. లతలు, లేళ్ళు ఆమె సహచరులు. వనజ్యోత్స్న నామె కౌఁగిలించికొని కన్నీరు పెట్టినది. దీర్ఘాపాంగ మను జింకపిల్ల నొడిలోఁ జేర్చి తండ్రి కప్పగించినది. అనసూయా ప్రియంవదలను వీడలేక వీడలేక వీడ్కోలు చెప్పినది. కాశ్యపులు శకుంతలకు సతీధర్మములు బోధించెను. అల్లునికి సందేశము వినిపించెను. శారంగరవ,శారద్వతు లను శిష్యులను, గౌతమి యనుతాపసిని శకుంతలవెంట పంపించెను. ఆ సందర్భమున నెచ్చెలులు 'అతిస్నేహము పాపశంకి' కావున నారాజు నిన్నానవాలు పట్టని యెడల నుంగరముఁ జూపు'మని శకుంతలను హెచ్చరించిరి. ప్రస్థానకాలము ప్రకటింపఁ బడినది. శకుంతల తండ్రిని కడసారి కౌఁగిలించుకొనినది. అందఱును కదలినారు. చెఱువుగట్టుదాక సాగనంపినారు. శకుంతల హస్తినకుఁ బయనమై పోయినది. కన్య భర్తృన్యాసము. దానిని యజమాని కిచ్చి ఋణవిముక్తుఁడ నైతినని కణ్వుఁడు నిట్టూర్చినాఁడు.

పంచమాంకము :

దుర్వాసఃశాప ప్రభావమున దుష్యంతుఁడు శకుంతలాగాంధర్వవివాహమును విస్మరించెను. శకుంతల హస్తినాపురము చేరునాఁడు రాజు ధర్మసింహాసనమునఁ గూర్చుండి న్యాయనిర్ణయములు దీర్చి, విశ్రాంతికై యంతఃపురమున కేఁగి విదూషకునితో ముచ్చట లాడుచుండెను. సంగీతశాలనుండి హంసపదిక యను రాణి పాడిన యొకగీతము రాజునకు వినవచ్చెను. "అభినవమధులోలుఁడవైన యోతుమ్మెదదిమ్మరీడా ! నాఁడు మావి పూగుత్తి నట్లు ముద్దాడి, నేఁడు కమలవసతి దొరికినంత మాత్రమున దానిని మఱచితివా !" యను హంసపదిక గీతమును విని నిపుణమైన యామెయుపాలంభమునకు మెచ్చుకొనినట్లు విదూషకునితో నామెకుఁ గబురంపెను. ఆ పాట వినినది మొదలు రాజున కిష్టజన వియోగదుఃఖము మనసును గలఁతపెట్టిన ట్లయ్యెను. దానికిఁ గారణము తెలియరాక జన్మాంతరసౌహృదయమువలన నా మధురశబ్దముసైతము వాసనలను

రేపి వ్యాకులతఁ గలిగించుచుండె నని రాజు భావించెను. అంతలోఁ గణ్వశిష్యులు స్త్రీసమేతులై కాశ్యపసందేశమును దెచ్చి రాజదర్శనమునకు వేచియున్నా రని కంచుకి రాజునకుఁ దెలిపెను దుష్యంతుఁడు రాజపురోహితునిచే వారికిఁ బూజలు జరిపించి, యగ్నిశరణమునకుం గొనిరమ్మని యాజ్ఞాపించెను. ఋషులరాకకు కారణ మేమైయుండునో యని రాజు లోలోన వితర్కించుకొనెను. అంతలో పురోహితపురస్సరులై శారంగరవాదులు రాజదర్శనమునకు వచ్చిరి. శకుంతలకు కుడిక న్నదరెను. ఆ దుశ్శకునమున కామె డెందమునఁ గుందెను. పండుటాకులనడుమ పొదువఁబడిన చిగురాకువోలె మునుల నడుమ నున్న శకుంతల లావణ్యమును గాంచి రా జబ్బురపడియు, పరకాంతాదర్శనము పాపహేతు వని చూపు ద్రిప్పుకొనెను. మర్యాదవాక్యము లైనతరువాత శారంగరవుఁడు గురు సందేశము నిట్లు వినిపించెను. "నీవు మా పుత్త్రిక నేకాంతమున నొడఁబఱిచి వివాహ మైతివి. దాని యత్యంతానురూపతచే మీయందు నేను ప్రీతుఁడ నైతిని. కావున గర్భిణి యైన యీబాలను సహధర్మాచరణముకొఱకు పరిగ్రహింపుము" — అని. రా జప్పటికి శకుంతల నానవాలు పట్టినట్లు కానరాలేదు. శకుంతల యాతని నోటినుండి యెట్టిమాటలు వెలువడునో యని భయపడుచుండెను. దుష్యంతుఁ "డేమి యీ యుపన్యాసము ?" అని యాశ్చర్యమగ్నుఁడై ప్రశ్నించెను. శారంగరవుఁ డిట్లనెను. "ఏమి యి ట్లనుచున్నావు ? మీరు లోకతంత్ర నిపుణులు కదా ? మీకు తెలియదా ? భర్తృమతి యైన వనిత పుట్టినింటఁ బెద్దకాల ముండినచో లోకులు సంశయింపరా? కావున భర్తకుఁ బ్రియురా లైనను కాకపోయినను బంధువు లామెను బతికడకుఁ జేర్పఁ గోరుదు"రని తెల్పి శకుంతలాగమన హేతువును నిరూపించి చెప్పెను. రాజు —'ఈమెను నేను పెండ్లియాడితినా ?" యని యనెను. శకుంతలకు దుశ్శకునఫల మామాటలో వినవచ్చినది; హృదయము బ్రద్దలైనట్లు దుఃఖము వచ్చినది. శారంగరవుఁ డారాజుమాటలకు మండిపడెను "నాఁడు నీ కిష్టమై చేసిన పని నేడు విపరీతముగాఁ దోచెనా ? ఇది ధర్మవిముఖతయా ? కృతఘ్నతయా ? లేక మ మ్మవమానించుటయా ? అవును. ఐశ్వర్యమదమత్తుల కిట్టి మనోవికారములు సహజములు కదా !" యని రాజు నధిక్షేపించెను. గౌతమి మేలిముసుఁగును దొలఁగించి శకుంతలమోమును రాజునకుఁ జూపెను. దుష్యంతుఁడు శకుంతలను గాంచి తనంతట తానై నాకొఱకు వచ్చిన యీసుందరాంగిని నేను మున్ను పరిగ్రహించితినో లేదో నిశ్చయింపఁ జాలకున్నాను. కావున నామన మీమెను గైకొనఁ జాలకయు, మానను జాలకయు

డోలాయమాన మగుచున్నది—" అని వితర్కించెను. శారంగరవుఁడు రాజు 'నూర కుంటి వేల' యని యడిగెను. రాజునకు శకుంతలా వివాహము జ్ఞప్తికి రాలేదు. అందునను నామె గర్భిణిగా నుండెను. అందుల కతఁ డామెను పరిగ్రహించుటకు సంశయించెను. శారంగరవుఁ డుగ్రుఁ డయ్యెను. "మా గురుపుత్త్రిక నాయన యింట లేనప్పుడు దొంగవలె గ్రహించితివి. అందుల కామహాత్ముఁడు కోపింపక సంతసించి యీమెను నీకడకు పంపగా నాతని నిట్లవమానింతువా?' యని తీక్ష్ణ ముగాఁ బల్కెను. అంతట శారద్వతుఁడు రాజునకు తమ గాంధర్వవివాహము జ్ఞాపకము వచ్చునట్లు తార్కాణముతోడి సంభాషణము సేయు మని శకుంతలకు సూచించెను. 'ఆర్యపుత్త్రా! ఆనా డట్లు నన్ను నమ్మించి యీనా డిట్లు మోస గించుట ధర్మము గా' దనియు, వంశమర్యాద కా దనియు శకుంతల రాజు నధి క్షేపించి, యభిజ్ఞానమును జూపింపఁ బోయి, చేతివ్రేలిన నుంగరము గానక విషాదమగ్న యయ్యెను. ఆ యుంగరము శక్రావతార శచీ తీర్థమున స్నానా వసరమున జారిపడియుండ వచ్చునని గౌతమి భావించెను. రాజున కిదియంతయుఁ గపటనాటక మనిపించెను. ఆపై శకుంతల వారి ప్రణయసన్నివేశములను కొన్నింటిని తార్కాణములుగాఁ బేర్కొనెను రాజున కవి దుర్వాసఃశాపవశ మున జ్ఞప్తికి రాలేదు. అందువలన ఆడువా రసత్యవచన లని యాతఁడు శకుం తలను నిందించెను. శకుంతలకు కన్నులు కెంపెక్కినవి; బొమలు ముడివడినవి. దుష్యంతునిశీలము ధర్మదంభ మనియు, ననార్య మనియు నామె యధిక్షేపించెను. ఆమెకోపములోని యతిసహజత్వమును గాంచి రాజు లోలోన వితర్కించెను. కాని, ధర్మభంగదృష్టితో నామెను బరిగ్రహించుట కంగీకరింపఁ డయ్యెను. శారంగరవుఁడు క్రుద్ధుఁడై శకుంతల నచ్చట దింపి పోవుటకు సిద్ధ మయ్యెను. శకుంతలయు వారివెంట తరలఁ బోయెను. శారంగరవుఁడు వారించెను. అప్పు డామె చేయునది లేక నిస్సహాయగాఁ గన్నీటితో రాజును మఱలఁ గాంచెను. రాజు డోలాయమానచిత్తుఁడై పురోహితునిఁ గాంచి, 'ఇది నాకు మఱపో, ఆమె యసత్య మాడుచున్నదో, నేను భార్యాత్యాగి నయ్యెదనో పరభార్యాపరిగ్రహీ తనే యయ్యెదనో తెలియుట లే' దని విచారమును వ్యక్తము చేసెను. పురోహితుఁ డొక మార్గాంతరముఁ జెప్పెను. 'రాజా! నీకుఁ బుట్టఁబోవు కొడుకు చక్రవర్తి లక్షణసమన్వితుఁ డని కార్తాంతికుల నిశ్చయము. శకుంతల ప్రసవ మగునంత వఱకు మాయింట నుండును. ఆమె కట్టిపుత్త్రుఁడు పుట్టినచో నీకు పట్టమహిషి యగును. లేనిచో పితృగృహమున కంపఁబడును." శకుంతల తన శోచనీయ

స్థితికి బిగ్గఱగాఁ జేతు లెత్తి దుఃఖించుచుఁబురోహితుని వెంట నడువఁ జొచ్చెను. ఆమె భవనద్వారము చేరుసరికి మేనక యొకమెఱుపువలె దివినుండి దిగి వచ్చి, యామెను బొదివి యెత్తుకొని యప్సరఃతీర్థమునఁ బడి చనెను. పురోహితుఁ డీ యబ్బురమును రాజునకు నివేదించెను. రాజు మనమునఁ దీవ్రముగా సంకటపడెను. శకుంతల స్వపరిగ్రహమేమో యను భ్రాంతియాతని హృదయమును పునఃపునః తాడించుచుండెను.

షష్ఠాంకము :

ఇట్లు నాలుగేండ్లు గడచినవి. శక్రావతారతీర్థమున నొక జాలరికి నొక చేపకడుపులో రాజముద్రిక దొరికినది. దాని నతఁడు హస్తిపురమున నమ్మఁ జూచెను. రాజభటు లాతనిని బట్టి బంధించి, రాజముద్రికను రాజునకుఁ జేర్చిరి. దుష్యంతున కా యంగుళీదర్శనమున శకుంతలావృత్తాంతము జ్ఞప్తికి వచ్చెను. దుర్వాసశ్శాప మంతటితో నివృత్తమయ్యెను. రాజు శకుంతులను నిష్కారణముగాఁ ద్యజించినందులకుఁ గన్నీరుమున్నీరుగా దుఃఖించుచు లోలోనఁ గుందుచుండెను.ఆయేఁడు వసంతోత్సవములు రాజ్యమున జరుపఁగూడ దని రాజు శాసించెను. రాజు ప్రమదవనమున మాధవీమంటపమునఁ జేరి శకుంతలాచిత్ర రచన మొనర్చి పూర్వస్మృతులను నెమరువేసికొనుచు విషాదమగ్నుఁ డయ్యెను.

శకుంతల నాఁ డట్లు మేనకచేఁ గొనిపోఁబడి మారీచాశ్రమమున నుంచఁ బడెను. అదితి మరీచు లామె నతివాత్సల్యమునఁ జూచుచుండిరి. ఆమె కొక పుత్త్రుఁడు కలిగెను. ఆమె పతివ్రతావిరహవ్రతమునుబట్టి తపశ్శీలయై కాలము గడుపుచుండెను మేనకాప్రియసఖి యగు సానుమతి హస్తినకు వచ్చి తిరస్కరిణీ ప్రభావమున నెవ్వరికిఁ గానరాకుండ తిరుగుచు నుద్యానవనమున దుష్యంతుని విరహమును, అభిజ్ఞానదర్శనానంతర మాతనికిఁ గలిగిన స్మృతిని, యతని నిశ్చలానురాగమును గన్నార చూచి శకుంతలకు నివేదింప నేఁగెను. దుష్యంతుఁడు శకుంతలాచిత్రమును దర్శించుచు తన్మయుఁ డగుచుండ విదూషకుఁ డది చిత్రమే యని జ్ఞప్తికిఁ దెచ్చెను. రాజు శకుంతలావిరహమున వివశుఁడై యుండెను. మంత్రి పంపిన వనమిత్రుని న్యాయనిర్ణయసమస్య రాజహృదయమున నిస్సంతతివలన నగు దుఃఖమును రేకెత్తించినది. గర్భవతియైన శకుంతలను బరిత్యజించినందుల కారాజు మఱియుఁ గ్రుంగిపోయెను. ఇంతలో నింద్రసారథి యగు మాతలి దుర్జయసంహారమునకై యింద్రుఁ డంపిన యాహ్వా

నమును దుష్యంతున కందించెను. రాజు రాజ్యభారము మంత్రిపై నుంచి యింద్ర రథ మెక్కి స్వర్గమునకు బయలుదేరెను.

సప్తమాంకము :

దుర్జయసంహారానంతరము దుష్యంతుఁడు శక్రుని అర్ధసింహాసనాసీన గౌరవము నొంది రథముపై భూలోకమునకుఁ దిరిగి వచ్చుచు, మార్గమధ్యమున మారీచమహర్షి దంపతుల కభివాదము చేయుటకై వారి యాశ్రమమున కేఁగెను. అచ్చట సింహకిశోరములతోఁ గ్రీడించుచున్న క్షత్రియబాలు నొకనిఁగాంచి, క్రమముగా నాతఁడు తనపుత్రుఁ డని గ్రహించి, శకుంతలాపునస్సమాగమమును బొంది, మారీచుని యాశీస్సులను గ్రహించి, సతీపుత్రసమేతముగా రాజధానికి దరలివచ్చెను శకుంతలాపరిత్యాగమునకుచు, వియోగదుఃఖమునకును, దుర్వాసశ్శాపమే కారణ మని మారీచమహర్షివలన నెఱింగి సతీపతులు కలఁతఁ దేఱి సుఖముగాఁ గలకాలము జీవించిరి.

శృంగారశాకుంతలమునందలి కథ :—

ప్రథమాశ్వాసము :

సర్వసంపదల కాలవాలమైన హస్తినాపురమును దుష్యంత మహారాజు పరిపాలించుచుండెను. అతని పాలనమున దేశము సుభిక్షమై, నిరుపద్రవమై, ధర్మబద్ధమై, ప్రజల కత్యానందకరమై యుండెను. ఆరాజపరమేశ్వరుఁ డొక్కనాఁడు నిండుకొలువు దీర్చియుండగాఁ బుళిందవల్లభులు కానుకలు దెచ్చి, రాజునకు సమర్పించిరి. వారినిఁ జూచుటతోడనే రాజునకుఁ జిత్తము మృగయత్తమయ్యెను. 'వన్యమృగసంకులము, జీవనదీ తటస్థము నైన మహారణ్య మెచ్చట నున్నది' యని రాజు పుళిందులను బ్రశ్నించెను. వా రట్టి యడవి యమునానదీ తటమునఁ గల దనియు, నందలి క్రూరజంతువులు సమీపగ్రామము నందలి గోగణములను హింసించుచున్న వనియుఁ జెప్పి దుష్టమృగశిక్షణార్థము రాజు నా యడవికి వేఁటకై యాహ్వానించిరి. రాజు కొలువు చాలించి వేత్రహస్తులను బిలిచి మృగయావిహార సన్నాహమున కాజ్ఞాపించెను. అంతట మూలభృత్యబలములు, సామంతకుమారవర్గములు, సాయుధులై బయలుదేర, వేఁటకుక్కలు, సాళువములు, చిత్రవిచిత్రాయుధములు గొని మృగయులు వెంటరాగా

చతురంగిబలములు బలిసికొలువ నర్మసచివుఁడగు మాండవ్యుఁడు వృద్ధహయ మెక్కి తోడురాగా, రథారూఢుఁడై రాజు వేఁటకుఁ దరలెను. సమతలప్రదేశమున రథవేగముఁ దెలుప సారథి హయముల నదలించెను. రథము సేనలకుఁ గడుదూర మగునట్లు వేగముగా ముందుకు సాగెను. రాజు సేనలను గలుపుకొనుట కొకచోట నాగెను. అచ్చట నున్న గోపాలకులు రాజును గాంచి, కానుకలు వెట్టి, తమయూర నానాఁటి రాత్రి విశ్రమింపఁ గోరిరి సేనలు రాజును గలసెను మాండవ్యుఁడు రాజు వేఁటకు బయలుదేఱుసమయమునఁ బొడగట్టిన శుభశకునములను నిరూపించి, యవి పెండ్లియగు సూచనలను దెల్పుచున్న వని యేర్పఱచి, భోజనాహ్వానము కార్యఫలసిద్ధిమూల మని వాఖ్యానించి యా రాత్రి యాదవుల విందుకు రాజు నంగీకరింపఁజేసెను. గోపాలకభూపాలకుఁ డందుల 'కానందమొంది రాజునకును, పరివారమునకు మృష్టాన్నభోజనములు వెట్టించెను' 'రా జారాత్రి యచ్చట విశ్రమించెను.

ద్వితీయాశ్వాసము :

దుష్యంతుఁడు మఱునాఁ డుదయమునఁ గాలకృత్యములు తీర్చికొని, సేనను బురికొలిపి వేఁట కనువైన యరణ్యమునకుఁ బయనము సాగించెను. వనమును దఱిసి యందలి క్రూరమృగములను గాంచి రాజువేఁట కౌతుకత్వము ప్రకటింపఁగా మాండవ్యుఁ డావేఁటమృగములను గాంచి భయపడి, యటవిం ప్రవేశింప వెఱచి, మార్గాంతర మాలోచించి రాజుతో నిట్లనెను· "భూనాథ ! మనము బయలుదేరునపుడు విఘ్నపతిని పూజింపలేదు మీకు వన్యమృగబాధ కలుగకుండునట్లును, ప్రజలకు భీతి జనింపకుండునట్లును నే నాగొల్లపల్లెలో నుండి మీకై గజముఖునిఁబూజించుచు జపహోమములు గావించుచుండెదను గాన నన్ను తిరిగి పంపివేయు"డని వేడుకొనెను· కౌరవసేనను గాంచి బిట్టడలు నుత్తరకుమారునివలె నున్న ఆ బాపనికి రాజు ధైర్యముచెప్పి 'ప్రమాదము గాకుండ ప్రమోదముగా వేఁటవేడుకచూపి పూవువలెఁగందకుండ నిన్ను దెచ్చెద' నని మాటయిచ్చి, వెంటఁగొనిపోయి వేఁట కుపక్రమించెను. మొదట వేఁటకుక్కల వేఁట ప్రవర్తిల్లెను, రాజున కది కన్నులపండువ యయ్యెను. ఆపై నాతఁడే వేటకు లంఘించి చేతికిఁట వోవునట్లు క్రూరమృగములను జెండాడెను. అంత నాతనికిఁ జూడ ముచ్చటయైన యొక యిఱ్ఱి కనుపట్టెను. వింటి నెక్కుపెట్టి యజ్ఞమృగమును వెన్నాడు పినాకపాణివలె దానిని తరుమఁ జొచ్చెను. మాయా

మృగమువోలె నది యాతని బాణమున కందక దవ్వుదవ్వుల నేఁగఁజొచ్చెను. అట్లామృగము మాలినీనదీతీరమున కేఁగి, దప్పి యొకచోట నిలిచిపోయెను. అది యాశ్రమప్రాంత మగుటచే స్థలమాహాత్మ్యమువలన రాజున కాహరిణముపై కరుణము మోసులెత్తెను. ఆతఁ డాయిఱ్ఱి నేయక మాలినీనదీజలముపై నుండి వచ్చు శీతలపవనములకు సేదదేఱి, యచ్చటి నదీప్రకృతి సౌందర్యమును వీక్షించి సంతసించి, కదలక తనపైపు చూచుచున్న నిఱ్ఱిని చూచుచు నిలచి యుండెను.

ఆంతలో నిఋవుకు శిష్యులు తనను వెన్నంటి రాగా నొక వృద్ధతాపసి యచ్చటి కరుదెంచి రాజును దీవించి, కృతాంజలియై యున్న యతనితో హరిణమును జూపుచు నిట్లనెను. "రాజా! ఇది యాశ్రమ మృగము. పెంపుడు జంతువు. మాకు ప్రాణమిత్రము, దీనిని నీవు బాగుగా నలయించితివి. దీని నే తల్లి కన్నదో తెలియదు. ఈనిన కొన్ని గడియలకే, మేన తడి యారకయే, తప్పి మా యాశ్రమమున బ్రవేశించినది. దానికి మా కొనవేళ్ళతో లేత దర్భలను తినిపించి, లాలించుచుఁ బెంచినాము. దీనికి మునిపత్నులే తల్లులు; మునిజనములే తండ్రులు, మునికన్యలు తోఁబుట్టువులు. మా కందఱ కిది ముద్దులపట్టి. ఇది యాహారవిహారార్థము వనమువ కరిగినను తాపసజన మెవరైనఁ గనపడినచో మేఁత మాని మచ్చికతో వారిని జేరి యొడలు రాచుకొనుచుండును. నేఁడు మమ్ముఁ జూచియు మమ్ము దరి చేరదు, మోర యెత్తి గొంతు గోకించుకొనదు. ఎంత నొచ్చినదో కదా!" యని జాలి మాటలు పలికి దాని దరి చేరి, గళము దువ్వి, మేను నిమిరి యా వృద్ధ తాపసి దానిని లాలించెను ఆశ్రమమృగమున కపాయము దలపెట్టినందులకు మునులు కోపింతురేమో యని దుష్యంతుఁడు భయపడెను. దుష్టమృగములను జంపి తనియక నాయిఱ్ఱివెంట నేలఁ బడితి నని విచారించెను. మునిపుంగవులకు నమస్కరించి తాను వేఁటకు వచ్చు కారణమును, దుష్టమృగసంహారమును బేర్కొని, యాశ్రమమృగ మని తెలియక యాహరిణము నలయించినందులకు మన్నింప వేడుకొనెను. మును లతని వినీతికి సంతసించి, యతని రాక వారు దివ్యదృష్టితో గమనించి రనియు, తెలియక చేసిన యాపనికి వారికి కోపము లేదనియుఁ బలికి వంశవర్ధనుఁడును ఋమారవసదృశుఁడును, చక్రవర్తి లక్షణుఁడును, సచ్చరిత్రుఁడును నగు పుత్త్రుఁ డాతనికిఁ గలుగునట్లుగా

దీవించిరి. ఆ మాలినీ నదీతీరము కణ్వమహర్షి తపోవనక్షేత్ర మనియు, మహామహిమాన్విత మనియు వర్ణించి చెప్పి, యాశ్రమమున కేఁగి తాపసదర్శనము చేసిపోవుట యాయురైశ్వర్యాభివృద్ధికర మనియు, నిర్దేశించి వారు తమ దారినఁ దాము పోయిరి.

ఆశ్రమమునకు రథ మెక్కి వెడలుట యుచితము కాదు. కావున దుష్యంతుఁడు రథసారథులను మాలినీనదీతీరమున దిగవిడిచి, ధనుర్బాణముల నుజ్జగించి వినీతవేషుఁడై తపోవనము సొచ్చెను. అంతట తపోవన చిహ్నములను గనుచు, విరుద్ధసత్త్వములుసైత మన్యోన్యమైత్రితో మెలంగు వింత దృశ్యముల కబ్బురపడుచు రా జరుగుచుండ నాతనికిఁ గుడిభుజ మదరఁ దొడగెను. అట్టి శుభశకునమునకు ఫలము మనోజ్ఞమూర్తి యగు యుగ్మలికౌఁగిలి. తపోవనమున నట్టి ఫల మొందుటకు వీలులేదు. కాని, భవితవ్యము భగవంతుని కెఱుక యని భావించుచు నాతఁడు నాల్గడుగులు ముందు కేఁగెనో లేదో 'ప్రియంవదా! అనసూయా! రండు వృక్షసేచనమునకుఁ బ్రొద్దెక్కుచున్న' దను మంజులవాణీ మధురాలాపములు వినవచ్చెను. అతఁ డా దిక్కునకు దృక్కులు సారించి చూచెను. ఎదుట ; కామునిదీపము లనఁజను వామాక్షులు ముగ్గురు కానవచ్చిరి. అందు శకుంతల యన్నులమిన్న. ఆమె చంద్రానన, చందనగంధి, గంధగజయాన, చక్రవాకస్తని, తటిల్లతావిలసితాంగి, పద్మపత్రాక్షి, మధుకరశ్రేణీలసత్కుంతల. ఆమె లావణ్యమున కారాజు విస్మయాయత్తచిత్తుఁడై యామె దేవకన్యయో, ధనలక్ష్మియో, రతిదేవియో యని భ్రమించి, తల్లక్షణములను నిరూపించి మానవాంగన యని భావించి, యెదుట పడినచో దేవకన్యయేని యంతర్ధాన మందుననియు, లేనిచో నన్యోన్య సల్లాపములు మాను ననియుఁ దలంచి యొక్కదిక్కున వృక్షమూలమున మఱుగున నుండి వారి నవలోకించుచుండెను.

ఆ మునికన్యలు మువ్వురును బిందెలతో నీరు దెచ్చి తరుసేచనము చేయుచుండిరి. అనసూయ కంటె ప్రియంవద, ఆమె కంటె శకుంతల మున్ముందుగా జలసేచనము సేయుచు చరించుచుండిరి. అందు శకుంతల దిరిసెన పువ్వుకంటెఁ గోమలమైన మేనుగలది. అట్టి కోమలి యా పరిశ్రమకుఁ గందిపోవుచుండెను. మునీంద్రుఁడు కరుణ యొకింత లేక నామె నట్టి యుద్యోగమున

నుంచుట మల్లెపూలను మంగలమున వేయించున ట్లున్న దని దుష్యంతుఁడు తలంచెను. చందనలతకుఁ బూవు పుట్టినట్లు, బంగారమునకుఁ బరిమళ మబ్బినట్లు, చెఱకుగడకు ఫల ముదయించినట్లు రతిమనోహరమైన శకుంతలమేన యౌవనశోభ ప్రభవించిన విధమును దుష్యంతుఁ డాసక్తితోఁ గాంచి యుక్కిళు లూరెను. శకుంతల తపస్వినీచిహ్నములు పూసియున్నను చెరవుదోఁచుచు శరీరకాంతి సౌందర్య సౌభాగ్యము వలన రాజసమును, ప్రతాపమును, గర్వమును, కేవయు సించుకించుకఁ బ్రకటించుచుండుటయు, బ్రహ్మతేజో విశేషము లేశమును గానరాకుండుటయు దుష్యంతుఁడు గమనించెను. దుష్యంతుని చిత్త మామెపై హత్తుట కది తగిన హేతువుగా నతనికిఁ బొడగట్టెను. 'పౌర వంశజులు పావనచిత్తులు. వారి కన్యకాంతారతి ప్రమోద హేతువు కాదు. సందియ మెందులకు ? ఈ కన్య మునికన్యయేని నా చిత్త మామెయందుఁ దగిలెడిది కాదు. ఇట్టి సంశయ విచారపదములందు ఉత్తములైన వారికిఁ దమ చిత్తవృత్తులే పరమప్రమాణము'లనితలంచి 'పూతకడియమునకుఁబై పూతపోవగా లోనిరాగి వెలుపలికిఁ గానవచ్చునట్లు వీరిమాటలవలననే నా సంశయములు దీర వచ్చు'నని వారి సల్లాపములయందు దుష్యంతుఁడాసక్తిఁ బ్రకటించెను.

అంతట నొక తుమ్మెద శకుంతలాముఖాంబుజమును ముసురుకొనఁ జొచ్చెను. ఆమె భయవిహ్వలయై యనసూయను కేక వైచెను. ఆమె శకుంతలతోఁ బరిహాసము లాడఁజొచ్చెను. 'నేను విరజాజికి నీరు వోయఁగా నా యెడ నుండి భవదాననగంధము నాస్వాదింప నా తుమ్మెద నిన్నుఁ జేరినది. మొదట శ్రవణేందీవరమును, ఆపై నీ కనుదమ్ములను నాస్వాదింప యత్నించినది. నీవు చేతులతో దానిని వారింప నీ చేతులే తమ్మిపూలవలె నుండ వానిని వీడిపోవకున్నది." యని పలికెను. తుమ్మెద శకుంతలాముఖపానలాలసత్వమును ప్రకటించిన దృశ్యమును దుష్యంతుఁ డభిలాషతోఁ గాంచి మధుకరుని యదృష్టమున కసూయ పడెను. శకుంతల తన మధుపబాధను దప్పించి ప్రాణసఖు లనిపించుకొనుఁ డని తన చెలుల నెలుగెత్తి పిలిచెను. అందులకు వారు- "మేము తపస్వికన్యలము, అసమర్థలము. ఈతిబాధలనుండి ప్రజలను రక్షించునది ప్రభువు కావున దుష్యంతునకు మొఱ బెట్టఁబో యెద' మని పలుకుచు రెండు మూఁడగులు ముందుకువైచిరి. శకుంతల యాక్రోశించుచు వారి వెంటఁబోఁ జొచ్చెను. వా రాశ్రమపదముఁ జేరకపూర్వమే తన నెఱిఁగించు కొనుట కది

యుచిత సమయ మని తలంచి దుష్యంతుఁడు తెర దీయఁగనేఁ బ్రవేశించు నటుని వలె మఱుగున నుండి వారి ముందునకు వచ్చి;'భయపడకుఁడు! భయపడకుఁడు! తపస్వికన్యలగు మీకు కీడుఁ దలపెట్టిన దుశ్చరిత్రుఁ డెవ్వఁ? డతని శాసించెద' నని పల్కెను. సుధామధురములైన యాతని మాటలును విని, జయంత, కంత నలకూబర సదృశుఁడైన యతని రూపును గాంచి, యక్కన్య లబ్బుర పాటు చెందిరి. అనసూయాప్రియంవద లాతని కులగోత్రనామాదులను గూర్చి సవినయముగాఁ బ్రశ్నించిరి. పుణ్యారణ్యములో మునికన్యల యెదుట బొంకుట పాపహేతు వని తలంచి దుష్యంతుఁడు నిజచరిత్ర మెఱిఁగించి, వేఁట నెపమున వచ్చి, కణ్వుల దర్శింప నట కేతెంచి, స్త్రీల యాక్రందనము విని యచట కేతెంచితి ననియు, అవి మీ సరససల్లాపము లని తేటపడిన" వనియుఁ దెల్పెను. వారు స్థిమితచిత్తు లైరి. దుష్యంతుఁ డంత శకుంతల సోయగములను కన్నారఁ గాంచఁ జొచ్చెను. శకుంతల చెవులలో భూపతి మంజుల వాగ్విలాసములు మ్రోయఁగా, హృదయములో మదనుని చాపగుణధ్వనులు మారుమ్రోగెను. ఆమె కోర్కులు మీఱఁగా నృపాలునిఁ గాంచఁ జొచ్చెను. పరస్పరము ప్రణయ దృక్కులు ప్రసార మయ్యెను. మన్మథుఁ డను వేటకాఁడు తూపులు నాటుచు వేటాడఁగా శకుంతల హృదయ మనెడి యోదమున వసుమతీశచిత్త మనెడి వనగజము చిక్కి కదల లేకపోయెను. శకుంతల మన్మథసుందరుఁడైన యతని పొందుటయే భాగ్యవిశేషముగాఁదలంచుచు నిలిచి యుండెను.అంతట ననసూయా ప్రియంవద లతిథి యైన రాజున కర్ఘ్యపాద్యము లొసంగుటకై పర్ణశాల కేఁగుద మని త్వరపెట్టి శకుంతలను చేయిపట్టి లాగుకొనిపోయిరి.

అంతట వారు పర్ణశాల కేఁగి యర్ఘ్యప్రదానసంభారములు సిద్ధము చేసి, వెంటనే యొక శిష్యుని భూపాలునిఁ దోడ్కొని రమ్మని పంపిరి. అతఁడు రాజును సమీపించి శకుంతల యిచ్చు నతిథిసత్కారములను గ్రహింప రమ్మని యాహ్వానించెను. తపస్విను లిచ్చు పూజఁగొనుట యనుచిత మని రాజు వెనుకాడెను. 'భూపాల! శకుంతల తపస్విని కాదు. భువనసేవ్యుఁ డగు కణ్వుని కూతురు. ఆ యమకై యా మునిముఖ్యుఁడు సోమతీర్థమునకుఁ జనెను. అతిథి సత్కార మొనర్చుట కాకన్నియ నా మహర్షి నియమించెను. కావున నామె యంతరము లెఱింగి యార్యులకు సపర్యలు చేయుచుండు' నని శిష్యుఁడు పల్కెను. రా జతని నవలోకించి 'కణ్వమహర్షి యూర్ధ్వరేతుఁడని విందుము;

అతని కపత్యలాభ మెట్లు కలిగె' నని ప్రశ్నించెను. అందుల కా శిష్యుఁడిట్లనెను:" ఆ వృత్తాంతము కడు పెద్దది. మీరు మార్గాయాసము చెందియున్నారు. శకుంతల యిచ్చు నాతిథ్యమును గ్రహించి సేదఁ దేరిన తరువాత వినిపించెద' నని పల్కెను. 'నే నంత బడలియుండ లేదు. కాశ్యపమునీంద్రునకీ పడతి జనించిన క్రమము ముందు వినఁ గోరెద' నని రా జడిగెను.'మధ్యమలోకపాల నుండవైన నీ యానతి యనుల్లంఘనీయ' మని పల్కి యాజడదారి శకుంతలా జన్మవృత్తాంతమును వర్ణించి చెప్ప నారంభించెను.

'హిమవత్పర్వతముపైఁ గల నొక కాంతారమున విశ్వామిత్ర మహర్షి పరమశివుని గూర్చి ఘోరతప మొనరించుచుండెను. అతని తపోమహిమకు లోకము లల్లకల్లోలము కాఁజొచ్చెను. ఇంద్రుఁ డందులకు భీతుఁడై యతని తపమును జెఱచుటకు మేనక నంపెను. ఆమె చెలికత్తెలతోఁగలసి హిమనగ శృంగమున కవతరించెను. వనమున నకాలవసంతము వ్యాపించెను. మేనక పుష్పాపచయవ్యాజమున విహరించుచు మహర్షిచిత్తము నాకర్షించెను. విశ్వామిత్రుని హృదయము చలించెను. తపము మాని మేనకతోఁగూడి యతఁడు విహరించెను. ఆమె గర్భవతి యయ్యెను. అతఁడు మఱల తపమునఁ బ్రవేశించెను. ఆమె కొక యాఁడుబిడ్డ కలిగెను. ఆ శిశువును బాలపొత్తిళ్ళలోఁ బెట్టి మాలినీసైకతమున నుంచి మేనక దివమున కేఁగెను.పక్షులాశిశువునకెండగాలివానలు దాఁకకయుండునట్లు పొదవి రక్షించి పోషించుచుండెను. అంతట నొకనాఁడు కరుణానిధియైన కణ్వమహర్షి శిష్యసమేతుఁడై మాలినీనదియందు స్నాన మాడుటకు విచ్చేసి, యా బాలను గాంచి దయార్ద్రహృదయుఁడై, శిష్యునిచేత నాశ్రమమునకుఁ దెప్పించికొని, ప్రాణాధికముగాఁ బెంచెను. అబలల కన్నదాతయు,నభయప్రదాతయు గురువు లయ్యెదరు గాన గాశ్యపుఁడు శకుంతలకుఁ దండ్రి యయ్యెను." శకుంతలావృత్తాంతము విని రాజు సంతోషము నొందెను. సూర్యుఁ డస్తగిరి శిఖర మెక్కెను. సాయంసధ్యకు సమయ మాసన్న మగుటచే నంతలో శకుంతలను దర్శించి వచ్చుట కారాజు మునికుమారుని వెంట నరుగఁ జొచ్చెను. అంతలో దుష్యంతుఁడు వేటకై పెంచిన పులి యొకటి సేననుండితప్పించుకొని యాశ్రమపదమువైపు గాండ్రించుచు వచ్చెను. విప్రకుమారుఁడు దానిని గాంచి భీతి నొంది రాజును శరణు వేడెను. రాజు దానిని మచ్చికతోఁ బట్టి, వేటకాండ్ర ప్రమతతకుఁ గోపించి, దానిని స్కంధావారమునకుఁ జేర్చి రేపకడ శకుంతలను

జూచెద నని చెప్పి వెడలెను. దుష్యంతుఁడు వేఁటపులిని గట్టి వైచి, వేటకాండ్ర యపరాధమున కుచితదండన మిచ్చి, శకుంతలాదర్శనమునకైన విఘ్నమునకుఁ జింతిల్లుచు నారాత్రి యొక యుగముగాఁ గడపఁ జొచ్చెను. చింతామగ్నుఁడైన రాజును మాండవ్యుఁడు దర్శించి యతని చింతకుఁ గారణము నెఱిఁగింప వేడుకొనెను. నోట నూవుగింజ నానని యాబాపనియొద్ద రహస్యరక్షణకు శపథము చేయించుకొని. దుష్యంతుఁడు శకుంతలాసౌందర్యమును, ఆమెపైఁ గల తన యనురాగము నాతనికి వర్ణించి చెప్పెను.

పర్ణశాలయందు శకుంతలయు మునికుమారునివలన జరిగిన వృత్తాంతము విని. రాజు తన జన్మక్రమము నాసక్తితో వినుటకు సంతసించి, మదనబాధతో నారాత్రిని బ్రహ్మకల్పమువోలె వేగించెను.

తృతీయాశ్వాసము :

సుర్యోదయ మయ్యెను. విరహవేదనాదోదూయమానచిత్తుఁడైన దుష్యంతుఁ డాశ్రమప్రాంతమున వేటాడుట తగవు గాదని చెప్పి సేనానిని, మాండవ్యుని, కతిపయాప్తజనమును దప్ప మిగిలిన పరివారమునంతటిని రాజధానికిఁ దరలించెను.రాజు మునిజనదర్శనార్థము రెండుదినము లచ్చట విడియ సంకల్పించెను. అంత నాశ్రమవాసులైన యిరువురు మునులు వచ్చి, ఋషిగణ మతిరాత్ర మను యజ్ఞము సేయఁ బూనె ననియు, దానికి రాక్షసులు విఘ్నమాచరించుచుండి రనియు, తద్రక్షకై రాజు నేఁడు రోజు లుండుటకై వినతి పంపి రనియుఁ దెలిపిరి. ఆశ్రితరక్షకుఁడైన రా జందుల కంగీకరించి, రథారూఢుఁడై, యాయుధపాణియై యజ్ఞశాల కేఁగి, మునులకు నమస్కరించి,యజ్ఞసంభారములను గానుకగా సమర్పించి, వారి దీవెన లంది యజ్ఞరక్షకుఁ గడంగెను. దానవేంద్రుల కామానవేంద్రుని సవనరక్షావ్రతము కంటకతుల్యమయ్యెను. నక్తంచరులకు రాత్రియందు శక్తి యధికము గావున వారందరాయజ్ఞమును నిశాసమయమున భగ్నము గావింప సంకల్పించిరి.మొదటిరోజున నపరాహ్ణమువఱకు యజ్ఞకలాపము నిర్విఘ్నముగా సాగెను. ఋషులు రాజు నభినందించి మధుఫలాదుల నర్పించి, సాయంకాలమువఱకు విశ్రమింప ననుమతి యిచ్చిరి. రాజు శకుంతలాదర్శనోత్సుకుఁడై, క్రిందటిరో జాసమయమున వారిని గలసిన చోటి కేతెంచెను.

శకుంతలయు మదనతాపమున కోర్వఁజాలక బాధపడుచుండుటచే ననసూయాప్రియంవద లామె నా ప్రాంతమున నొక లతామంటపమునందు చిగురాకుసెజ్జపై నుంచి శైత్యోపచారములు సేయుచుండిరి. రా జాలతాగృహము చెంగట మఱుఁగున నిలచి వారి సంభాషణల నల్లనల్లన వినుచుండెను. చెలులు చేయు శైత్యోపచారములవలన శకుంతలతాప మతిశయించుచుండెను గాని తగ్గదయ్యెను అందుల కనసూయ కలవరపడఁ జొచ్చెను. తొల్లి కథలలో నట్టిది విరహప్రకార మని వారు వినియుండిరి కాని శకుంతల దానిని కలలోనైనను గాంచియుండలేదు. 'కణ్వమహర్షియూర లేఁడు. తాపోపశమనోపాయ మెవ్వరు చెప్పుదురు; తామావిషయ మెవ్వరికిఁ జెప్పవలెను? ఏమిచేయవలె'నని యనసూయ బెంగపడఁజొచ్చెను ప్రియంవద యామాట లాలించి యిట్లనెను: "శకుంతల వేదనకైన కారణము నాకు కొంత తెలియును ఎఱిఁగియు నిట్టి రహస్య విషయములు తమంతఁ దాము చెప్పరాదు. శకుంతల కోపగింపక యంగీకరించినచో నేను చెప్పెద' ననెను. అనసూయ బొమలు ముడిచి, కనుఁ గీఁటి శకుంతలయను మతి వడసి ప్రియంవదను జెప్పు మని యడిగెను. ఆమె యిట్లు చెప్పెను: 'నిన్న మన యెదుట శకుంతల మదాళిబాధకు గుఱియై వర్తించినప్పు డారాజు వచ్చెనుకదా! అతని నీటోటి చనుఁగవపైఁ బులకలు నిలువగా నొయ్యారపుఁ జూపులతో నువ్విళ్లూరుచుఁ గాంచినది. ముగ్ధములు, తరళములు నైన యీమె వలపుచూపు లాతనిపైఁ బడినతోడనే యతఁడీమెను ప్రేమాతిశయమునఁగాంచెను. అట్టియెడ నృపతిచూపులే కావు కంతుతూపులుకూడ నీమె హృదయమును దాకినవి. అప్పటినుండి యీమె మేను నిప్పువలెఁ గాలుచున్నది. ఇది నే నెఱింగిన యంశము. ఇది తప్పక నిజము''—అని దాపక చెప్పెను. ఆ మాటలు రాజునకు మదనబాధ నపనయించు శీతలోపచారములుగాఁ దోచెను; శకుంతలా హృదయ మతని యధీన మని తెలియవచ్చెను.

ప్రియంవదమాటలవలన శకుంతలది విరహవికార మని నిశ్చయించి, యామెనోట నా సంగతి తెలిసికొని తగిన యుపాయము నాలోచింప సమకట్టి, యనసూయ యామె కన్నీటిని దుడిచి, లాలించి యిట్లు పలికెను. "లోకమునఁ దల్లిదండ్రులకును, నెచ్చెలులకును జెప్పఁగూడని రహస్యము లుండవు కావున మాతోడ నీ మనసులోని మాట చెప్పుట తప్పుకాదు. మేము నీకు బహిఃప్రాణములము. మాకుఁగాక మఱెవ్వరికిఁ జెప్పెదవు? మనసులోనిది దాచుకొన్నచో

నెవ్వఁగ జెందఁగలవు. మన్మథునిచేష్ట లతిపరుషములు. లేఁతగుండె నందులకు బలిచేయక మాకు చెప్పి బరువు దించుకొనుము. రోగము తెలియక మందు వాడుట యెట్లు? కావున, నీ యనురాగము నెఱిఁగి యుపాయ మాలోచింప వలెను. నీవు మా కీ విషయము చెప్పనిచోఁ బ్రియంవద ప్రాణములపై నొట్టు; నీవు మక్కువతోఁ బెంచిన మాలతీలతను స్వహస్తములతోఁ ద్రుంచినంతయొట్టు" అని యానలువెట్టి బలవంతపెట్టెను. శకుంతల చేయునదిలేక, నిట్టూర్పు నిగుడించి, కనుదమ్ముల నల్లన విచ్చి, నెచ్చెలితొడపై మోముదమ్మిని జేర్చి, గద్గద కంఠముతో 'బ్రియంవద చెప్పిన దంతయు నిక్కువ'మని చెప్పి, మీరు నిష్కళంకలు. నేను కళంకను. నేటినుండి నే నెట్లు మీ మొగములఁ జూఁడఁగల్గుదును? మునికన్యలతోఁ గలిసి యెట్లు వర్తింతును? మా తండ్రిని నే నెట్లు చేరఁ గాంతు'నని వెక్కి వెక్కి యేడ్వఁదొడఁగెను. అంతట ననసూయ శకుంతల నూరడించుచు నిట్లు ధైర్యము చెప్పెను. "కోమలి! నీవు మేనకావిశ్వామిత్రులకు జనించిన బాలామణివి. నీకు మునికన్యకలలోఁ గళంక మెట్లు వచ్చును? నీవు మహనీయచరిత్రవు. మందాకిని రత్నాకరునిఁ జేర నేఁగక చౌటకుంటకుఁ జేర నేఁగునా? కౌశికాత్మజవైన నీవు చంద్రవంశోద్భవుఁడైన దుష్యంతవిభునిఁ బతిగా వరించుట యట్టిది. మీ యిరువురకు ననుకూలదాంపత్య మేర్పడఁగలదు. సోమతీర్థమునుండి తిరిగివచ్చిన కణ్వమునీంద్రుఁ డందులకు సంతసించునుగాని కోపగింపఁడు. కావున చింత నుడిగి సంతసము నొందు"మని యూరటనొంద పల్కెను. మఱల ననసూయ ప్రియంవదతో నిట్లనెను: "ఈ చెలిప్రేమ లెస్స చోటనె నిలచినది. తాత వినినను దీనికి సంప్రీతి నొందఁగలఁడు. కాని ధరణిపతి చిత్త మేవిధమో తెలియవలెను." అందులకు ప్రియంవద యిట్లనెను: "నేను యాగశాలలో మహీపతిని గాంచితిని. అతఁడు నిన్నటికంటె నేఁడు చెలువము కొంత వాసియున్నాఁడు. నిద్దుర లేక యతని కన్నులు వాడియున్నవి. మేను గడుఁదూలి యున్నది. వేఁకువచందమామవలె మోముచందము విన్ననైనది. మన్మథశరపీడితునివలెఁ గానవచ్చినాఁడు. అతఁ డంతఃపురకాంతాచింతాభరమును బొందెనా! శకుంతలావిరహమును బొందెనా యను నంశమును నే నెల్ల మెల్లనఁ దెలిసికొనెదను. ఆలోసితన్వంగి కంతుబాధ కోర్చుకొను నుపాయ మన్వేషింపవలె"నని పలికెను.

దుష్యంతుఁ డామాటలు వినిపొదనూపుటకది సమయమనిభావించి,యొక యెలమావికి బిసతంతువాగుర నమర్చి యురివేఁటకానివలె శకుంతములకై నిరీ

క్షించు వానివోలె చరించుచు, శకుంతలయున్న వృక్షవాటి కల్లనల్లన వచ్చెను. అనసూయా ప్రియంవద లాతనిఁగాంచి సంభ్రమమున నాసనములుడిగిరి. శకుంతలయు సమ్మదభయవినయలజ్జాతిశయమున శయ్య దిగి యొక ప్రక్కన నిలిచి మధురములైన చూపుల నాతనిపై నిగుడించుచుండెను. శకుంతలాదుష్యంతుల నడుమ మాటలు లేని చూపులు మౌనబంధమునఁ బురిగొనుచుండెను. అప్పు డనసూయ రాజుతో- "మన్మథుఁ డను దొంగ శకుంతలామానిని మానధనము దొంగిలించి తెచ్చి మీకడ నుంచినాఁడు. స్త్రీ ధనములు రాజుల కగ్రాహ్యములు. కావున వానిని తిరిగి యిప్పించి, మదనతస్కరుని శిక్షించి విచ్చేయుఁ" డని పల్కెను. అందులకు రాజు నవ్వి, "మొదట మాధైర్యధనములను దొంగిలించి మదనతస్కరుఁడు మీయింతి కిచ్చెను. మే మీ సంగతి కోకిలమ్మవలన గ్రహించితిమి. మీయింతిహృదయధనము మాకు కుదువఁబెట్టినది. మాసొమ్ము మా కిచ్చినచో మీ సొమ్ములు మీ కిచ్చెదను. ఇందు మీ యిష్టసఖి కేది యిష్టమో తెలిసికొండు. పొద్దెంతయో లేదు సాయంసవనరక్ష కేఁగవలెను. మీ రెఱుంగని నయశాస్త్రములు లేవు. మీయింతి మనఃప్రియుని గాంచుటచేతనే స్వయంవరమైనది. ఇఁక గాంధర్వము నిర్వహింపుఁడు. క్షత్రియుల కది ధర్మవిహితము" అని పలికెను. అందుల కాచెలు లంగీకరించి యి ట్లనిరి. "వేఁటకువచ్చి మాసతిని ట్లంటి మీ రేఁగినచోఁ గులమునకుఁ గబ్బునకు మాట వచ్చును. మాతరళాక్షిపై నిజముగా మీకు మక్కువఁ గలదేని యిరువురికిఁ గలుగు పుత్త్రునకు యౌవరాజ్యపదవి నిత్తు నని శపథము చేయుఁడు." అందులకు రాజు నిస్సందేహముగా నంగీకరించి 'నారాజ్యలక్ష్మికిఁ గాశ్యపముని మనుమనికంటె మఱొకఁడు మాన్యుఁడు కాఁగలడా!' యనిపలికి సాక్షులను నుడివి శపథముచేసెను. అంతట నాచెలులు శకుంతలాకరపల్లవములను దుష్యంతునికరమున ఉంచి వారి శిరములపై బూవులఁ జల్లిరి.

అంతలో సంధ్యాసమయ మయ్యెను. నక్తంచరులు యజ్ఞవిధ్వంసమునకుఁ గడంగిరి. జడదారుల హాహాకారములు మిన్నుముట్టెను. రాజు యజ్ఞరక్షణకుద్యుక్తుఁడై, కంటతడి వెట్టు శకుంతల నోదార్చి, జయము సాధించి చిటికలో తిరిగి వచ్చెద నని ధైర్యము చెప్పి, యజ్ఞశాలవైపు వేగముగా వెడలిపోయెను. శకుంతల కెడమక న్నదరెను. చెలులు రాజునకు విజయము తథ్య మని భావించిరి.

జోషాచరవీరులకును, దుష్యంతునకు పోరు ఘోరముగా సంఘటిల్లెను. రాక్షసవీరులను బ్రహ్మాస్త్రప్రయోగమున భస్మము గావించి రాజు విజయశంఖము నొత్తెను మును లతని నభినందించి యాశీర్వదించిరి. చీఁకటిపడుటచే రాజు శకుంతలను జూచుటకు వీలుగాక విడిది కేఁగి, రాత్రియంతయు విరహవేదనచేఁ బొగులుచు బ్రొద్దుపుచ్చెను. శకుంతలయుఁ బర్ణాశ్రమమున విరహతాపతప్తయై చంద్రమన్మథమలయానిలోపాలంభనములఁ జేయుచు రేయిని వేగించెను.

సూర్యోదయ సమయమున రాజు సంధ్యవార్చి, యాగశాల కేతెంచి, రాక్షసభీతి లేక సవనకర్మలు గావించు ఋషులనుగాంచి, వారి యనుమతిఁబొంది యల్లనల్లన విహరించుచు, శకుంతల మున్నున్న చిగురాకుపాన్పును జేరి, మారవికారము నొందుచుండెను. అంతలో ననసూయాప్రియంవదలు మదనతాప ఖిన్నయైన శకుంతల నా లతామంటపమునకుఁ దెచ్చిరి; నవవధూవరుల కేకాంతము కల్పించిరి.

దుష్యంతుఁడు సవనరక్షావ్రతమున నున్ననాళ్లలో నాతఁ డట్లు శకుంతలతో రహస్యముగఁ గ్రీడించెను. సప్తాహమైన తరువాత మునులు మహారాజునకు రాజధానికేఁగ ననుమతి యిచ్చిరి. రాక్షసులతోడి రాజునకుఁ బోరయ్యెననియెఱింగి సేనానులు రాజధానినుండి సేనలతో వచ్చి రాజును కలిసికొనిరి. రాజు పురప్రయాణము చేయ సమకట్టి శకుంతల కడ కేతెంచి తనయానవృత్తాంత మెఱిఁగించి, ధైర్యము చెప్పి, కన్నవారు కన్నె నత్తవారింటికిఁ బంపుమర్యాదలతోఁ గణ్వమహర్షి పంపగా శకుంతల నంతఃపురమునకు రప్పించుకొనెద నని చెప్పి, ముద్రాంగుళీయిక మామె వ్రేలికిఁ దొడిగి, యెట్టకేల కనుమతి వడసి ససైన్యుఁడై హస్తినాపురి కరిగెను.

చతుర్థాశ్వాసము :

సోమతీర్థమున శివునిగూర్చి తప మాచరించు కణ్వమహర్షి శకుంతలాదుష్యంతుల గాంధర్వవివాహవృత్తాంతమును జ్ఞానదృష్టివలనఁ దెలిసి, సంతసించి యాశ్రమమునకుఁ దిరిగివచ్చి, శకుంతల యిచ్చిన యర్ఘ్యపాద్యము లంగీకరించి, యన్నియుఁ దెలిసియు నత్తన్వంగిముఖమున వినఁగోరి తెలియని వానివలె నామె నిట్లు ప్రశ్నించెను: "ఎన్నడులేని నవ్యవిలాససంపద నీ

ముఖపద్మమునఁ గానవచ్చుచున్నది. మేనిసొంపు వింతసోయగముల నీను చున్నది. భావములు మునుపటివలెఁగాక ముగ్ధమోహనలీలల నలరారుచున్నవి. వీనికి గారణ మేదియో ? నిజము చెప్పుము. దాచినచో నాపై నొట్టు సుమా !" ఆ మాటలు విని శకుంతల గజగజ వణఁకుచు, కంట నీరు నింపుచు, గద్గద కంఠముతో జరిగిన కథయంతయుఁ బూసగ్రుచ్చినట్లు తండ్రికి చెప్పివైచెను. కణ్వమహర్షి చిరునవ్వు నవ్వి, 'తల్లీ ! ని న్నింతగాఁ బెంచి పెద్దచేసితిని కదా ! నీకు తగిన భర్త యొడగూడుటకై నేను సోమతీర్థమున కేఁగి శివుని గూర్చితప మాచరింపబోయినయెడఁ నాతో నొక్కమాటయైనను జెప్పక మనోహరుఁడు లభించెనుగదా యని సంభ్రమముగ వివాహమైతివి కదా ! నీకు వరునిఁ గూర్చి పెట్టినవారు నీ చెలు లనసూయాప్రియంవదలు నీవును వారును గలిసి సుఖ ముండుఁడు. పరాయివాఁడ నయిన నేను పుణ్యతీర్థములు సేవింపఁబోయెదను. ఇఁక మాబరువు వాసి రాజపత్ని వైతివి. రాజ్యానుభవసుఖములందుచు మమ్ములను మరువక నీ మగనికిం జెప్పి మాయాశ్రమక్షేమముల నప్పుడప్పుడు విచారించుచుండు" మని యక్కొమ్మశిరము నురమునఁ జేర్చి యానందజలముల జలకమార్చి, భయము వోగొట్టి యిష్టసల్లాపము లొనర్చెను. అంత నాశ్రమ వాసు లందఱు కణ్వుని దర్శింప వచ్చిరి. వారందఱి యెదుట కణ్వ మహర్షి శకుంతలాదుష్యంతుల గాంధర్వవివాహ విషయము తెలిపి, యజ్ఞరక్షకుఁడైన యా రాజచంద్రుని వంశమును వర్ణించి వారి వివాహమునకు మునిజనముల యంగీకారము వడసెను. అంతట మధ్యాహ్న మగుటచేఁ గణ్వుఁడు స్నానార్థము మాలినీనది కరిగెను. శకుంతల పతిచింతాపరవశయై యొడలు మఱచి యుండెను. ఆశ్రమద్వారమున దుర్వాసుఁ డతిథియై నిలచెను. శకుంతల యా మహర్షిని గుర్తింపక యతిథిసత్కారములఁ గావింపదాయెను. అందుల కాతఁడు క్రుద్ధుఁడై రాజేంద్రుఁడాసతిని మఱచునట్లు కఠోరముగా శపించి వెడలి పోఁజొచ్చెను. అనసూయ పిడుగువంటి యా శాపము విని మునికాళ్ళపైఁ బడి "కాశ్యపునిపుత్త్రి మీ పుత్త్రి వంటిది కాదా ! అబలపై ననుకంప గాని యాగ్రహము నెఱపఁజనునా ? అనటిపం డొల్వ నినుపగోరు కావలెనా ? తోటకూరకు చంద్రహాసము దెత్తురా ? ప్రియుఁడు మఱచినచో శకుంతలయు, నామెతోఁ గాశ్యపులవారును దుఃఖసాగరమున మునిఁగెదరు. కాశ్యపులవారి కట్లయిన మీకు మనఃక్లేశము కాదా ? ఈమె కాశ్యపునకు పుత్త్రి యగుట మీకును బుత్త్రికయే. కావున నిఁక నీట ముంచెదరో పాల ముంచెదరో" యని

వినయధైన్యము లుట్టిపడ ప్రార్థించెను. దుర్వాసర్షి కృపాళుఁడై "ప్రియుఁడు ముద్రికా దర్శనము చేసినచో నీపువ్వుబోడి నెఱుఁగఁగలవాఁడు; అమెకుఁ గలుగు పుత్త్రుఁడు చక్రవర్తిపదము నొందఁగలవాఁ"డని వర మిచ్చి వెడలిపోయెను. ఆమహర్షిశాపవశమున దుష్యంతమహారాజు శకుంతలను మఱచి రాజ్యరమాలోలుఁడై యుండెను

శకుంతల నవమాసములు మోసి పుత్త్రుని గాంచెను. కణ్వమునీంద్రుఁ డాతనికి జాతసంస్కారాదులఁ జేయించి భరతుఁ డని పేరు పెట్టెను. అతఁ డాశ్రమపదమునఁ బెరుగుచు బాల్యముననే నుగ్రసత్వములను తన బలసంపదచే నెదిరించుచు నెదురులేక తిరుగుచుండుటఁ జేసి వానికి మునులు 'సర్వదమనుఁ' డను నామ ముంచి ముద్దుగాఁ బిలుచుచుండిరి.

అంతట నొక్కనాఁడు కణ్వమహర్షి శకుంతలను జేరఁదీసి, దుష్యంతుఁ డంతకాల మామె నంతఃపురమునకు రప్పించుకొనని కారణము దెలియక సంకట పడెను. పడతులు పుట్టింటఁ బెద్దకాల ముండుట పాడి కాదని భావించి, కుల సతీధర్మముల బోధించి, యనసూయాప్రియంవదలు మున్నుగాఁ గొందఱ వృద్ధ తపస్వినీ జనములను, జతురమతులైన నిద్దఱు శిష్యులను దోడువెట్టి శకుంతలను దుష్యంతుని పాలి కనుప సమకట్టెను. పెంచిన మమకారము పెల్లుబికిరాగా కరుణామయుఁడైన కణ్వమహర్షి శకుంతల నత్తవారింటి కంపుచు గద్గదకంఠముతో తనను వీడి వెడల జాలక కన్నీరు మున్నీరగు శకుంతల కెన్నియో సాంత్వనవచనములతో ధైర్యము చెప్పుచు కూతును సాగనంపెను. శకుంతలయుఁ దండ్రిని బాయలేని సంతాపజల మొక కంటను, అత్తవారింటి కేగెడు హర్షజలము మఱొక కంటను స్రవింపఁజేయుచు మందాకిని రత్నాకరుని జేర నేఁగెడు భంగి హస్తినాపురికిఁ దరలివెళ్ళెను.

కణ్వశిష్యులును, తపస్వికన్యలును, పుత్త్రసహిత యైన శకుంతలయు హస్తినాపురముఁ జేరి, రాజమందిరద్వారమున నిలిచి ఫణిహారులచే రాజునకు వార్త పంపిరి. రాజు వృద్ధకాంతల నంపి, సముచితముగా నొక యంతఃపుర ప్రదేశమున వారికి దర్శన మిచ్చెను. కణ్వశిష్యు లారాజు నాశీర్వదించి, కణ్వ సందేశమును వినిపించిరి. "జననాథా! నీవు నా యాశ్రమమునఁ బ్రవేశించి, శకుంతలను గాంధర్వమున వివాహమాడి, కొన్నినాళ్ళు చరించి. యఁటమీఁద

రాజధానికి వచ్చి తదీయవృత్తాంతము నెందులకో స్మరింపవు. నాఁకు తెలయక చేసిన పని యని వెఱచితివో లేక బహుకార్యమగ్నుఁడవై మఱచితివో తెలి యదు. ఈ సరోజనేత్రకు నీవలన పుత్త్రుఁడు జనించెను. పుత్త్రప్రాశస్త్య మమోఘమైనది. మాణిక్యమువంటి నీ కొడుకును గ్రహించి యువరాజ్య పట్టాభిషిక్తుని గావింపుము. ఇఁక శకుంతల యాశీలసంపదయం దనుసూయా రుంధతుల కెందును తీసిపోనిది. పుట్టిన దాది పుట్టెకు మమకారముతో ముక్తి కాంతను బెంచినట్లు నా పట్టిని పెంచుకొనినాను. నీసతులతో సరితూఁగున ట్టీకాంత నేలుకొనుము" అని కణ్వసందేశమును వినిపించుచు శకుంతలా దౌష్యంతులను శిష్యులు రాజుముం దుంచిరి.

దుష్యంతుఁ డా మాటలు విని 'హరహరా !' యని చెవులు మూసికొని తాను మునికన్యను వివాహమాడి యెఱుంగ నని పలుకుచు, అన్యకాంతాగ్రహ ణము వంశకీర్తినాశక మని పేర్కొనుచు, కాశ్యపాత్మజ నాకు 'అంగార కల్పితమైన ప్రతిమ' యని యీసడించి, యామెను గ్రహించుట కంగీకరింపక 'మీర లెచ్చటినుండి వచ్చిరో యచ్చటికి విచ్చేయుఁ'డని మందలించెను. అందుల కనసూయాప్రియంవద లాగ్రహించి సంపన్మత్తులైన రాజుల చిత్తవృత్తులను గర్హించి, దుష్యంతునివర్తనము నధిక్షేపించి, 'గుణవతియు, బుత్త్రవతియు, గులసతియు నైన భామను విడిచినవాని కిహపరము లుండ' వని హెచ్చరించిరి. అందులకు రాజు కపకటపడి 'యాడువారి మాటల కేమిగాని, నేఁడు తేపట నేనే కణ్వమునీంద్రుల దర్శించి కర్తవ్యమును నిశ్చయించెద నని' సభలోనికి వెడలి పోయెను. అనసూయాప్రియంవదలు కోపోద్రిక్తులై దివివైపు చేతులు సాచి 'సకలజనములు వినునట్లు సత్యమును బలుకుఁ' డని దేవతలకు మొఱపెట్టు కొనిరి.

అంతట నాకాశవాణి "జననాథోత్తమా ! యీ శకుంతల మహాసత్య వ్రతాన్విత. ఆ తనయుఁడు నీవలనఁ గలిగినవాఁడు. ఇది సత్యము. అను మానింపకు" మని పలికెను. ప్రజలును, రాజును ఆశ్చర్యమగ్నులైరి. ఆ పలుకులు వినుచు ననసూయాప్రియంవదను కోపముతో శకుంతల చేతి వ్రేలి నున్న యంగుళీయకమును దీసి రాజుపై వైచి, 'ఓ పాపపురాజా! ఈ యుంగర మె ట్లీబాలిక చేతికి వచ్చెనో చెప్పు; మాపై నీ ప్రజ లేవిధముగా నిర్ణయించిన దానిని మే మంగీకరించెద' మని యెలుగెత్తి పలికిరి. ప్రజ లాశ్చర్యచకితులైరి.

రాజున కా ముద్రికాదర్శనమువలన దుర్వాశశ్శాప ప్రభావము తొలఁగి శకుంతలావివాహవృత్తాంతము క్రమముగా జ్ఞప్తికి వచ్చెను. దాని నంతట దుష్యంతుఁడు సభకు సవిస్తరముగా వినిపించి, 'కొడుకు నాయంత వాఁ డయ్యెను. గాధేయతనయ దేహమాత్రావశిష్టముగాఁ గృశించినది. ఇంత కాలము గడచునంతవఱకు నే నెట్టివిషయమును మఱచితి" నని రాజు సంకట పడుచుండెను. అంత నారదమునీంద్రుఁ డారాజసభకు విచ్చేసి, దుర్వాసశ్శాప కారణమున నట్టివిస్మృతియేర్పడెననియు,నదియంగుళీదర్శనమునఁదొలఁగెననియు సభికులకుఁదెలిపి యందరి మనసులను కలఁకదీర్చెను. పుత్త్రుఁడు చక్రవర్తి యగు నని దీవించెను. శకుంతలను గ్రహింపు మని రాజు నాదేశించెను. దుష్యంతుఁడు సతీపుత్త్రులను గ్రహించెను ; శకుంతలను పట్టమహిషిగా నభిషేకించెను ; సచివానతిపై బుత్త్రిని యౌవరాజ్య పదవియం దలంకరించెను ; యువరాజునకు నారదుఁడు రాజ్యధర్మముల నుపదేశించెను ; అపై మునులను, మునిపత్న్యలను, అనసూయాప్రియంవదలను, సగౌరవముగా వీడ్కొల్పి, నారదుని యాశీస్సు లంది, దుష్యంతుఁడు చిరకాలము సతీపుత్త్రులఁ గూడి సర్వభోగము లనుభవించెను.

పద్మపురాణము – శకుంతలోపాఖ్యానము :

వ్యాస (భారత) కాళిదాస కథా కల్పనలను జోడించి రచించిన శకుంతలోపాఖ్యానము పద్మపురాణమున నొండు కానవచ్చుచున్నది. ప్రొఫెసరు హరదత్త శర్మ ప్రచురించిన బెంగాలీప్రతి యగు పద్మ పురాణ స్వర్గ ఖండము నం దాకథ కలదు. కాళిదాసు తన రఘువంశకావ్యమునందలి దిలీప రఘు చక్రవర్తుల వృత్తాంతములను, అభిజ్ఞాన శాకుంతలము నందలి యితివృత్తమును పద్మపురాణకథల నాధారముగాఁ జేసికొని రచించె నని ప్రొఫెసరు హరదత్త శర్మగా రభిప్రాయ పడిరి. కాని, ఆర్. డి. కర్మాకర్ ప్రభృతులైన విమర్శకు లాయభిప్రాయమును ఖండించిరి.ఆనందాశ్రమప్రతి యైన పద్మపురాణమున నా శకుంతలోపాఖ్యానము లేకుండుటచేతను, క్రీ. శ. 12 వ శతాబ్దము వఱకు పద్మపురాణములో ప్రక్షిప్తములు చేరుచున్నట్లు పరిశోధనలవలనఁ దెలియుట చేతను, గుప్తరాజులకాలమునందును, ఆ తరువాతికాలమునందును పురాణముల సంకలము విరివిగా జరిగి యుండుటచేతను పద్మపురాణమునందలి శకుంతలో

పాఖ్యానము వ్యాస (భారత) కథలను రెండింటిని జోడించి యొనర్చిన కల్పన మని పై విమర్శకులు భావించు చున్నారు. పిల్లలమఱ్ఱి పినవీరభద్ర కవి కాలము నాటికి పద్మపురాణము ప్రసిద్ధమై యుండుట వలన నందలి కథాంశములను గూడ మనము గమనించి యది యెంతవఱకతనికిఁ దోడ్పడినదో తెలిసికొన వలసి యున్నది.

పద్మపురాణమునందలి శకుంతలకథాంశములు :

1. దుష్యంతుఁడు హరిణమును వేటాడఁబోవు నెడ కణ్వశిష్యు లాతనిని వారించినట్లు కలదు కాని వారు రాజు నాశీర్వదించి నట్లు చెప్పఁబడ లేదు.

2. శకుంతల నెచ్చలిగా నిందు ప్రియంవదా పాత్ర యొక్కటి మాత్రమే కల్పింపఁబడెను. అనసూయా పాత్ర కల్పింపఁబడ లేదు.

3. రాజు దప్పిగొని యాశ్రమమునఁ బ్రవేశించి, చెట్లకు నీరు పోయుచున్న శకుంతలా ప్రియంవదలను గాంచును. శకుంతల దుష్యంతున కర్ఘ్య పాద్యముల నిచ్చి గౌరవించును. రాజు తన గోత్రనామాదికములఁ దెలి గించి శకుంతలా వృత్తాంతమును గూర్చి ప్రశ్నించును. శకుంతల కోరి కపైఁ బ్రియంవద తద్వృత్తాంతమును రాజున కెఱిఁగించును.

4. రాజు శకుంతలను వివాహ మాడఁగోరును.వనమునకు ఫలములు గొనిరా నేఁగిన కణ్వమహర్షి తిరిగి వచ్చునంతవఱ కాతని నాగుమని శకుంతల వేడును. కాని, రాజామెను వెంటనే గాంధర్వవిధిని వివాహ మాడ నిశ్చయించును. శకుంతల తన కాతని వలనఁ గలుగఁబోవు పుత్త్రుని యువరాజుగాఁ జేయుట కంగీకరించినచో వివాహ మాడెద నసును రా జందుల కంగీకరించి, శకుంతలను బొంది, తన యుంగరము నామె కిచ్చి రాజధానికి తిరిగి పోవును.

5. దుర్వాస శ్శాప వృత్తాంత మిందును గలదు. ఇందు ప్రియంవద దుర్వా సునికి శకుంతల దుష్యంతుని భార్యయైన విధమును వివరించి యతనిని ప్రసన్నునిగాఁ జేసికొని నట్లు కలదు.

6. కణ్వ మహర్షి శకుంతల గర్భవతిగా నున్న ఏడవ నెలలో నామెను భర్త యింటి కంపుటకు నిశ్చయించును. శకుంతలయు భర్తృ గృహమున కేఁగుట కాసక్తి ప్రకటించును. గౌతమి, ప్రియంవద, ఇరువురు కణ్వ శిష్యులు శకుంతల వెంట హస్తినాపురికి వెళ్లెదరు.

7. మార్గ మధ్యమున శకుంతలకు దుశ్శకునములు పొడగట్టును. సర్వసతీ నదిలో స్నానమాడు నెడ శకుంతల తన చేతి యుంగరమును ప్రియంవద కిచ్చును. ఆమె చీరకొంగున ముడివేసికొనునెడ జారి తీర్థమునఁ బడిపోవును. ప్రియంవద యా విషయమును శకుంతలకుఁ జెప్ప లేదు శకుంతలయు నుంగరమును గూర్చి యామె నడుగ లేదు. వారందరు హస్తినాపురికిఁ జేరుకొందురు.

8. హస్తినకుఁ జేరి రాజప్రాసాదములోనికి ప్రతీహారిముఖమునఁ గణ్వ శిష్యులు వర్తమానము పంపెదరు. రాజు వారి నాహ్వానించి సంగతులు తెలుసుకొను మని పురోహితుని నియమించును. పురోతుఁ డట్లు చేసి గర్భవతియై యున్న శకుంతల రాజుభార్య యని రాజున కెఱిఁగించును. దుర్వాసశ్శాప పీడితుఁడైన రాజు శకుంతల వంచకి యైన వేశ్యయని శకించును. పురోహితుఁ డామె కులవధువుగాఁ గానవచ్చుచున్న దనియు, రాజామెకు దర్శన మిప్పింప వలె ననియుఁ గోరును. రా జట్లే చేయును. కణ్వశిష్యులు శకుంతలను గ్రహింపుమని రాజునకు విన్నవించుకొందురు. రాజు నిరాకరించును. శిష్యు లందులకు కోపించి, యామెను గ్రహింపనిచో దుఃఖములకుఁ బాల్పడెద వని పరుషముగాఁ బలికి వెడలి పోయెదరు. గౌతమి రాజునకు నచ్చఁజెప్ప ప్రయత్నము చేసినను ఫలము లేక పోవును. శకుంతలయు రాజుతోఁ దనవృత్తాంతము చెప్పుకొనును. కాని, రాజున కది జ్ఞాపకమునకు రాదయ్యెను. శకుంతల ప్రియంవదను ఉంగరమును జూపింపు మనను. ఆమె యుంగరముచు బోఁగొట్టిన విధము నెఱిఁగించును. శకుంతల దానిని విని విషాదమున మూర్ఛపోయి, కొంతవడికి తెలివొంది దుష్యంతుని యెదుట ధర్మోపన్యాసము చేయును. చివరకు పురోహితుని హితవు ననుసరించి యతని వెంట నరుగుమండ మేనక మెఱుపువలె వచ్చి యామెను గగనపథమున గొంపోవును. సభికు లాశ్చర్య మగ్న లయ్యెదురు.

9. ఒకనాఁడు రాజు పురోహితామాత్యులతోఁ గూడి నగరమును దర్శింప నేగును. మార్గమున సరస్వతీతీర్థమున చేపలు పట్టుకొని బెస్తవానిని రాజముద్రికను దొంగిలించిన నేరమునకు రక్షకభటులు బంధించి కొట్టుచుండుటఁ గాంచును. రాజచ్చటి కేఁగి యుంగరమునుగ్రహించును. బెస్తవాని కథవిని యతనిని విడిచివేయును. అంగుళీ దర్శనమున రాజునకు దుర్వాసశ్శాపము తొలగును. అతఁ డాయుంగరమును గాంచి దుఃఖించుచు మూర్ఛ పోవును. అమాత్య పురోహితు లతనిని సేదఁ దేర్చి, యతని-వలన శకుంతలా పరిణయ వృత్తాంతము నెఱిఁగి యతని నోదార్చెదరు. అంతలో లొక సేవకుఁడు ధనవర్ధనుఁడను సముద్ర వర్తకుని మరణ వార్త తెల్పి, రత్నరాసులతో నిండియున్న యతని యోడలు రాజాధీనమగు చున్న వని యెఱిఁగించెను రాజా యాస్తిని గర్భవతియగు నా వర్తకుని భార్య కిమ్మని తీర్పు చెప్పును. ఆపైఁ దాను గర్భవతి యైన శకుంతలను నిర్దాక్షిణ్యముగాఁ బరిత్యజించిన వృత్తాంతమును స్మరించి, తనకు బిడ్డలు లేని కొరతకు బిట్టు దుఃఖించును. అట్లు మూఁడేండ్లు గడచును. ఒక నా డింద్రు నా హ్వానముపై దుష్యంతుఁడు రాక్షస సంహారార్థము స్వర్గ నగరమున కేఁగెను.

10. దుష్యంతుఁడు రాక్షస సంహారానంతరము తిరిగి వచ్చుచు మారీచాశ్రమమును దర్శించును. అందొక వృద్ధ తాపసురాలొక సాహసికుఁడైన బాలు నాడించుచుండెను. ఆమె రాజున కర్ఘ్యమిచ్చి యుచితాసనమున గూర్చుండఁ బెట్టెను. ఆ బాలుఁ డరణ్యమున కెలుగెత్తి యైదు సింహములనులతలతోఁ గట్టి లాగుకొని వచ్చెను. అం దొక సింహము తప్పించుకొని పో బోగా నా బాలుఁడుదానిని బలవంతముగఁ దెచ్చి మఱల కట్టి వైచెను. రా జా యప్రాకృత బాలుని సాహసమున కబ్బుర పడి మునిబాలకుని కట్టి పరాక్రమ మెట్లబ్బెనా యని వింతపడెను. బాలుఁడాసింహమును బట్టుచు 'నేను బ్రాహ్మణ బాలు ననుకొంటివా ? పురువంశ సంజాతుఁ డైన సుక్షత్రియుఁడ'నని పలికెను రా జవి బాలభాషితములని ముచ్చటపడుచుండెను. అంతలోఁ గుశసమిధులను దెచ్చుటకై వనమున కేఁగిన మారీచమహర్షి తిరిగి వచ్చి, రాజును గాంచి సంతసించి, యా బాలుఁడు శకుంతల వలన రాజున కుదయించిన పుత్త్రుఁ డని యెఱిఁగించి, దుర్వాసశ్శాపము తీరిచ

తరువాత నా బాలుని రాజుకడ కంపవచ్చు నని యచ్చటనే పెంచుచున్నట్లు తెలిపెను. అదితిచే శకుంతలను బిలిపించి, యామెను రాజున కప్పగించెను. రాజు సంతసించి, మారీచుని యాశీస్సులతోఁబాటు భార్యాపుత్త్రులను గ్రహించి నిజనగరమున కరిగెను.

ఈ పురాణ కథా కల్పనములు పినవీరభద్రుని శృంగార శాకుంతల కథకుఁ దోడ్పడినట్లు కానరావు. కాని పద్మపురాణమున శకుంతలవెంట ప్రియంవదయు రాజసభ కేగినట్లు కలదు. దాని నాధారముగాఁ గొని పినవీరన తన కావ్యమున ననసూయా ప్రియంవదరలు శకుంతల వెంట నరిగినట్లు కల్పించినట్లు భావించుట కించుక యవకాశ మున్నది.

కట్టహారి జాతకథ :

బౌద్ధ జాతక కథలలో మహాభారత శకుంతలోపాఖ్యాన కథను దలపించు కట్టహారి జాతక కథ కలదు. అందు బ్రహ్మదత్తుఁడను రాజు కథ వర్ణింపఁ బడెను. ఆ కథ సంగ్రహముగా నిది : బ్రహ్మదత్తుఁ డను రాజు ఫలపుష్ప హరణార్థమై వనమున కేఁగి, యచ్చట నొక కన్యను గాంచి వివాహమాడెను. అతని పొందువలన నామెకు గర్భమై,అందు బోధిసత్త్వుని వహించినట్లు స్ఫురించెను. రాజామె కొక యుంగర మిచ్చి, పుత్త్రుఁ డుదయించినచో నాతనిని దనయొద్దకుఁ దెమ్మనియుఁ, బుత్త్రిక యైనచో దాని వెలవలన వచ్చు ధనముతో నామెను బోషించుకొను మనియుఁ జెప్పి వెడలి పోయెను. కాలక్రమమున నామె పుత్త్రుని గని పెంచుచుండెను. ఆ బాలుఁడు చెలికాండ్రతో నాడుచు తండ్రి యెవరో తెలియనివాఁ డని హరిచే నవమానింపఁ బడెను. అంత నామె నా బాలునిఁ గొని యారాజుకడ కేఁగెను. ఉంగరము చూపినను రాజామెను గ్రహింప నొల్లక యాతఁడు తన పుత్త్రుఁడు కాఁడని నిరాకరించెను. ఆమె తన పాతివ్రత్యమును నిరూపించుకొనుటకు ఆ బాలుని పై కెగుర వైచి, యతఁడు నిజముగా బ్రహ్మదత్తునిపుత్త్రుఁ డైనచో నేలపైఁ బడఁడని ప్రతిన జేసెను.బాలుఁ డాకసమున నిలిచి యుండి,తాను రాజపుత్త్రుఁడనని పలికెను.రాజంతటనాబాలుని గైకొని యువరాజునుఁ జేసెను. ఆమెను పట్టమహిషిగా గ్రహించెను.

ఈ కథలో నంగుళీయక ప్రసక్తి వచ్చినను దానివలన సాధింపఁబడిన ప్రయోజనములు భిన్నములు. మొత్తమున కీ కథను కాళిదాసువలెనే పినవీరభద్రుఁడును అనుసరింప లేదనుట తథ్యము.

శృంగార శాకుంతలము - కథాసంవిధానము

కావ్యమునకు రసము ప్రాణము. కథాకల్పనము రసపోషణమున కనువుగా నుండవలెను. పిల్లలమఱ్ఱి పినవీరభద్రకవి తనశాకుంతలకథను శృంగార రస ప్రధానముగా నిర్మించెను. అందువలననే యతనికావ్యమునకు శృంగారశాకుంతల మను పేరు ప్రసిద్ధికెక్కెను. ఈకావ్యకథ కాదిమూలము సంస్కృతమహాభారతము నందలి శకుంతలోపాఖ్యానము. ఆకథలో ధర్మప్రబోధమున కున్న ప్రాధాన్యము శృంగారరసదీప్తికిఁ గానరాదు. అందు నాయకుఁ డుదాత్తవర్తనుఁడు కాఁడు. ఉదాత్తవిరహిత మైన నాయకవర్తనమునం దౌచిత్య ముండదు. అనౌచిత్యము రసభంగహేతువు. కాళిదా సాయంశమును గమనించి మహాభారతదుష్యంతుని శీలమునందలి యౌదాత్యమును బోషించుకల్పనలు గావించి యభిజ్ఞానశాకుంతల మున నౌచిత్యము పోషించెను. శకుంతలోపాఖ్యానము కాళిదాసునికథాకల్పనలచే బహువిధములైన రసపోషణమార్గములను సంతరించుకొనినది. పిల్లలమఱ్ఱి పిన వీరభద్రుఁడు కాళిదాసనాటకకథావిధానమునుగూడ రసపోషణదృష్టితో గ్రహించి స్వీయకల్పనలు కొన్ని జోడించి తనకావ్యమును మిశ్రవస్తువుగా రూపొందించెను. వ్యాసకాళిదాసకథాకల్పనల ప్రయోజనములను, పినవీరభద్రుని కల్పనాసంవిధాన ముల సార్థక్యమును బరిశీలించినచో శృంగారశాకుంతలకావ్య కథానిర్మాణ కౌశలము తేటతెల్లము కాఁగలదు.

వ్యాసుని యితిహాసకల్పనము సత్యధర్మప్రవణమైనది. దుష్యంతుఁడు కణ్వాశ్రమమున శకుంతలయందు బద్ధానురాగుఁడై, యామెను గాంధర్వవివాహ మున కొప్పించి, కణ్వుఁ డింట లేనప్పుడు, పట్టపగ లామెను చేపట్టి, యామహర్షి వనమునుండి తిరిగిరాకపూర్వమే రాజధానికిఁ బయనమై వెడలి, మునికోపమునకు వెఱగంది శకుంతలను గ్రహింపక రాజ్యభోగలాలసుఁడై యుండినవాఁడు. శకుంతల నిండుసభలోఁ దన నెఱిఁగించుకొనినప్పుడు, తెలిసియు, దెలియని వానివలె నటించి, లోకాపవాదమునుండి తనను దాను రక్షించుకొనవలె నని యత్నించెను. సత్య మాకథలో నాకాశవాణి నిరూపించినది. ఆకాశవాణికల్పన మాకథలోఁ బ్రాణభూత మైనది. రాజులు నవశృంగారప్రియులు. గుట్టుగాఁ జేసిన తప్పులు స్వీయప్రతిష్ఠ కడ్డము వచ్చినచో నసత్యమాడి తప్పించుకొనుటకు వెనుకంజ వేయని స్వార్థపరులు రాజులు. వారి యధర్మప్రవృత్తికిఁ బ్రతీకగా దుష్యంతుఁ డాకథలోఁ గల్పింపఁబడినాఁడు. అట్టివానిచేత మోసగింపఁబడినది

ధర్మమునకుఁ గట్టుపడి గుట్టుగాఁ బెండ్లాడిన యొక యబల. శకుంతలాదుష్యంతుల వివాహము గాంధర్వ మగుటచే మూఁడవవ్యక్తి కది తెలియదు. అందువలన శకుంతలను దుష్యంతుఁడు కాదనినప్పుడు ప్రత్యక్షసాక్ష్యము లేదు. ఇట్టి విపరీతపరిస్థితి యేర్పడినప్పుడు వ్యాసకల్పన ననుసరించి సాక్షులుగా నిలిచెడి వారు పంచభూతములు. అందు పలుక నేర్చినది శబ్దగుణప్రధానమైన ఆకాశము. అందువలన నాకాశవాణిని వ్యాసుఁడు సాక్ష్యము పల్కించినాఁడు. ధర్మగ్లాని జరిగినప్పుడు సత్యప్రతిపాదనము చేయు మానవాతీతశక్తి యొకటి కలదనియు, అది శకుంతలాపాతివ్రత్యధర్మమును రక్షించుటకు శకుంతలోపాఖ్యానమున, బ్రసంగించె ననియు స్పష్ట మగుచున్నది. ఇందు ధర్మరక్షణమున కున్న ప్రాధాన్యము అధర్మశిక్షకు లేదు. నిండుసభలో బొంకిన దుష్యంతుఁ డాకాశవాణి మాటలు విని నిజము నొప్పుకొనినంతమాత్రమున శిష్టుఁ డనిపించుకొనినాఁడు. పరితాపతప్తుఁడు గాని యానాయకునివర్తనము పఠితచిత్తమునకు హత్తుకొనదు. ఋజువర్తనమున మెలఁగిన శకుంతలకుఁ దగినభర్త యని మన్ననల నందలేఁ డావేఁడు అందువలననే మహాభారతశకుంతలోపాఖ్యానమున శకుంతలపాత్ర కున్న మహత్వము దుష్యంతునకు లేదు. ఆమె యొక యుజ్జ్వలమణి అతఁడు వెలవెలఁబోవు నొకదివ్వె. ఇట్టియంతర మున్న ఆకథలో ధర్మదీప్తి కున్నస్థానము రసమున కుండదు. వ్యాసశాకుంతలము వస్తుతః రసపోషణ కనువైన కథ కాదు.

కాళిదా సాకథ నందువలన సంస్కరించెను. అతనిది రసదృష్టి. అన్యరసములందు కంటె శృంగారమున నౌచిత్య మతిసూక్ష్మముగాఁ బాటింపఁ బడవలెను. ఔచిత్యము సన్నివేశములు, పాత్రలు, సంభాషణలు, అభినయము, ఇట్లు సర్వకావ్యాంశములయందు వ్యాపించియుండును. కథ శరీర మైనచో నాయినాయకులు వెన్నెముకవంటివారు. శకుంతలాదుష్యంతులలో దుష్యంతునిపాత్ర శకుంతల కుచితమైనదిగాఁ దీర్చిదిద్దఁబడవలెను. అందులకు కాళిదాసు దుర్వాసునిశాపమును ప్రవేశపెట్టినాఁడు. దానివలన నాయకుని శీలము రక్షింపఁబడినది. పరితాపతప్తుఁ డైన నాయకుఁడు పుటముపెట్టిన బంగారమువలె వన్నెకెక్కినాఁడు. దుర్వాసునిశాపము శకుంతల స్వీయధర్మ నిర్వహణమునం దొనర్చిన ప్రమాదమువలన గలిగినది. ఆమెకు భర్తృవియోగ మంగుళీరక్షణమునందలి పరాకువలనఁ గలిగినది. నాయికానాయకుల

సంయోగవియోగములు వారివారి స్వీయకర్మలకు ఫలముశే గాని యతిమానుష శక్తులవలన గల్పింపఁబడినవి కావు. ఇట్టికల్పన కథలో సహజమైన సంఘర్షణమును, ఉత్కంఠతను, రసభావగాంభీర్యమును గల్పించి వస్తువును భావనామయ మొనర్చును. "నవినావిప్రలంభేన సంభోగః పుష్టి మశ్నుతే" అనులాక్షణికో క్తి ననుసరించి శృంగారకావ్యమున నయోగవియోగశృంగారరస పోషణ కనువైన కథాకల్పనము చేయుటయందే కవిప్రతిభ ద్యోతమాన మగుచుండును. కాళిదాసుని కల్పనలన్నియు నీమూలసూత్రము నాశ్రయించి ప్రవర్తిల్లినవి.

అభిజ్ఞానశాకుంతలప్రథమాంకమున నాయికానాయకుల ప్రథమవీక్షణాదు లయం దంకురించిన రతి ద్వితీయతృతీయాంకములయందు అయోగవిప్ర లంభముచేఁ బరిపోషింపబడినది. కాళిదాసుని నాటకమున నాయికానాయకుల సంభోగశృంగారము పరమవ్యంగ్యముగా సూచింపఁబడినది. చతుర్థాంకమున దుర్వాసశ్శాపముచే విప్రలంభము మొలకెత్తి, పంచమషష్ఠాంకములందు విస్తరించి సప్తమాంకమునందలి నాయికానాయకుల పురస్సమాగమమునకుఁ బుష్టిని గల్పించినది. ఇంద్రియతర్పణైకలక్షితమైన ప్రథమసమాగమము అద్వైత ప్రేమకు లక్ష్యమైన దివ్యప్రేమగాఁ బరిణతి చెంది పునస్సమాగమమున ఫలించి నది. శృంగారముయొక్క యాద్యంతస్థితుల కొక రసవత్తరరూపక వాఖ్యానము వ్రాసినట్లు నడచినది కాళిదాసునినాటకకథాసంవిధానశిల్పము.

శాకుంతల కథాకల్పనలకుఁ గాళిదాసునినాటకవస్తువే పరాకాష్ఠ. అట్టి పరమశిల్పరమణీయవస్తువును వ్యాసకల్పనలతో జోడించి విచిత్రమైన మిశ్ర వస్తువును గల్పింపవలె ననెడి ప్రయత్నము చేయుటయే పిల్లలమఱ్ఱి పినవీర భద్రకవి సాధించిన వినూత్నప్రయోగము. ఇది కత్తిమీద సాములవంటిది. దానిని సాధించి నిపుణుఁ డనిపించుకొనినాఁడు పిల్లలమఱ్ఱి.

"భారతప్రోక్త కథ మూలకారణముగఁ
గాళిదాసుని నాటకక్రమము కొంత
తావకోక్తికి నభినవశ్రీ వహింపఁ
గూర్మిఁ గృతి సేయు నాకు శాకుంతలంబు"

అని చిల్లర వెన్నెయామాత్యుఁడు కోరినాడు. అతఁడే శాకుంతలకథ శృంగార రసప్రధానముగా నుండవలెనని సూచించినాఁడు. శృంగారరసపోషణమునకుఁ గాళిదాసునినాటకకథాక్రమము తోడుపడినంతగా భారతప్రోక్తకథ సహాయపడదు. ఈసూక్ష్మవిషయము పినవీరభద్రకవి గ్రహించెను.

ఆకాశవాణికథనమువలన నాయికానాయకులపునస్సమాగమ మగుట భారతకథలోని యాయుపుపట్టు. అది కథలోని చివరిఘట్టము. పినవీరభద్రకవి యాచివరిఘట్టమును భారతకథలో వలె నిర్వహించి, మిగిలినకథనంతటిని కాళిదాసునినాటకకథ ననుసరించి నిర్మించెను. స్థూలముగా భావించినచో శృంగార శాకుంతలకథాగతియంతయు కాళిదాసునికథ ననుసరించియు, నిర్వహణము భారతకథ ననుసరించియు దీర్చిదిద్దఁబడినవి. సూక్ష్మముగాఁ బరిశీలించినచో కాళిదాసభారతకథాకల్పనల నడుమ నెడనెడ పినవీరభద్రుఁడు స్వయముగాఁ గావించిన కొన్నిమార్పులు, చేర్పులు కావ్యకథలోఁ గమనీయముగఁ గానవచ్చుచున్నవి.

కాళిదాసుని నాటకము ననుసరించి కల్పించిన కథాంశములు :

శృంగారశాకుంతలమున నూటికి తొంబదిపాళ్లు కాళిదాసునినాటకకథాక్రమమే పాటింపఁబడినది. వానిని వివేకించుటకుఁ బూర్వము మన మొకవిషయమును గమనింపవలెను. కాళిదాసు వ్రాసినది నాటకము అందు కథ ఆధికారికము, సూచ్యము నని ద్వివిధముగా భాసించును. రసభావప్రపంచమునకును, రంగప్రయోగమునకును అనువైనవస్తు వాధికారిక మనఁబడును. ప్రదర్శనకనుకూలముగాని కథార్థములు సూచ్యకథాంగము లగును. పినవీరభద్రకవి రచించినది కావ్యము కావున కాళిదాసునినాటకమునందలి సూచ్యకథార్థములుగూడ వర్ణనీయాంశములుగాఁ గ్రహింపఁబడినవి. వానిని వివేకించి విమర్శించుట మన కర్తవ్యము :

(1) ఆధికారిక కథాకల్పనలు :

1. దుష్యంతుఁడు వనమున హరిణమును వెన్నంటి యరుగుట.
2. వృద్ధతాపసి దుష్యంతునకుఁ జక్రవర్తిలక్షణవిశిష్టుఁడైన పుత్త్రుఁ డుదయించున ట్లాశీర్వదించుట.

3. రాజు తపోవనమున బ్రవేశించునెడ కుడిబుజ మదరుట, ఆశుభశకున మునుగూర్చి యతఁడు వితర్కించుకొనుట.

4. అనసూయాప్రియంవదలతోఁ గూడియున్న శకుంతలను దుష్యంతుడు గాంచుట, వారి సరససల్లాపముల వర్ణనలు.

5. మధుకరము శకుంతలాముఖపద్మముపై దాడిచేయుట- అది కారణముగా రాజు మునికన్యలయెదుట ప్రవేశించుట. నాయికానాయకుల ప్రథమ వీక్షణసన్నివేశము, అనురాగోదయ క్రమవికాసచిత్రీకరణము.

6. విదూషకపాత్రకల్పనము- రాజు విదూషకునితో శకుంతలాప్రణయ వృత్తాంతము చెప్పుట.

7. లతామంటపమున శకుంతల విరహవేదన ననుభవించుట- చెలులసంభాషణము- రాజు మాటున నుండి వారిసంభాషణలు వినుట, శకుంతలా దుష్యంతుల గాంధర్వవివాహము.

8. దుర్వాసశ్శాపకల్పనము.

9. కణ్వమహర్షి శకుంతల నత్తవారింటికిఁ బంపుఘట్టము.

10. అంగుళీదర్శనమువలన దుష్యంతునకు శకుంతలా వివాహవృత్తాంతము స్మృతికి వచ్చుట.

(2) సూచ్యకథాంశముల ననుసరించి కావించిన కల్పనలు :

1. దుష్యంతుని మృగయావిహారవర్ణనము.
2. దుష్యంతుని సవనరక్షావ్రతము, రాక్షసనాయకులతోడియుద్ధము.
3. శకుంతలాదుష్యంతులరహస్యక్రీడలవర్ణనము.

భారతకథ ననుసరించి చేసిన కథాకల్పనలు :

1. శకుంతలా జన్మవృత్తాంత కథనమును విపులముగా వర్ణించుట.
2. పుత్త్రవతియైన శకుంతలను గణ్వుఁ డత్తవారింటి కంపుట.
2. దుష్యంతునిసభలో నాకాశవాణి నిజము లోకమునకుఁ దెలియఁ బలుకుట.

పినవీరభద్ర కవి కల్పించిన కథార్థములు—వర్ణనలు :

1. హస్తినాపురవర్ణనము, దుష్యంతమహారాజువర్ణనము.
2. పుళిందవల్లభుల ప్రేరణమున రాజు మృగయాకౌతుకము వహించుట; మృగయాసన్నాహవర్ణనము.
3. రాజు మార్గమధ్యమున యాదవులవిందు గుడుచుట.
4. వనమృగవర్ణనము, మృగయావర్ణనము.
5. ఆశ్రమప్రభావముచే మృగముపై రాజునకు జాలిగలిగి బాణముచే దానినాతఁడు గొట్టకుండుట.
6. వృద్ధతాపసునికిని, రాజునకు నైన సంభాషణము.
7. తపోవనవర్ణనము.
8. రాజు మునికన్యలతోఁ దనచరిత్రము దాచకుండ చెప్పుట.
9. సఖీసమేత యైన శకుంతల యాశ్రమపదమున కేఁగి యతిథిసత్కారములకై రాజు నాహ్వానింప నొక మునికుమారుని రాజుకడ కంపుట.
10. మునికుమారుఁడు రాజునకు శకుంతలాజన్మవృత్తాంత మెఱిఁగించుట.
11. తపోవనమున వ్యాఘ్రప్రవేశము, దానివలన రాజు శకుంతల నానాఁడు పర్ణశాలలోఁ గాంచలేకపోవుట.
12. స్కంధావారమున దుష్యంతుఁడు, పర్ణశాలలో శకుంతలయుఁ బొందిన విరహవర్ణనము.
13 నక్తంచరులతో రాజునకై యుద్ధముమ వర్ణించుట.
14. సోమతీర్థమున శివునిగూర్చి తప మాచరించుచున్న కణ్వమహర్షి శకుంతలాదుష్యంతుల వివాహవృత్తాంతమును దివ్యదృష్టితో నెఱుంగుట.
15. కణ్వమహర్షి యాశ్రమవాసుల సదస్సులో శకుంతలాదుష్యంతుల గాంధర్వ వివాహమును బ్రకటించి వారి యంగీకారము వడయుట.
16. కణ్వుఁడు స్నానార్థమై మాలినీనదీతీరమున కరిగియుండఁ బర్ణశాలకడ శకుంతలను దుర్వాసుఁడు శపించుట.
17. హస్తినాపురికి శకుంతలవెంట అనసూయాప్రియంవదలుగూడ వెడలుట.

18. దుష్యంతునిసభలో అనసూయాప్రియంవదలు సతీపుత్త్రప్రాశస్త్యమును గుఱించి యుపన్యసించి, యసత్యపరుఁడైన దుష్యంతుని మందలించి, సత్యమును ఘోషింపుఁడని దేవతల నెలుగెత్తి యాక్రందించుట.

ఆకాశవాణి నిజము పలికిన తరువాత.

19. అనసూయాప్రియంవదలు శకుంతల చేతివ్రేలియుంగరమును దీసి రాజుపై విసరివైచి, యది యామెచేతి కెట్లు వచ్చెనో సభ కెఱిగింపుమని ప్రశ్నించుట.

20. నారదమహర్షి ప్రవేశము. రాజనీతి ప్రబోధము

పినవీరభద్రకవి చేసిన పైకల్పనలలోఁ గొన్ని నూత్నములును, కొన్ని పూర్వకల్పనల కన్యథాకరణములును, కొన్ని సన్నివేశోచితమైన ప్రాబంధిక వర్ణనములునై యున్నవి. మొత్తమునకు వీనివలన ప్రసిద్ధమైన శాకుంతలేతివృత్తమున కొక యభినవశ్రీవిలాసము గల్పింప పినవీరన భావించె నని కృతిపతి మాటలవలన స్పష్టమగుచున్నది.

శృంగారశాకుంతలకథానిర్మాణమున పిల్లలమఱ్ఱి పినవీరభద్రకవి సాధింపఁదలచిన కథాప్రయోజనములు ప్రధానముగా మూఁడు : 1. నాయికానాయకుల పూర్వరాగవిప్రలంభపరిపోషణమువలన సంభోగశృంగారమునకుఁ బుష్టినిఁ జేకూర్చుట. 2. దుర్వాసశ్శాపకల్పనమువలన దుష్యంతుని విశుద్ధవర్తనుఁ డగు ధీరోదాత్తునిగాఁ జిత్రించుట. 3. ఆకాశవాణికల్పనమును, అంగుళీదర్శనసన్నివేశమును దుష్యంతునిసభలోఁ బ్రవేశపెట్టి నాయికానాయకులఁ బునస్సమావేశము నద్భుతముగా నిర్వహించుట.

నాయికానాయకుల ప్రథమవీక్షణము మొదలు ప్రథమసమాగమమువఱకుఁ గల భారతకథలో రతిభావపోషణ కనువైన విస్తృతి కానరాదు శృంగారనాయికయం దుండవలసిన ముగ్ధాత్వము, మృదుభాషణత్వము, సమయోచిత కార్యనిర్వహణకౌశలము నను మూఁడుగుణములు భారతశకుంతలయందు ముగ్ధమోహనముగా రక్తి కట్టలేదు అం దామె ముగ్ధవలెఁ గాక ప్రౌఢవలె భాసించినది. కాళిదాసీయంశములను బరిష్కరించి యభిజ్ఞానశాకుంతలమున మొదటిమూఁడంకములవస్తువును * రసోదంచితముగాఁ గల్పించెను. శృంగారనాయికయందలి

ముగ్ధాత్వమును శకుంతలయందు మూర్తికట్టించి, వివేకమధురభాషణములకుఁ బ్రతీకలుగా ననసూయాప్రియంవదలను గల్పించి రంగమునఁ బ్రవేశపెట్టెను. త్రిధాకరికపఁబడిన నాయికాగుణవిశేషము సన్నివేశచారుత్వమునకును, శృంగార రసవ్యక్తిని నాటకమున దోహదము కల్పించినది. పినవీరన కాళిదాసుని ప్రతిభా విలసితమైన యీకల్పనాప్రపంచమును తనప్రబంధరంగమున దింపుకొని నాయి కానాయకుల పూర్వరంగసంభోగశృంగారరసపరిపోషణ కనువైనకథాస్థితిని గల్పించుకొనినాఁడు. విదూషకపాత్రకల్పనము నాయకమదనావస్థవర్ణనమున కేర్పడినసాధనము. దానిని పినవీరన మెలకువతో ప్రయోగించి యుద్దిష్టప్రయో జనము సాధించుకొనినాఁడు.

దుర్వాసశ్శాపకల్పనమువలనఁ గాళిదాసు నాటకకథలో నాయకశీలమును, విప్రలంభశృంగారమును బోషించుట కనువైన విస్తృతేతివృత్తమును గల్పించు కొనినాఁడు. పిల్లలమఱ్ఱి పినవీరభద్రకవి తత్కల్పనమును గ్రహించియు, నాయకశీలమును రక్షించెనే గాని విప్రలంభశృంగారమును బోషింపఁ దలపెట్ట లేదు. అట్లగుట కతఁడు కావ్యకథను ముగింపఁదలచిన విధమే ముఖ్యకారణము. కాళిదాసువలె పినవీరభద్రుఁడు మారీచాశ్రమకల్పనము చేయలేదు. దుష్యంతుని నిండుకొలువున నాకాశవాణిచే నిజము పలికించి భారతకథవలె ముగింపఁదలఁచి నాఁడు దానివలన దుష్యంతుఁడు దుర్జయాదిరాక్షససంహారమువలనఁ బ్రకటించిన పరాక్రమవిశేషాదులు కథలో లోపించెను. యజ్ఞరక్షణావసరమున నక్తంచర వీరులను బ్రహ్మాస్త్రప్రయోగమున రాజు సంహరించెనను కథార్థములచేఁ బిన వీరన యాలోపమును పూరింపఁగలిగెను నాటకమున శకుంతలాపరిత్యాగము వలన రాజు పరితాపాగ్నితప్తుఁ డైన విపులకథాకల్పనము కలదు. పినవీరన కావ్యమున పరిత్యాగమునకును, పునఃపరిగ్రహణమునకును నడుమగల వ్యవధాన మున విప్రలంభమును బోషింపఁ దలపెట్టమిచే నట్టికల్పనల కవసరము లేదయ్యెను. అనఁగా నభిజ్ఞానశాకుంతలమునందలి షష్ఠసప్తమాంకములలోనికథ పినరవీనకావ్యమున కవసరము లేదయ్యె ననిభావము. ఇఁక మిగిలినది. దుర్వాస శ్శాపపరిసమాప్తికి దోహదము కల్పించెడి యంగుళీదర్శనకల్పనము. కాళిదాసుని నాటకకథలోవలె గాక యీకథార్థములను బినవీరన కొంత మార్చి కావ్యకథలో ప్రవేశపెట్టెను.దుర్వాసుని శాపవాక్యములు విని మునిని ప్రార్థించి నివృత్త్యుపాయ మును సాధించినది యనసూయ గానిప్రియంవదకాదు. ప్రియంకరములైన వాక్కు-

లచే ఋషిచిత్తము ననుయించునేర్పు ప్రియంవదయందు కాళిదాసు స్థాపింపఁగా గురుకార్యనిర్వహణ వివేకము గల అనసూయయందు పినవీరన నిక్షేపించెను. కాని ఆమె శాపవృత్తాంతము ప్రియంవదతోఁ జెప్పినదో లేదో పినవీరన బయట పెట్టలేదు. ఆమె బహిఃప్రాణమైన శకుంతల కెందులకు దానిని చెప్పలేదో తెలియఁజెప్పలేదు. శకుంతలా దుష్యంతుల గాంధర్వవివాహమును గుర్తించిన కణ్వమహర్షి దివ్యదృష్టి కది యందినట్లు కవి చిత్రించలేదు. నాటకమునందు వలెఁ గాక శకుంతలవెంట ననసూయాప్రియంవదలు హస్తిన కేఁగినట్లు పినవీరన కల్పించుటచే నవసరము వచ్చినప్పు డనసూయయే యంగుళీయకమును రాజునకుఁ జూపించునుగదా యని పరిత యూరటచెందియుండును. నాటకమునందువలె శకుంతల యుంగరమును శక్రావతారతీర్థమునఁ బోగొట్టుకొనలేదు. అందువలన నాతీర్థప్రసక్తియే కథలో నవసరము లేకపోయినది. పోనిండు. దుష్యంతుఁడు శకుంతలను వివాహమాడినట్లు గుర్తింపని యప్పుడైనను అనసూయ యంగుళీయకమును బయటపెట్టి దుర్వాసశ్శాపవృత్తాంతమును జెప్పియుండవచ్చునుకదా! అట్లు చేయకపోవుటయేకాక యనసూయాప్రియంవదలు నిర్దోషి యని తెలిసినరాజు ననరానిమాట లని నిష్ఠురములు పలికినారు. నిజము చెప్పుఁడని దేవతలకు మొఱపెట్టుకొనినారు. ఆకాశవాణి నిజము చెప్పిన తరువాత నిజము బయటపడినది కాని, దుష్యంతునకు స్మృతిమాత్రము రాలేదు. అప్పు డానెచ్చెలు లాయంగుళీయకమును శకుంతలచేతివ్రేలినుండి యూడఁదీసి రాజుపై విసరివైచినారు. అది యామెచేతి కెట్లు వచ్చినదో వివరింపు మని రాజును నిలువదీసి యడిగినారు. రాజున కంగుళీయక దర్శనముచే స్మృతి వచ్చినది. నారదమహర్షి వచ్చి దుర్వాసశ్శాప వృత్తాంతమును వివరించినాఁడు. దుష్యంతుని మనసు కలఁతఁ దేఱినది. కథ సుఖాంత మైనది.

అనసూయాప్రియంవద లంగుళీయకమును మొదటనే రాజునకుఁ జూపినచో నాకాశవాణిప్రసక్తికి తావు లేదు కదా! ఆకాశవాణి పలికినను రాజునకుంగరము కనబఁడనిచో స్మృతి రాదు కదా! అట్లగుటచే నాకాశవాణికల్పనకు పినవీరభద్రునికల్పనలో భారతకథలో నున్న ప్రాముఖ్యము తగ్గిపోయినది. కాని, అనసూయాప్రియంవదలు దుర్వాసశ్శాపకథనమునుగాని, అంగుళీయక ప్రదర్శనమునుగాని రాజసభలో మొదట కావలయుననియే చేయలేదని స్పష్టమగుచున్నది. సభలో సర్వసమ్మతమైన ప్రమాణమును జూపింపవలెను.

అయినచో నాకాశవాణికంటె లోకులకుఁ బ్రమాణమైన హేతువు లేదని వారు విశ్వసించిరికాఁబోలు; లేక పినవీరభద్రుఁడే వ్యాసునిమీఁదిగౌరవముచేతనో, కృతిభర్తయొక్క యాదేశముచేతనో యట్లు భావించెనుఁకాబోలు; అలౌకికప్రమాణ మైన ఆకాశవాణి పలికినతరువాత లౌకికప్రమాణ మైన యుంగరమును బయటపెట్టినారా చెలులు. ఉంగరమును చూచినంతనే రాజునకు స్మృతి వచ్చెను; కాని, తన కంతకుఁబూర్వ మేర్పడిన విస్మృతికిఁ గారణము తెలియక యాతఁడు పరితపించెను. అనసూయాప్రియంవద లప్పుడు దుర్వాసుని శాప వృత్తాంతమును జెప్పవచ్చునుకదా; ఏమైనను తమనోట తాము చెప్పకుంత దేవతలచేఁ బలికింపవలె నను పట్టుదలకాఁబోలు వారికి. అందువలననే నారదుఁడు దివినుండి దిగి వచ్చి తెలివిడి చేయవలసివచ్చినది. అనసూయాప్రియంవదల నంత ఆయాసపడి రాజసభకుఁ దెచ్చిన పినవీరభద్రుఁడు కథోపసంహారమున కంత ఆయాసపడుటకు బలమైన హేతువులు కానరావు. మనము చెప్పుకొని తృప్తిపడవలసినది మాత్ర మొండు కారణము కలదు. భారతకథవలె కావ్య కథయు నద్భుతముగా ముగియవలె ననియు, నాటకకథలోవలె నంగుళీయక దర్శనమువలన రాజునకు స్మృతి రావలె ననియుఁ బినవీరన భావించి, కథా నిర్వహణము ననుసంధింపఁ దలఁచుటయే.

పినవీరభద్రకవి కథాకల్పనల సార్థక్యము :

1. నగరవర్ణనము :

సామాన్యముగాఁ గావ్యములన్నియు నగరవర్ణనముతో నారంభ మగుట యొకసంప్రదాయము. దానిని బాటించి పినవీరన కావ్యనాయకుఁడైన దుష్యంత మహారాజుముఖ్యపట్టణ మగు హస్తినాపురిని సాంగముగా వర్ణించెను.

సీ. పద్మరాగోపలప్రాకారరుచిజాల
        గండూషితవ్యోమమండలంబు :
పాతాళజలఝరీపర్యాప్తకల్లోల
        సుకుమారపరిఘోషశోభితంబు :
శక్రనీలశిలావిశాలగోపురరోచి
        రసమయజనితమిథ్యాతమంబు :
కనకసోపానసీఖచితముక్తాఫల
        రాజివిలగ్నతారాగణంబు

రాజసదనాగ్రదేశవిరాజమాన
తోరణాలీనమణిగణద్యుతివితాన
విభవలక్ష్మీవిలంబితవిలసదింద్ర
చాపరుచిచాపలము హస్తినాపురంబు.'

అని పురవర్ణన మారంభించి. భవనములను, ప్రాకారములను, కోటను, పరిఘలను, చాతుర్వర్ణ్యమును, చతురంగసైన్యములను, వారసతులను, పుష్పలావికలను, మందానిలాదులను గ్రమముగా వర్ణించి పురవైభవమును నిరూపించెను. నాయకున కుండవలసిన సామాన్యలక్షణములను లాక్షణికులు పేర్కొనుచు మహాభాగ్యత్వమును దప్పక పేర్కొనుచుందురు. 'విశ్వంభరాధిపత్యం యత్తన్మహాభాగ్య ముచ్యతే' యని ప్రతాపరుద్రీయము. రాజ్యవైభవమున కంతటికిని ప్రాతినిధ్యము వహించునది రాజధాని. అట్టి రాజధాని నతని సుశ్రీకత్వమునకు ప్రతీకగాఁ జిత్రించుటయు, లాక్షణికుల నగరవర్ణనమున కొరవడి యగునట్లు వర్ణించి ప్రాబంధికమర్యాద పాటంచుటయు నిందు కవి ప్రదర్శించిన విశేషము.

2 రాజవర్ణనము :

నగరవర్ణనానంతర మానగరమున వసించు నాయకుఁ డగు రాజు నుదాత్తముగా వర్ణించుట మహాకావ్యములందుఁ బాటింపఁబడు సామాన్య లక్షణము. ధీరోదాత్తుఁడు కావ్యనాయకుఁడు. దశరూపకమున నాయకలక్షణము లిట్లు చెప్పఁబడి యున్నవి :

"నేతా వినీతో మధుర స్త్యాగీ దక్షః ప్రియంవదః
రక్తలోక శ్శుచి ర్వాగ్మీ రూఢవంశః స్థిరో యువా
బుద్ధ్యుత్సాహస్మృతిప్రజ్ఞా కళామాన సమన్వితః
శూరో దృఢ శ్చ తేజస్వీ శాస్త్రచక్షు శ్చ ధార్మికః"

ఇట్టి సామాన్యలక్షణములతోపాటు శృంగారవీరరసములందు నాయకుఁ డగు ధీరోదాత్తుఁడు సాహిత్యదర్పణలక్షణానుసార మి ట్లుండవలెను :

"అవికత్థనః క్షమావా నతిగంభీరో మహాసత్త్వః
స్థేయా న్నిగూఢమానో ధీరోదాత్తో దృఢవ్రతః కథితః".

ఇట్టినాయకలక్షణములను వ్యంజింపఁజేయునట్లు పిల్లలమఱ్ఱి పినవీరభద్రుఁడు దుష్యంతమహారాజువర్ణనమును పదిపద్యములలో (187-95) నిర్వహించెను.

దుష్యంతుఁడు 'సకలదేశావనీపాలమకుటనూత్నరత్నరారజ్యదంఘ్రినీరజయుగుం' డనియు, 'శంబరారాతినిభుఁ' డనియు, 'అఖిలద్వీపావనీపాలదిగ్విజయాన్వితుఁ' డనియు, 'పాపభీతుఁ' డనియు, 'మహావీరుఁ' డనియు, 'ఉదారుఁ' డనియు, 'సర్వసాధుజనస్తుత్యుఁ' డనియు, 'సత్యకీర్తి' యనియు, 'శీతాంశువంశరాజహంస' మనియు, 'దానధారాప్రవాహజలపరిక్షాళితాఖిలకలుషనికరుఁ' డనియు, 'ప్రతాపనలినాప్తుఁ' డనియు, 'కీర్తివిధుఁ' డనియు, 'శిష్టలోకపరిపాలకుఁ' డనియు, 'దుష్టశిక్షకుఁ' డనియు, అన్యవనితాపరాఙ్ముఖుఁ డనియు, బహువిధముల వర్ణించియుండెను. కావ్యనాయకమణిని సముజ్జ్వలగుణశోభితునిగా వర్ణించి శృంగారరసప్రధాన మైన యీప్రబంధమున ధీరోదాత్తునిగా ధ్వనింపఁజేయుట కావ్యమర్మజ్ఞుఁడైన పిల్లలమఱ్ఱి పినవీరభద్రుఁడు ప్రదర్శించిన ప్రజ్ఞావిశేషము.

నాయకవర్ణనమున నీకవి గావించిన యొకశిల్పవిశేషము గమనింపఁ దగి యున్నది. అది యుదాత్తమైన సీసపద్యముచే వర్ణన మారంభించి సార్థకమైన సీసముతో దానిని ముగించుట. ఆరంభపద్యము నాయకసామాన్యగుణమ్మణుల నెన్ని కూర్చిన యుజ్జ్వలహారము :

సీ. విశ్వసన్నుతశాశ్వతైశ్వర్యపర్యాయ
        కుటిలకుండలి రాజమండలుండు;
    దిగిభశుండాకాండదీర్ఘబాహాదండ
        మానితాఖిలమహీమండలుండు;
    జనసన్నుతానన్యసామ్రాజ్యవైభవ
        శ్లాఘాకలితపాకశాసనుండు;
    కులశిలోచ్చయసానుకోణస్థలన్యస్త
        శస్త్రవిక్రమజయశాసనుండు
తే. భాసమానమనీషాంబుజాసనుండు
    సకలదేశావనీపాలమకుటనూత్న
    రత్నరారజ్యదంఘ్రినీరజయుగుండు
    శంబరారాతినిభుఁడు దుష్యంతవిభుఁడు.

దుష్యంతుఁ డను పేరు చెప్పనిచో నిది యేకావ్యనాయకుని కైనను సమన్వయింపఁ జేయవచ్చును. కాని, యీక్రింది(చివరి)పద్యము కావ్యకథకు సంబంధించిన నాయకగుణముల నభివర్ణించుచున్నది.

సీ 'చెఱుపనేరఁడు విశ్వసించియుండినవాని
నఖిలషింపఁగనేరఁ డన్యవనిత;
నిందింపనేరఁడు నీచశత్రుగణంబు
బొంకనేరఁడు హాస్యమునకుఁ బలికి;
విడువనేరఁడు చెడ్డవిటునిఁ జేపట్టిన
గడపనేరం డర్థిగణమువాంఛ;
నడుగు వెట్టఁగనేరఁ డపయశం బగుత్రోవఁ
జనఁగనేరం డార్తజనము విడిచి,

తే. యైదు పది సేయనేరఁ డాహవముఖమున
గ్రించునందును నేరఁడు కీ డొనర్ప
ననుచు నేరము లెన్నుదు రవనిజనులు
విపులయశుఁ డైన దుష్యంతవిభునివలన.' (1. 95)

ఆశ్రమమృగమును గొట్టకుండుటయందును, క్షత్త్రియకులాంగన యగు శకుంతలను గ్రహించుటయందును, దుర్వాసశ్శాపప్రభావమున శకుంతలనన్యవనితయని గ్రహింపకుండుటయందును, శకుంతలాముఖపద్మముపై దాడిచేయు భ్రమరమును సైతము నిందింపకుండుటయందును, హాస్యమున కైనను శకుంతలానసూయాప్రియంవదలయెదుట బొంకకుండుటయందును, భీరు వైన విదూషకునిసైతము విడువకుండుటయందును, అర్థించిన మునిగణముల వాంఛితార్థములను దీర్చుటయందును, రాక్షసనిజయమును సాధించుటయందును దుష్యంతునిపట్ల పైసీసము నందలి గుణసముదాయము కథాసందర్భములందు సార్థక్యమును సాధించుచున్నది. మొదటిపద్య మేప్రబంధకవి యైనను వ్రాయఁగలఁడు. కాని, రెండవ పద్యము శిల్పియైన కవిమాత్రమే వ్రాయఁగలఁడు.

3. మృగయాసక్తి హేతు వర్ణనము :

నృపులకు వేఁట వ్యసన మైనను దానిని మించిన వినోదము మఱియొండుండఁబో దని కాళిదాసు అభిజ్ఞానశాకుంతలమునం దిట్లు వర్ణించియున్నాఁడు.

"మేదశ్ఛేద కృశోదరం లఘుభవ త్యుత్థానయోగ్యం వపుః
సత్త్వానా మపి లక్ష్యతే వికృతిమ చ్చిత్తం భయక్రోధయోః
ఉత్కర్షః స చ ధన్వినాం య దిషవ స్సిధ్యన్తి లక్ష్యేచలే

మిథ్యా హి వ్యసనం వదన్తి మృగయా; మీదృగ్వినోదః కుతః?"(2.5) అట్టి వేఁటకు దుష్యంతుఁ డేఁగుటయే శాకుంతలకథ కారంభము వ్యాసకాళిదాస కావ్యములలో దుష్యంతునిమృగయాసక్తి కెట్టిహేతువును బ్రత్యేకముగా నిరూపింపఁబడలేదు. కార్యకారణసంబద్ధము లైన కల్పనలను సాధింపఁదలఁచిన పిల్లలమఱ్ఱి పినవీరభద్రుఁ డానృపతికిఁ బుళిందవల్లభులను, వారు తెచ్చినకానుకలను జూచుటవలన వేఁటతమకము గలిగినట్లు వర్ణించెను. విభావదర్శనమువలనఁ జాతచిత్తమునందు సజాతీయభావోదయము గలుగు నను సూత్రమును బినవీరన యిందుఁ జక్కఁగాఁ బాటించినాఁడు. పినవీరన గావించిన వర్ణనము :

ఉ. "జుంజురుపల్లవెంట్రుకలజొంపములుం గల మస్తకంబులుం
గెంజిగురాకుఁగెంపుఁ దులకించెడు వట్రువకన్నులుం జర
త్కుంజరచర్మపట్టములకు న్సరివచ్చు బెరళ్ళమేనులు
న్మంజులు గొల్వఁ గొందఱు సముద్ధతి వచ్చి పుళిందవల్లభుల్."

సీ. "కాననేక్షువుల ముక్తము లైన ముత్యాలు
ముదిరి పండిన మంచివెదురుఁబ్రాలు
దినములోఁ గ్రొత్తయొత్తిన కఱ్ఱజవ్వాది
ముక్కలు మురియని మొరళిపప్పుఁ
జంద్రికారుచిఁ బొల్చు చమరవాలంబులుఁ
బొందుగాఁ గాఁచిన పూతివడువు
అలఁతిదంతంపుఁగామల పీలిసురఁటులు
సోదించి వడిచిన జుంటితేనె

తే. కమ్మఁబిల్లులపిల్లలు కారుకోళ్ళు
కన్ను దెఱవని కస్తురిగమిశిశువులు
పులులకూనలు భల్లూకపోతకములు
నాదిగాఁ దెచ్చి పతి కుపాయనము లిచ్చి"

వ. "ప్రణామంబు లొనర్చి కేలుదోయులు ఫాలంబులం జేర్చుకొని వినయవినమితస్కంధు లై క్రిందిచూపుల నిఱ్ఱతారలవారం గనుంగొనుచున్న వారల నవలోకించి చిత్తంబు మృగయాయత్తం బగుటయు..." (1.97-99)

వన్యమృగములంబోలిన పుళిందవల్లభులయాకృతులను, వెదురుఁబ్రాలు, జుంటి తేనియ మొదలగు వనద్రవ్యములను, పులులకూనలు, భల్లూకపోతములు,కమ్మఁ బిల్లులపిల్లలు, కారుకోళ్లు, కస్తురిగమిశిశువులు మొదలగు నటవిజంతువులను గాంచినప్పు డానృపతికి వనగమనేచ్ఛయు, వన్యమృగహననేచ్ఛయు మనసునఁ దోచె ననుట యత్యంతసహజము. మూలకథకు వన్నెఁదెచ్చు నీయంశము కావ్యమున సార్థకము.

4. గోపాలపాలకునింట విందు :

దుష్యంతుఁడు రథారూఢుఁడై కడువేగముగా ముందుఁ బయనించి, మధ్యాహ్న మగుటచే సేనలు తనను జేరునంతవఱ కొకచోట విడిసెను ఆప్రాంతమున నున్న గోపాలపాలకు లతనిని దర్శించి, హయ్యంగవీనాదులను గానుకలు వెట్టి. యాపూట యచ్చట వసించి, వా రిచ్చు విందులను గుదిచి, మ ఱునాఁ డేఁగు మని ప్రార్థించిరి. అంతలో మాండవ్యుఁడు రాజును సమీపించి యిట్లనెను: "రాజా ! వీరిమాటను కాదనకుము. వీరికి పెరుగులు, చల్లలు,నేతులు, పాలవెన్నలు, చిత్రధాన్యములు కోకొల్లలుగా నుండ మన కొకపూట కూడు వెట్టినచో నేమి మూఁడును ? వీ రెల్లఱు రాజధనము ననుభవించుచు, కానికకప్పములు వెట్టక, మనుఁబోతులవలె నున్నారు. కావున వీరికడ విందుగొనుట కంగీకరింపుము. ఇది యట్లుండగా మఱియొక విన్నపము వినుము. కలలోఁ బాయసము తినినట్లు కాంచిన నరులకు సర్వశ్రేయస్కరములు కలుఁగు నని స్వప్నాధ్యాయమున విజ్ఞులు చెప్పగా వింటిని. అంతియ కాదు భోజనము సేయు మనినను, తాంబూలగంధపుష్పములను గొను మనినను కాదనక వానిని గ్రహింపవలెను. అవి కార్యసిద్ధికి మూలకారణములు. ప్రయాణము చేయునెడ మానవులు శాకునికశాస్త్రమునఁ జెప్పఁబడినట్లు శకునముల నఱయుచు వానిఫలముల నెఱుఁగవలయును. నీవు వేఁటకు విచ్చేయునెడ భవనము వెలుపల కాకి చేరువఁదీర్చెను; వృషభము అంకె వేసి యెదుట నిలిచెను; వాడలో శునకము వచ్చెను; దక్షిణమున పూర్ణజలకుంభము లెదు రయ్యెను; ఇట్టి పెండ్లి కగు శుభశకునము లెన్నియో గానవచ్చినవి.కావున నేఁడు గొల్లలమాట మన్నించి నిలచుట యుచిత" మని బోధించెను. విదూషకుని విన్నపము మన్నించి విభుఁ డారాత్రి యచ్చట నిలిచి గోపకుల విం దారగించెను.

శాకునికశాస్త్రవిషయములవలన శాస్త్రవ్యుత్పత్తిని ప్రకటించుటయే కాక రాజునకు సన్నిహితభవిష్యత్కాలమున జరుగనున్న శకుంతలావివాహమును వ్యంగ్యముగా సూచించుట కవి యీ కల్పనము వలన సాధించిన ముఖ్యప్రయోజనము. భావికథార్థమును ధ్వనించు సన్నివేశములను గూర్చుట కథాసంవిధానశిల్పవిశేషము అట్టిదాని కిది చక్కనియుదాహరణము.

5. తపోవన ప్రభావ వర్ణనము :

నన్నయభట్టు ఆంధ్రమహాభారతమునందు శకుంతలోపాఖ్యానమును రచించుచు మునితపోమహిమను ధ్వనింపఁజేయునట్లు తపోవనమును వర్ణించుసంప్రదాయమును నెలకొల్పెను. తపోవనమున కుచితములైన తరులతావిశేషములతోపాటు విరుద్ధసత్త్వములందుఁ గానవచ్చు స్నేహశీలమునుగూడ అతఁడు వర్ణనీయాంశముగా గ్రహించెను. తరువాతి తెలుఁగుకవుల కందరికి నది యొక చక్కని యొరవడియై నిలిచిపోయినది. ఇట్టివర్ణనలు సంస్కృతకావ్యములందును గలవు. కాని కవులు సర్వత్ర యట్లు పాటించినట్లు కానరాదు. కాళిదా సభిజ్ఞానశాకుంతలమునం దాశ్రమోచితప్రకృతివర్ణనమును కణ్వమారీచాశ్రమఘట్టములయందుఁ గావించినను విరుద్ధసత్త్వములస్నేహప్రవృత్తిని వర్ణించియుండలేదు. పిల్లలమఱ్ఱి పినవీరభద్రుఁడు సంస్కృతాంధ్రకవులసంప్రదాయమును బాటించుటయేకాక యొకయడుగు ముందుకు వైచి తన నైపుణ్యమును ప్రకటించెను

దుష్యంతుఁడు హరిణమును వెన్నంటి చనుచుండెను ఆయిట్టి పోయి పోయి యొకవనమున నాగిపోయెను.

గీ. "అచట మృగమును బోలేక యలసి నిలిచె
నానెలవు నాశ్రమాంతిక మగుటఁజేసి;
స్థలవిశేషం బదెట్టిదో ధరణిపతికి
హరిణపతిమీఁద నెంతయుఁ గరుణ పుట్టె"

నని పినవీరనవర్ణనము. ఇది యమూలకము; అపూర్వము. కరుణామయుఁడైన కణ్వుఁడు వసించు తపోవనమునఁ బ్రవేశించుటతోడనే హరిణము నిర్భయముగా నిలచినది: అధిజ్యకార్ముకుఁడై మృగయాలోలుఁడైన దుష్యంతుని చిత్తమున కరుణారసము పొంగివచ్చినది. ఈకల్పనము నన్నయ కాళిదాసులకల్పనలకుఁ

గ్రొత్తకాంతి పెట్టిన ట్లున్నది. వారికల్పనలలో కరుణాలవాలమైన సత్త్వప్రకృతిని రా జెట్టయెదుటఁగాంచినట్లే కలదుకాని,యాతఁడే తదనుభూతిని మొట్టమొదట పొందినట్లు చిత్రింపఁ బడలేదు. పినవీరన దానిని సాధించి యొకయపూర్వ భావుకుఁ డనిపించుకొనినాఁడు; దుష్యంతునిపాత్ర కొకయౌదాత్త్యము గల్పించి పెట్టినాఁడు.

పినవీరనకవి వైఖానసపాత్రకల్పనమును గాళిదాసు నాటకమునుండి గ్రహించియు,దానిని యథాతథముగాఁ బ్రవేశపెట్టక, చికిలిపెట్టివన్నెఁదెచ్చినాఁడు. వృద్ధతాపసి చెప్పిన యాశ్రమసారంగవృత్తాంతము మునిపుంగవులకరుణామయ చిత్తవృత్తి కెత్తిన పతాకము. ఆయిఱ్ఱిపిల్ల యొకతల్లిలేనిబిడ్డ. తల్లి యీనిన కొన్నినిముసములకే దారితప్పి తపోవనమునఁ బ్రవేశించినది. ఆశ్రమవాసుల దయను జూఱగొనినది వారు దానిని దరికిఁ దీసి మునివేళ్లతో లేతదర్భలను మేఁత వెట్టి కన్నబిడ్డగా సాకిరి. ఆలేడిపిల్లకు మునిపత్నులే తల్లులు, మునిజనులే తండ్రులు, మునికన్యలే యక్కసెల్లెండ్రు. వారిముద్దుమురిపెమున కది యాటపట్టయ్యెను. అదియడవికి మేఁతకు బోయినప్పు డెవరైన మునులు కనఁబడినచో మేఁత మాని వారిదరిఁజేరి, యొరసికొనుచు, కంఠ మెత్తి గోకించుకొనుచుండెడిది. అంతటిమచ్చికఁ జూఱగొన్న నాయిఱ్ఱి నారా జలయించినందుల కావృద్ధముని లోలోన నొచ్చుకొనె నని పినవీరన కల్పించి కథ రచించెను.

ఈ ఘట్టము వస్తుధ్వనికి నిస్తులమైన నిదర్శనము. ఆహరిణవృత్తాంతము శకుంతల వృత్తాంతమును ధ్వనింపఁజేయుచున్నది. కన్నతల్లిచేఁ బరిత్యక్తయైన యాహరిణలోచన కరుణామయుఁడైన కణ్వమహర్షి చల్లనిచేతులలోఁ బెరిగి పెద్దదైనది. అట్టి వాత్సల్యమాయాశ్రమవాసుల కుగ్గుతో వచ్చిన విద్య యనియు దాని కాహరిణవృత్తాంత మొక నిదర్శన మనియు కవి దీనివలన సూచించెను. తుల్యపరిశీలనచే నాహరిణము శకుంతలకు బాహిరమైన ప్రతీక; కణ్వమహర్షి దయాప్రవృత్తికి బహిస్సూచిక.

అభిజ్ఞానశాకుంతలమున కాళిదాసు కల్పించిన దీర్ఘాపాంగ మను మృగశాబకవృత్తాంత మీహరిణవృత్తాంతకల్పనకు మూలమై యుండవచ్చును. చతుర్థాంకమున శకుంతల యత్తవారింటికి బయలుదేరుచున్నప్పుడాహరిణశాబకమామె

కొంగుఁబట్టి లాగి నిలువరింప యత్నించెను. ఆయిఱ్ఱిపిల్లపై నామె చూపిన యనురాగమును కణ్వమహర్షి యిట్లు వర్ణించి చెప్పినాఁడు.

"యస్య త్వయా వ్రణవిరోపణ మింగుదీనాం
తైలం న్యషిచ్యత ముఖే కుశసూచివిద్ధే,
శ్యామాకముష్టి పరివర్ధితకో జహాతి
సోఽయం న పుత్రకృతకః పదవీం మృగ స్తే"[1] (4.13)

ఇట్టి దీర్ఘాపాంగము మన కీకావ్యమునఁ జతుర్థాశ్వాసమునఁ గానరాదు. కాని, అదియే మాఱురూపు గొని మునికరుణావృత్తివ్యంజకస్థానమై కథారంభముననే ప్రత్యక్షమైనది.

ఆశ్రమమృగము నలయించినందులకు మునులు కోపింతురేమో యని దుష్యంతుఁడు వెఱగంది మునులను బ్రసన్నులను జేసికొనినఘట్ట మీకథాంశమున కనుబంధముగాఁ జేరినది. దుష్యంతుని బుధజనవిధేయతను దెల్పు నీకల్పిన మాఘట్టమున నూత్నమై, సార్థకమై రసభావబంధురమై యలరారు చున్నది.

అభిజ్ఞానశాకుంతలప్రథమాంకమున హరిణముపై బాణము నుపసంహరించిన రాజును వైఖానసుఁ డి ట్లాశీర్వదించెను. "సదృశ మేత త్పురువంశప్రదీపస్య భవతః"

"జన్మ యస్య పురోర్వంశే యుక్తరూప మిదం తవ
పుత్ర మేవం గుణోపేతం చక్రవర్తిన మాప్నుహి."

ఈశ్లోకమునందలి 'ఏవంగుణోపేత' మ్మను పదములకు 'దుష్యంతునివంటి గుణములతోఁ గూడికొనినవానిని' అనియర్థము చెప్పుదురు. పినవీరభద్రుఁడు దీనిని కొంత మార్చి పురూరవునివంటివానిని, జక్రవర్తి పద మొందు సుపుత్రుని గాంచునట్లు వృద్ధతాపసి రాజును దీవించె నని వ్రాసెను.

---

1 భావము - శకుంతలా!
ఈహరిణము నీపెంపుడుకొడుకువంటిది. దర్భకొనలచే గాయమైన దానిమూతికి గారకాయలనూనెను బట్టించి గాయము మాన్పించినావు. చామలు పిడికెళ్లతో దానికిఁ బెట్టి పోషించినావు. ఇఁక అది నీకు దారి వదులునా? నిన్ను పోనిచ్చునా?

"సర్వజనైకపూజ్యుఁడవు సత్యయుతుండవు నీవు మామకా
శీర్వచనంబునం గను ప్రసిద్ధు నపూర్వసుపర్వనాయకాం
తర్వసుఁ డైన నీయనుఁగుఁదాతఁ బురూరవుఁ బోలువాని నీ
యుర్వరఁ జక్రవర్తిపద మొందు సుపుత్త్రిని సచ్చరిత్రునిన్".

(2.42)

పినవీరన తపోవనమును, దత్ప్రభావమును దుష్యంతుఁడు చూచి యక్కజము చెందె నని వర్ణించుటతోఁ దృప్తి పొందకవృద్ధతాపసునినోటఁ గూడవర్ణింపఁ జేసి తన యభినివేశమును దెలుపుకొనినాఁడు. రాజు స్వయముగాఁ జూచి తెలిసికొనిన విధములో నున్న యౌచిత్యము మునిచేత విరివిగా వర్ణింపఁజేయుటలో లేదేమో ! కణ్వమునీంద్రుని తపోవనవిభూతి నాశ్రమవాసులు కీర్తించుటలో కొంత యభినివేశము పొడగట్టవచ్చును గాని, యాత్మస్తుతివిముఖులైన వారి చరిత్రమున కౌదాత్త్యముఁ గల్పింపకపోవచ్చును. అట్లే వృద్ధతాపసుఁ డాశ్రమమునులు రాజు వేఁటకువచ్చినవృత్తాంతమును దివ్యదృష్టితో గమనించినారని చెప్పును. దివ్యదృష్టి నంతవఱకు సారించినవారు తరువాతఁ గానున్న గాంధర్వవివాహము నెఱుంగకపోయిరా ? దానిని సోమతీర్థమున శివునిగూర్చి తపమాచరించుచున్న కణ్వమహర్షి దివ్యదృష్టితో గమనించినట్లు పినవీరన కల్పించినాఁడు. వ్యాసమహర్షియు కణ్వమహర్షి యావిషయమును దివ్యదృష్టితో గ్రహించినట్లు రచించెను గాని, కాళిదా సాకల్పనను గ్రహింపలేదు. దివ్యదృష్టిశక్తిని ప్రతిచిన్నవిషయముకొఱకును వెచ్చెంద రను నపయశస్సు మహర్షులకు రాకుండ కాళిదాసు చూపించినశ్రద్ధ పిల్లలమఱ్ఱి పినవీరభద్రుఁడు కనఁబఱుపలేదేమో యనిపించుచున్నది.

6. అనసూయాప్రియంవదలు :

అనసూయాప్రియంవదలు కాళిదాసుని కమనీయసృష్టి. వారిరువురును శకుంతల ననుసరించుచుఁ గణ్వాశ్రమమున జీవించిరి. దుష్యంతునిముఖమున కాళిదాసు "కి మత్రచిత్రం, యది విశాఖే శశాఙ్కలేఖా మనువర్తేతే ?" యని ప్రశంసించినాఁగు. శకుంతలకు సమవయస్కలై స్నిగ్ధమైన స్నేహమునకుఁబ్రతీకలైన వారిగుణరూపలావణ్యములు దుష్యంతుని మెప్పుకోలునకుఁ బాత్రములయ్యెను. వారి స్వప్రమాణానురూపములు, మధురదర్శనములు, సమవయోరూపరమణీయసౌహార్దములు రా జాయాసమయములందుఁ బ్రశంసించుటయే కాక

"శుద్ధాంతదుర్లభ మిదం వపు రాశ్రమవాసినో యది జనస్య
దూరీకృతాః ఖలు గుణై రుద్యానలతా వనలతాభిః"

యని యబ్బురపడినాఁడు. అందు ప్రియంవద సార్థకనామధేయ. 'అతః ఖలు ప్రియంవదాసి త్వమ్' "న పునః ప్రియంవదా, ప్రియమపి తథ్య మహ" అని శకుంతలాదుష్యంతులతోపాటు పాఠకులమన్ననలనుగూడ పొందఁగలిగినజాణ. అందువలననే కాబోలు పద్మపురాణమునందలి శకుంతలోపాఖ్యానకర్త, అనసూయాప్రియంవదలలోఁ బ్రియంవదను మాత్రము గ్రైకొని యనసూయను వదలినాఁడు. ప్రియంవద చకచ్చకితమైన ప్రతిభకును, మనోహరమంజుల వాగ్విలాసములకును కాణాచి. అనసూయాప్రియంవదలలో ప్రియంవద మరపుకు రానివ్యక్తి. అనసూయ వివేకసౌరభము వెదజల్లు విజ్ఞురాలు నిబ్బరమైన యామె నడవడి, సమయోచితకార్యనిర్ణయసామర్థ్యముప్రకటించునామెనేర్పు పరితలయాదర గౌరవములను చూఱగొనుచుండును.ఆమెవర్తనమే యామెను సార్థకనామధేయను జేసినది. ఇట్టి యపూర్వపాత్రద్వయమును తనకావ్యమున గ్రహించి పినవీరన యుచితజ్ఞుఁ డనిపించుకొనినాఁడు.

కణ్వాశ్రమమున శకుంతలయు, ననసూయాప్రియంవదలును గాముని దీపములవలె దుష్యంతునకుఁ గనంబడిరఁట ; సమవయోరూపలావణ్యవిశేషము లందు వారికిఁ గల సామ్య మాయలంకారము ధ్వనింపఁజేయుచున్నది. పిల్లలమఱ్ఱి పినవీరభద్రుఁ డిట్లు ముగ్గురను రంగముమీఁదఁ బ్రవేశపెట్టియు నందు శకుంతలా సౌందర్యవిశేషము నతిశయించి ప్రబంధమార్గమున వర్ణించి సన్నివేశసార్థక్య మును సాధించుకొనెను.

అనసూయాప్రియంవదల పాత్రచిత్రణమునందు పినవీరనరచనలో గమ నింపఁదగిన యంశములు కొన్ని కలవు.

1. కథలోఁ బెక్కుసన్నివేశములం దాపాత్రలరెండింటి నేకకంఠముగా మాటలాడించుట. అది వారియభేదప్రతిపత్తికి ప్రమాణము.

2. ఒండురెండుఘట్టములలో నాయాపాత్రలవైశిష్ట్యము వ్యక్త మగునట్లు అనసూయాప్రియంవదలచే విడివిడిగా మాటలాడఁ జేయించుట.

3. అనసూయాప్రియంవదలు శకుంతలవెంట హస్తినాపురికి వెడలి, యామె పట్టమహిషి యైనతరువాత మఱల కణ్వాశ్రమమునకుఁ దిరిగివచ్చినట్లు కల్పించుట.

4. అభిజ్ఞానశాకుంతలమునం దీరెండుపాత్రలు ప్రవేశించుసన్నివేశములను పినవీరన తనకావ్యమున నొకవైపు తగ్గించియు మఱియొకవైపు శకుంతలపక్షమున నాపాత్రలే ఆయాసన్నివేశములందు మాటలాడినట్లు చిత్రించి వారి స్నేహశీలమును రమణీయముగాఁ జిత్రించెను.

5. దుష్యంతమహారాజుసభలో వ్యాసునిశకుంతల యుపన్యసించిన సతీపుత్రప్రాశస్త్యమును పినవీరభద్రకవి యనసూయాప్రియంవదలచేఁ బలికించుట

అభిజ్ఞానశాకుంతలప్రథమాంకమున కాళిదాసు శకుంతలకును అనసూయాప్రియంవదలకును వృక్షసేచనావసరమునఁ గల్పించిన సంభాషణములలోఁ గొన్నింటిని పినవీరభద్రుఁడు వదలియు, గొన్నింటిని గల్పించియుఁ, గొన్నింటిని సంగ్రహించియు, కొన్నింటి నన్యథాకరించి యురచనము సాగించెను.

ఉదాహరణమునకు :

అనసూయా : హలా శకుంతలే! త్వత్తోఽపి తాత కాశ్యపస్యాశ్రమవృక్షకాః ప్రియతరా ఇతి తర్కయామి. యదనేన నవమాలికాకుసుమపేశలా త్వమప్యేతేషామాలవాలపూరణే నియుక్తా.

శకుంతలా : న కేవలం తాతనియోగః. అస్తి మమాపి సోదరస్నేహ ఏతేషు. (వృక్షసేచనం నిరూపయతి).

రాజా : కథమ్, ఇయం సా కణ్వదుహితా. అసాధుదర్శీ ఖలు తత్రభవాన్ కాశ్యపో య ఇమా మాశ్రమధర్మే నియుంక్తే.

శ్లో. ఇదం కి లావ్యాజమనోహరం వపుః
తపఃక్షమం సాధయితుం య ఇచ్ఛతి,
ధ్రువం స నీలోత్పలపత్రధారయా
సమిల్లతాం ఛేత్తు మృషి ర్వ్యవస్యతి.

పినవీరభద్రుఁ డీసంభాషణల తాత్పర్యమును విస్తరించి దుష్యంతపాత్ర ముఖమున నిక్షేపించెను.

సీ. "అరుణపల్లవములు హస్తాంగుళంబులు
గెంజాయఁ దమలోనఁ గ్రేణి సేయ
వెలిముంచు మొగ్గలు విమలదంతంబులు
చెలువంబుఁ దమలోనఁ గలిసి వెలయఁ
బరువంపుగుత్తులుఁ బ్రన్ననిపాలిండ్లు
మవ్వంబుఁ దమలోన మార్చికొనఁగఁ
జిందుతేనియలును జెమటచిత్తడియును
గ్రొత్తావి తమలోన బిత్తరింప

తే. లలితపుష్పితజంగమలతికవోలె
వల్లికావృక్షములయాలవాలములకు
జలము వోయు శకుంతల చంద్రవదన
చారుతరవైభవముఁ జూచి జనవిభుండు.

చ. దిరిసెనపువ్వుకంటె గణుతింపఁగ మెత్తన మేనుదీఁగె యీ
తరుణికి నిట్టికోమలి లతాతరుసేచన మాచరింపఁగాఁ
గరుణ యొకింత లేక కడఁగట్టె' మునీంద్రుఁడు మాట లేటికిన్
సరవి యెఱుంగలే కకట జాదులు వేఁచర మంగలంబునన్.

(2. 60 - 61)

దుష్యంతుని రసికహృదయమును,దయాప్రవృత్తిని వ్యక్తము చేయు నీ మాటలు శ్రవ్యకావ్యప్రక్రియోచితములై రాణించుచున్న వస్తుటలో సంశయము లేదు. వృక్షసేచనము చేయుచున్న శకుంతల చారుతరవైభవమును లలితపుష్పిత జంగమలతికతో నుపమించి చలనచిత్రమువోలె కన్నులముందుఁ బ్రదర్శించినాఁడు పినవీరభద్రుఁడు. మూలమునందలియనసూయాదుష్యంతులవాక్యతాత్పర్యమునొక చంపకమాలావృత్తమున రచించుటయే కాక, మూలశ్లోకమునందలి నిదర్శనమునకు బదులు - 'సరవి యెఱుంగలే కకట జాదులు వేఁచర మంగలంబునన్' అను అమూలకమైన లోకోక్తిని జోడించి దానికి మెఱుఁగువెట్టినాఁడు. ఇచ్చట గమనింపఁదగినయంశ మొండు కలదు. మూలమున ననసూయావాక్యములవలన.

రాజునకు శకుంతల కణ్వదుహిత యని తెలిసినది. అప్పుడాతఁడు 'కథమ్, ఇయం సా కణ్వదుహితా !' యని విస్తుపోయినాఁడు. ఆపైన 'అసాధుదర్శీ ఖలు తత్ర భవాన్ కాశ్యపోయ ఇమా మాశ్రమధర్మే నియుక్తే'...ఇత్యాదిగా జాలిని ప్రకటించినాఁడు పినవీరభద్రుఁ డనసూయావాక్యములను రాజునోటఁ బలికించుటచే నాతని కామె కణ్వదుహిత యనునంశము తెలియుటకు వీలులేకపోయినది. కాని, యతఁడు "తరుణికి...... గరుణ యొకింతలేక కడఁగట్టి మునీంద్రుఁడు మాటలేటికిన్" అని మూలము ననుసరించి పలికినాఁడు. ఆమె మునీంద్రునిపుత్రిక యను తెలివిడి లేక యట్లనుట పొసగినట్లు కానరాదు పినవీరభద్రునికిని, ఐతతకును దెలియును గావున నది యంత పట్టింపునకు రాకపోవచ్చును గాని సూక్ష్మేక్షికతోఁ బరిశీలించు విజ్ఞుల కది కొంత వెలితిపాటుగనేఁ దోపక మానదు. అనసూయమాటలు రాజున కంటఁ గట్టుటతో వచ్చిన తిప్పలివి. వనలతావృక్షములపై శకుంతలకుఁ గల సోదరస్నేహమును వ్యంగ్యముగాఁ బ్రతిపాదించు నామె సంభాషణము వదలుటవలన నాయంశము లోపించినది. ఐనను నాయికను శృంగారనాయికగాఁ దీర్చిదిద్దఁ దలఁచిన పినవీరనకృతిలో నది యొకలోపము కాదు.

మూలమునుండి పినవీరన గ్రహింపని మఱియొక రమణీయసంభాషణ ఘట్టము :

శకుంతలా: సఖి. అనసూయే ! అతిపినద్ధేన అనేన స్తనవల్కలేన ప్రియంవదయా నియన్త్రితాస్మి శిథిలయ తావ దేనమ్.

అనసూయా : తథా. (ఇతి శిథిలయతి)

ప్రియంవదా : అత్ర పయోధరవిస్తారయితృకమాత్మనో యౌవన ముపాలభస్వ. మాం కి ముపాలభసే ?

రాజా : సమ్య గియ మాహ —

'ఇద ముపహితసూక్ష్మగ్రంథినా స్కన్ధదేశే
స్తనయుగపరిణాహాచ్ఛాదినా వల్కలేన,
వపు రభినవ మస్యాః పుష్యతి స్వాం న శోభాం
కుసుమ మివ పినద్ధం పాణ్డుపత్రోదరేణ'

అథవా కామ మననురూప మస్యా వపుషో వల్కలం న పునరలంకార శ్రియం న పుష్యతి. కుతః

'సరసిజ మనువిద్ధం శైవలేనాపి రమ్యం
మలిన మపి హిమాంశో ర్లక్ష్మ లక్ష్మీం తనోతి।
ఇయ మధికమనోజ్ఞా వల్కలే నాపి తన్వీ
కిమివ హి మధురాణాం మణ్డనం నాకృతీనామ్ ॥'

శకుంతలా : ఏష వాతేరితపల్లవాంగుళిభి స్త్వరయతీవ మాం కేసరవృక్షకః. యావ దేనం సభావయామి. (పరిక్రమతి)

ప్రియంవదా : హలా శకుంతలే! అత్రైవ తావ న్ముహూర్తం తిష్ఠ.

శకుంతలా : కిం నిమిత్తమ్?

ప్రియంవదా : యావత్త్వయోపగతయా లతాసనాథ ఇవాయం కేసరవృక్షః ప్రతిభాతి.

శకుంతలా : అతః ఖలు ప్రియంవదాసి త్వమ్.

రాజా : ప్రియ మపి తథ్య మాహ ప్రియంవదా అస్యాః ఖలు —

అధరః కిసలయరాగః కోమలవిటపానుకారిణౌ బాహూ
కుసుమ మివ లోభనీయం యౌవన మంగేషు సన్నద్ధమ్.

అనసూయా : హలా శకుంతలే! ఇయం స్వయంవరవధూః సహకారస్య త్వయా కృతనామధేయా వనజ్యోత్స్నేతినవమాలికా, ఏనాం విస్మృతాసి.

శకుంతలా : తదాత్మాన మపి విస్మరిష్యామి...హలా రమణీయే ఖలు కాల ఏతస్య లతాపాదపమిథునస్య వ్యతికరః సంవృత్తః నవకుసుమయౌవనా వనజ్యోత్స్నా బద్ధపల్లవతయోపభోగక్షమః సహకారః. (పశ్యన్తీ తిష్ఠతి)

ప్రియంవదా : అనసూయే! జానాసి కిం నిమిత్తం శకుంతలా వనజ్యోత్స్నా మతిమాత్రం పశ్యతీతి.

అనసూయా : న ఖలు విభావయామి.

ప్రియంవదా : యథా వనజ్యోత్స్నానురూపేణ పాదపేన సంగతా,అపి నా మైవ మహమప్యాత్మనోఽనురూపం వరం లభేయమితి.

శకుంతలా : ఏష నూనం తవాత్మగతో మనోరథః (కలశజలమావర్జయతి)

కాళిదాసు ప్రథమాంకమున నిర్వహించిన యీసంభాషణక్రమమువలన దుష్యంతుఁడు శకుంతల కణ్వదుహిత యని తెలిసినతరువాత స్తనవల్కల ప్రసంగమున నామె యౌవనసౌందర్యవిలాసమును, వనజ్యోత్స్నప్రసక్తివలన నామె యనురూపవరప్రాప్తినభిలషించు నవవధువనియుఁ దెలిసికొని యామె యం దనురక్తియు, నాసక్తియు, బెంచుకొనినట్లు చిత్రించెను. ఆసందర్భమున ననసూయాప్రియంవదల వాక్యములు శకుంతల వయోమనోఽవస్థల వ్యక్తీకరణ ములకుఁ దోడ్పడినవి. పినవీరభద్రుఁ డీరమణీయదృశ్యము దృశ్యకావ్యోచిత మని భావించి వదలియుండవచ్చును. అనసూయాప్రియంవదలకంటె శకుంతల యందుఁ గానవచ్చు సౌందర్యవిశేషమును నాయకునిముఖమునఁగీర్తింపఁజేయుచు ప్రథమవీక్షణముననే బలముగా నంకురించిన యనురాగబీజమును వర్ణనావసర మున బోషించుచు శ్రవ్యకావ్యోచితముగాఁ గథను సాగింపఁ దలఁచిన పినవీరన కీసన్నివేశమునఁ గల యానెచ్చెలుల సంభాషణలు చిత్తమునకు హత్తియుండక పోవచ్చును.

కాళిదాసుఁడు కల్పించిన మధుకరవృత్తాంతమును బినవీరన గ్రహించి విస్తరించి రచించెను. తేఁటి ముసరినప్పుడు శకుంతల కడుదీనతతో ననసూయతో మొరవెట్టుకొనినట్లును, అందుల కనసూయ చతురోక్తులతో సమాధానము చెప్పి నట్లును బినవీరన కల్పించి సన్నివేశమునకే కాక అనసూయపాత్రకును వన్నెను జేకూర్చెను.

శకుంతల : ఉ. "ఈయలిపోత మే నెఱుఁగ నెక్కడనుండియొ వచ్చి మోముపై
రాయిడి చేయుచున్నది కరంబులఁ జోపినఁ బోవ' దన్న —

అనసూయ : ఓ, తోయజనేత్ర ! నే నెఱుఁగుదున్ విరవాదికి నీరువోయఁగా
నాయెడనుండి వచ్చె భవదాననగంధము నాస్వదింపఁగన్."

మ. "శ్రవణేందీవరమున్ భజించె నదియుం బ్రస్థానయుక్తంబుగా
భవదక్షిన్ వసియించె నక్షి ముకుళింపం దేఁటి నెమ్మోముపై
దవిలెన్ దానిఁ దొరంగఁ జోఁపుటకు హస్తం బెత్తి వారించె దొ
నవు నంభోరుహసామ్యదోషము వయస్యా ! లేదె నీచేతికిన్."

గీ. "కమలరుచి నీ ముఖాక్షిహస్తములు చూచి
పద్మినీభ్రాంతి నీయళి పాసిపోవ
పది యెఱుఁగు నీ వెఱుంగుదు..."

అనసూయ నోరు విప్పి మాటలాడిన మొదటి సంభాషణ మిది. అది యామె హాస్యచతురోక్తి నైపుణ్యమునకు సాక్షిగా నిలచుచున్నది.

మూలానుసారి యయ్యు మనోహరముగ విస్తరింపఁబడిన యీ క్రింది సన్నివేశము సహృదయహృదయానురంజకము :

కాళిదాసు :

శకుంతలా : సఖ్యౌ పరిత్రాయేథామ్, మా మనేన దుర్వినీతేన మధుకరేణ అభిభూయమానామ్.

ఉభే : (సస్మితమ్) కే ఆవాం పరిత్రాతుం. దుష్యంత మాక్రంద. రాజరక్షితాని తపోవనాని నామ.

వినవీరన :

శకుం : గీ. ఏను మీచెలి నిం తేల యెరువు సేయ
వింతవారైన మొఱ యాలకింతు రకట !
ప్రాణసఖులరు కావరే ప్రాణ మెత్తి
మమత విడువక మాన్పరే మధుపబాధ.

క. నేఁ జనినచోటి కెల్లను
దాఁ జనుదెంచుచును మరలఁ దనుఁజోఁపంగా
మీఁజేతులెల్ల గిజిగిజి
గాఁ జేసెను మొగలిముండ్లు గాఁడినభంగిన్.

గీ. వివరమొనరింప బొందులు వేఱుగాని
ప్రాణమొక్కటి మనకుఁ బద్మాక్షులార !
పాపరే నాకు నీ యీతిబాధ యనిన ।
జిట్టికాలకు వార లచ్చెలువతోడ.

చెలులు : ఉ. "ఇంతి! తపస్వికన్యకల మే మసమర్థల మీతిబాధభూ
కాంతుఁడు మాన్పి ధాత్రిప్రజఁ గావను ప్రోవను గర్త కాని దు
ష్యంతున కేముచెప్పెదము సాధుజనార్తిహరుం డతండు దు
ర్దాంతుని నియ్యలిం గెడపి తామరపూఁజెఱసాలఁ బెట్టెడున్"

వ. రాజు సన్నిధికిం బోయెద" మని నగవులకు రెండుమూఁడుపదంబు
లరిగిన ననసూయాప్రియంవదలవెంట నాక్రోశంబు సేయుచు శకుంతల
యుం గదలె..." (2.74-73)

పిల్లలమఱ్ఱి పినవీరభద్రుఁడు సమయోచితసరససంభాషణము రచించునపుటి కీ సన్నివేశ మొక చక్కని యుదాహరణము. శకుంతలకు మధుకరబాధ యేర్పడినది. ఇక్కట్టులు వచ్చినపు డిష్టసఖులను బిల్చి స్నేహభావ మచ్చు పడునట్లుగా మచ్చికమీర మాట్లాడి సహాయము నర్థించుట లోకసహజముకదా! అందువలన శకుంతల యనసూయాప్రియంవదలను బిలిచి, ప్రాణసమమైన వారి స్నేహమును వర్ణించిచెప్పి, యీతిబాధను మాన్పుఁడని ప్రార్థించుట యత్యంత సహజముగా నున్నది. 'మీఁజేతులెల్ల గిజిగిజిగాఁ జేసెను మొగలిముండ్లు గాఁడిన భంగిన్' అని మధుపబాధ నుపమానసుందరముగాఁ జెప్పుట పినవీరన గావించిన నూత్నకల్పనము. "వివర మొనరింప బొందులు వేఱు గాని, ప్రాణ మొక్కటి మనకుఁ బద్మాక్షులార" యని చెప్పిన వాక్యము శకుంతలకును, అనసూయాప్రియంవదలకును నడుమఁ గల గాఢస్నేహమునకుఁ గవి పాత్రముఖన జేయించిన వ్యాఖ్య. ఇచ్చకమున కానెచ్చెలులచేఁ బలికించిన పలుకులు మూలాతిరిక్తములై ముద్దులమూఁట గట్టుచున్నవి. మూలమునందలి 'దుష్యంతమాత్రంద రాజరక్షితాని తపోవనాని నామ' అనుభావమును విస్తృత మొనర్చుచు దుష్యంతుని ప్రజారక్షణశీలము నభివర్ణించి, 'దుర్దాంతుని నియ్యలిం గెడపి తామరపూఁజెఱసాలఁ బెట్టెడున్' అను విశేషోక్తిచే సన్నివేశచారుత్వమును సాధించిన పినవీరన లలితసంభాషణచతురుఁ డనిపించుకొనినాఁడు. రాజుసన్నిధి కేఁగెద మని చెలులు రెండుమూఁడుపదంబులు వేయుట శకుంతల వారిని వెన్నంటుట నాటకీయరచనారహస్యనిధి సాధించెడి కల్పనము. దుష్యంతప్రవేశమున కది శక్తిమంత మైన హేతు వగునట్లు పరిణమింపఁజేయుటకథాకథనశిల్పరహస్యము. మిశ్రేతివృత్తమున నిట్టి జిలుగుపని చేసి మూలక ర్తకంటె ముందు నడచుటయే కవి ప్రదర్శించు నైపుణ్యము.

దుష్యంతుఁడు చెలులయెదుటకుఁ బ్రవేశించినది మొదలు శకుంతలాజన్మ వృత్తాంతమునుగూర్చి ప్రశ్నించువఱకుఁ గల సన్నివేశమును కాళిదాసు నాటకోచితముగా నిర్వహింపఁ పినవీరభద్రుఁడు శ్రవ్యకావ్యోచితముగాఁ దీర్చిదిద్దెను. మూలమున దబ్బాటున ప్రవేశించిన దుష్యంతుని గాంచి చెలు లబ్బురపాటు చెంది, తేరుకొనిన తరువాత యనసూయ మధుకరవృత్తాంతము తెలిపి, యతిథి సత్కారము నొనర్చుటకు శకుంతలను బ్రేరేపించెను. వారి సూనృతవచనములే యతిథిసత్కారము లయ్యె నని రాజు చమత్కరించి పలికెను. ప్రియంవద యతిథీకాసనము చూపించినది. అనసూయ యతిథితో మాటలాడుట యుచిత మని శకుంతలను నిలువరించినది శకుంతల తపోవనవిరుద్ధమైన మదనవికార ముదయించిన ట్లనుభవించినది. రాజు వారిసమానవయోరూపచారుత్వమును బ్రశంసించెను. ప్రియంవద దుష్యంతుని చతురగంభీరమధురాకృతిని గాంచి యాతఁ డెవరో తెలిసికొనవలె నని యనసూయకు సూచించినది. అనసూయ దుష్యంతుని కులగోత్రనామదేశాదికములను గూర్చి సభ్యతాసుందరముగాఁ బ్రశ్నించినది. శకుంతల తనకోర్కెనే యనసూయ బయటపెట్టిన దని లోలోన మురిసిపోయినది. రాజు తననుగూర్చి యెట్లు ప్రకటించుటయా?యెట్లు గావనము గావించుకొనుటయా యని వితర్కించి తాను రాజధర్మాధికారి యనియు ధర్మారణ్య సంరక్షణార్థమై యచట కేతెంచె ననియుఁ దెల్పెను. శకుంతల శృంగార లజ్జ నభినయించినది. శకుంతలాదుష్యంతుల పరస్పరశృంగారహావభావములను గమనించిన యనసూయాప్రియంవదలు 'కాశ్యపుఁ డాశ్రమమున నాఁ డున్నచో నాతనిజీవితసర్వస్వము నైనను సమర్పించి యతిథిని గృతార్థునిఁ జేసియుండెడివాఁ' డని నర్మగర్భముగాఁ బలికిరి. ఇది కాళిదాసు తీర్చిన ఘట్టము.

పినవీరభద్రుఁ డీ సన్నివేశమున ననసూయాప్రియంవదలు సమసామర్థ్యముతో నిర్వహించిన సమయోచితవాఙ్నైపుణ్యమును బరిశీలించి, సంభాషణము లాయిరువురు కలసియే కావించినట్లు చిత్రించి, శకుంతల శృంగారావస్థల నభివర్ణించి కథార్థములను గావ్యోచితముగా ననుసంధించెను.

చెలుల యెదుటఁ బొడచూపిన దుష్యంతుని రూపవైభవమును పినవీరన స్వభావోక్తి సుందరముగా నొకసీసమున (౨౭౯) వర్ణించి, యతనిఁ గాంచి యబ్బురపడి, తేరుకొనిన తరువాత చెలు లిరువురును గలిసి యాతని నిట్లు ప్రశ్నించినట్లు రచించెను:

ఉ. ఎక్కడివాఁడ వన్న ! జగదీశ్వరలక్షణలక్షితంబు నీ
చక్కనిమేను దీర్ఘభుజశాఖలుఁ దేజముఁ జర్చ సేయఁగా
నిక్కడి కొంటి వచ్చుటకు నెయ్యది కారణ ? మంతవట్టు నీ
నిక్కముఁ జెప్పుమన్న ధరణీపతి సత్యచరిత్రుఁ డాత్మలోన్. (2.81)

ఇట్టి ప్రశ్నము లాంధ్రప్రబంధజగత్తులో నతిథుల నడుగు కుశలప్రశ్నములకు ఒరవడిఁ దీర్చినవి. 'ఇక్కడి కొంటి వచ్చుటకు నెయ్యది కారణ' మనుటలో గడుసుఁదనము కానవచ్చుచున్నది. 'నిక్కము చెప్పు' మనినమాట ధరణీపతిచే సత్యమును జెప్పించినది. 'జగదీశ్వరలక్షణలక్షితంబు నీచక్కని మే' నని గుర్తించి పొగడిన యాచెలికత్తెలయెదుట దుష్యంతుఁడె ట్లాత్మగోపనము చేసి కొనఁగలడు ? చతురవచోవిలాస మనఁగా నట్టిది. సంగ్రహము లయ్యు కథాగతికిఁ దోడ్పడు నీ మాటలు సార్థకములు. మూలమునందలి మూలతత్త్వమును మూఁట గట్టుకొని మూర్తికట్టినవి.

శకుంతలాదుష్యంతుల మదనశరఖిన్నమానస్థితులను బినవీరన మనసు తీర వర్ణించిన తరువాత యారంగమును ముగింపఁ దలఁచినాడు. అనసూయాప్రియంవదలు 'రాజు విచ్చేసియున్నవాఁ డెక్కడఁ జూచెద ? వేల నివ్వెఱపడియున్నదాన ? వర్ఘ్యపాద్యంబు లొసంగవలయుఁ బర్ణశాల కతిత్వరితమున ర' మ్మని శకుంతకరమ్ము పట్టుకొని తోడ్కొని పోయినట్లు చిత్రించినాఁడు. మూలమున నున్న సప్తపర్ణవేదిక శృంగారశాకుంతలమున లేదు నాయకుఁడు కూర్చుండుటకు అర్ఘ్యమున కాశ్రమమున కేఁగవలసి వచ్చినది యాశ్రమకన్యలు. దీనివలన పినవీరన సాధింపఁదలచిన కథాప్రయోజనములను శకుంతలాజన్మవృత్తాంతకథన మను నంశమున వివరింపఁబడును.

అభిజ్ఞానశాకుంతల తృతీయాంకమునందలి వస్తువు శృంగారశాకుంతల తృతీయాశ్వాసమున గ్రహింపఁబడి ప్రబంధోచితముగా నిర్వహింపఁబడినది. శకుంతలావిరహతాపావసరమునందును, శకుంతలాదుష్యంతుల ప్రథమసమాగమ సన్నివేశమునందును గాళిదాసు అనసూయాప్రియంవదల పాత్రచిత్రణము నొజ్జబంతిగాఁ బెట్టుకొని, వారిగుణస్వభావభేదసాదృశ్యము లచ్చుపడునట్లుగాఁ బినవీరభద్రుఁ డాపాత్రలసంభాషణములను జిత్రించినవిధము నీయాశ్వాసమున గాంచవచ్చును.

అనసూయ శకుంతలకు నెచ్చెలి యయ్యు దాదికంటె మిన్నగా నామె యోగ క్షేమముల నఱయుచుండును ప్రియంవదకంటె నామె శకుంతలపరిచర్య లను సందర్భశుద్ధి నెఱిఁగి కావించుచుండును కష్టము వచ్చినప్పుడు కుతకుత పడు కోమలస్వభావ యయ్యు, సందర్భము మాహించి ధైర్యము తెచ్చికొని యెదుటివారిని సాంత్వనవచనములఁ దేర్చి నిపుణముగా వ్యవహరింపఁగల దిట్ట అనసూయ యెంత కార్యశీలయో ప్రియంవద యంత ఉపాయశాలి. ముగ్ధవలె గనుపట్టినను ఎదుటివారిమనసులోని మర్మములను బసికట్టఁగలిగిన సూక్ష్మబుద్ధి ప్రియంవద. ఎదుటివారిగుట్టును సైతము మనసు నొవ్వకుండ మధురముగాఁ దెలుపఁగలిగిన మాటకారి. అనసూయ యాలోచనలకు అనపాయమైన యుపాయములను సూచించు నేర్పరి. ఇట్టి స్వభావవిశేషములను వినవీరన తృతీయాశ్వాసకథానిర్వహణమునఁ బరితకుఁ బ్రత్యక్ష మగునట్లు చిత్రింపఁగలుగుట యాతని పాత్రచిత్రణనైపుణికి నికషోపలము.

శకుంతలకు చెలులు శైత్యోపచారములు సలుపునెడ ననసూయ

గీ. "నయ మొకించుకయైనఁ గానంగఁబడదు
చలువమందులశైత్యంబు నంభవిలక
నిన్నుఁడు గుడిచిన నీ రయ్యెఁ, నింతిమేన
నంతకంతకు సంతాప ముగ్గలించె.

క. వెలదికి మన మొనరించెడు
చలువల రవిమేను నైన శైత్యము నొందున్
బలుకులు వేయును నేటికి ?
వలిగొని వడఁకాడుచుండు వైశ్వానరుఁడున్"

అని యబ్బురపాటు చెంది, యది విరహప్రకార మని నిశ్చయించి, శకుంతల యట్టివిరహమును గలలోనైన నెఱుంగ దని తలంచి. 'ఇది యేమి మాయయో కదా ? తాత కాశ్యపమునీంద్రుండును జేరువ లేఁడు, మన మీపూఁబోడి యున్న పోఁడిమియు, నగ్గలతవేడిమియు నేయుపాయంబులఁ జక్కఁజేయుద మెవ్వరికిం జెప్పుద? మెక్కడికిం జొచ్చువార? మేదైవంబుం బ్రార్థింత' మని కన్నీరు నింపినది.

ప్రియంవద కారహస్యము తెలియును. కాని, సమయము వచ్చునంత వఱకు బయట పెట్టలేదు. చివరకు మెల్లగా-

చ. "ఎఱుఁగుదుఁ గొంత కొంత యది, యే నెఱిగుండియుఁ జెప్ప నేల యం
చెఱుఁగనివానిబోలెఁ జరియింపుదు, నిట్టి రహఃప్రయోజనం
బుఱక తమంతఁ జెప్పుట యయుక్తము, నేఁ గనుగొన్నచిహ్నము
ల్వెఱవక చెప్పెదన్ గినుక లేక శకుంతల సమ్మతించినన్"

అని గంభీరముగాఁ బలికినది। అనసూయ శకుంతల యనుమతి వడసినది. ప్రియంవద మధురముగా నిట్లు మానినిగుట్టు బయటఁ బెట్టినది.

శా. "నీవున్ నేనును జూడఁగా వనములో నిన్నన్ మదాళివ్యథన్
దా వర్తింపఁగ వచ్చె రా జెఱుఁగవా? తద్వేళఁ బాలిండ్లపైఁ
బ్రోవుల్ వోసినభంగి ముత్పులకముల్ పుంఖానుపుంఖంబుగా
నూవిళ్లూరుచుఁ జూచె భూవిభుని దా నొయ్యారపుం జూపులన్."

చ. "మనతరళాక్షి సిగ్గుతెర మాటున నుండక, దాఁటి దూఁటి పా
ఱినఁ గదియంగఁబట్టి యసిటింతల చూపులఁ దన్నుఁ జూడఁగాన్
మనుజవిభుండుఁ బ్రేమగరిమంబునఁ జూచె లతాంగి, నయ్యెడన్
జనుమొన నాటె నాన్నృపతిచంద్రునిచూపులఁ గంతుతూపులున్.

క. "అప్పటఁగోలెను లలనకు
నిప్పంటినయట్లు మేన నిగిడెడుఁ దాపం
బిప్పగిది నేను గన్నది
తప్పదు నిక్కం బటంచు దాఁపక చెప్పెన్."

ఈతాత్పర్యమును మూలమున శకుంతలయే నెచ్చెలులకు స్వయముగా నివేదించుకొనును. పినవీరన శకుంతలముగ్ధనాయికాస్వభావపరిపోషణార్థమై ప్రియంవదముఖమున నీమాటలు పలికించి యామెచే ఒప్పింపఁజేసి తదుభయ పాత్రచిత్రణమునందును వింతవెన్నెలను జిలికించెను.

అనసూయ శకుంతలమనసులోనిమాటను రాఁబట్టుట కెన్నియో యను నయోక్తులను బల్కినది. తాము శకుంతలకు బహిఃప్రాణము లనియు, బర్యాయ దేహము లనియు, ప్రతిచ్ఛాయ లనియు నచ్చబలికి, నిజము చెప్పనిచో ప్రియంవద ప్రాణములకుఁ దప్పినదాసి వనియు, నీవు ప్రేమ వాటించి పెంచిన మాలతీలతకుఁ దప్పినదాన వనియు నానలు వెట్టినది. నిజము చెప్పి కళంకభితయై

వెక్కివెక్కి యేడ్చుచున్న శకుంతల నోదార్చి, కౌఁగటఁ జేర్చి ధైర్యము చెప్పినది.

ఉ. "నీకు విచార మేల? మహనీయచరిత్రవు, నీమనంబు గం
గా కమనీయపావనము, కల్మష మందఁగ నేర దెందు, మం
దాకిని నిర్ఝరాకృతి నుదారగతిం జనుదెంచు పెల్ల ర
త్నాకరుఁ బొందఁ గాక, యహహా! చననేర్చునె చౌటికుంటకున్?"

అని యామెసంకల్పము సకలజనసమ్మత మగు నని సానునయముగాఁ బలికి నది. కాని, యామె కారాజుపై ననుమానము కలదు. అతఁడు శకుంతలపై ననురక్తుఁడు కానిచో ఫలితము శూన్యము. మఱల ప్రియంవద నావిషయ మడిగి నది. ప్రియంవద యజ్ఞశాలలో రాజును గాంచి, యతఁడు విరాళి నొందియుండి నట్లు గమనించినది. కాని, యది శుద్ధాంతకాంతాజనచింతాభరమో? శకుంతలా చింతాభరమో నాఁడు తేపటి నిశ్చయించెద నని తెలిపి, యంతవఱకు శకుంతల కెట్టి యపాయ మొదవకుండ నుపాయ మాలోచింపవలె నని సూచించినది.

దుష్యంతుఁ డీమాటలు విని 'శుభస్య శీఘ్ర' మ్మని రంగమునఁ బ్రవేశించినాఁడు. అనసూయ భూనాథునికి శకుంతలాస్థితిని నివేదించినది.

ఉ. "జాతకృపావిభూతి మదసామజయానను, దేవయాని మీ
తాత వెడల్చి తెచ్చె భయదం బగు కూపములోన నుండఁగా
భూతలనాథ! నీవును బ్రభూతదయన్ వెడలింతుగాక, నేఁ
డీ తరళాయతాక్షిని రతీశుఁడు ద్రోచిన తాపకూపమున్"

తాతకుఁ దగిన మనుమనివి గమ్మని యభ్యర్థించినది. రాజు గాంధర్వవివాహ ప్రసక్తిఁదెచ్చినాఁడు. చెలు లిద్ద రొకరిమొగ మొకరు చూచుకొనినారు. శకుంతల భావిజీవితఫలాఫలములకు వారే కర్తల వలె బాధ్యతను గుర్తించినారు. ఏకకంఠముతో నాభూతలనాథునితో నిట్లనినారు:

ఉ. "మాతరలాక్షిపైఁ గలుగు మక్కువ నిక్కువ మయ్యెనేని; యో
భూతలనాథ! యీ తలిరుఁబోడికి నీకునుఁ బుట్టుపుత్త్రుఁ బ్రఖ్
స్ఫీతిగ యౌవరాజ్యపదపీఠమునన్ నిలుపంగ సత్కృపా
న్వితుఁడ వై మనోజ్ఞమహనీయముగా శపథంబు సేఁదగున్"

అని నిలువదీసి యడిగినారు. కన్నతల్లిదండ్రులచేఁ బరిత్యక్త యైన శకుంతల భావిజీవితము నింతభద్రముగాఁ బరిరక్షించుకొనిన అనసూయాప్రియంవదలు కణ్వమహర్షినే మఱపించినారు పినవీరభద్రునిరచనలో ! మహాభారతకథలో నీ చెలులు లేరు కావున శకుంతలయే స్వయముగా నీకట్టడి చేసికొనవలసి వచ్చినది.

ఈపద్యభావమును బినవీరభద్రుఁడు మహాభారతశకుంతలోపాఖ్యానము నుండి గ్రహించెను. కాళిదాసు అనసూయచేత 'రాజులు బహుభార్యావల్లభు లని వింటిమి. రాజా ! శకుంతలను వివాహమాడి బంధుజనశోచనీయఁగా జేయవల' దని ప్రార్థింపఁ జేసెను. పినవీరన దౌష్యంతికి యౌవరాజ్యపదవిని గట్టింప నడిగించుటచే శకుంతలకుఁ బట్టమహిషీత్వ మానుషంగిక ఫలముగా సిద్ధించునట్లు నిబంధించి కథార్థములకు సార్థక్యమును సాధించెను.

శృంగారశాకుంతలమున శకుంతలాదుష్యంతులగాంధర్వవివాహమును అనసూయాప్రియంవదలు ముచ్చటదీర నిర్వహించి, "శచియు శతమన్యుండు, శరధికన్యయు శార్ఙ్గపాణియు, శైలరాజకన్యయు, శశాంకశేఖరుండునుంబోలె శశివదన శకుంతలయు శశికులావతసంబు దుష్యంతుండును ననుకూలదాంపత్యసౌఖ్యంబు లవిచ్ఛిన్నప్రీతి ననుభవింపుదురు గాక" యని నోరార దీవించి, వాసనాప్రసవముకుళంబుల నిరువురిశిరంబులఁ జేతులార చల్లి, తనివిఁదీర వారిరువురిని తరుపల్లవతల్పంబునకుఁ గొనిపోయి కూర్చుండఁబెట్టిరి. పిన్నవయసువారైనను పెండ్లిపేరంటమును పెద్దముత్తైదువులకంటె నిద్దమైన నిండుదనముతో నిర్వహించిన నిరుపమానస్నేహమూర్తులు అనసూయాప్రియంవదలు !

ముద్దరాలిమోముదమ్మిని ముట్టినాఁడో లేదో మునిగణము రాక్షసబాధ కోర్వఁజాలక బొబ్బరించినకేకలు దుష్యంతునకు వినవచ్చినవి. సవనరక్షకుఁ జనునున్న ధవునిఁ గాంచి శకుంతల కన్నుల నీరు నింపినది. చెలులిద్దఱు సమయ మెఱిఁగి నెచ్చెలికి ధైర్యము చెప్పినారు. శుభశకునము నీక్షించి విభునకు విజయము తథ్య మని వెన్నుదట్టినారు. రాజును గాంచి

ఉ. "హస్తినిశాటభంజనుఁడు, హైమవతీరమణుండు, దేవతా
మస్తకరత్నపుంజరుచిమంజులపాదసరోరుహుండు, లో
కస్తవనీయధాముఁడు. జగన్నుతుఁ డాత్రిపురాంతకుండు, తా
స్వస్తి యొనర్చుఁ గాత ! విలసత్కరుణామతి దానవాజిలోన్"

అని దుష్యంతభూపాలునే ఆశీర్వదించినారు. అతని యనన్యపరాక్రమ మేమో కానిమచ్చలేని యామానినీమణుల మహనీయస్నేహాశీర్వాదమాహాత్మ్యమేయాతని కంగరక్ష కాఁగల దని పరిత భావించి కన్నులు చెమర్చ ననుటలో నతిశయోక్తి లేదు.

శకుంతల విరహాగ్నివేదనలఁ బొగిలినపు డాచెలులు గావించిన శైత్యోపచారములకు లెక్కలేదు. తెల్లవాఱులోపలఁ దనప్రాణములు నిలిచునో నిలువవో యని వంత నొందు శకుంతల కాచెలులు చెప్పిన వింతవింత లాలనవాక్యములు. భావుకమనోరంజనములు; పరమరమణీయములు.

మ. "వనితా! యాతనిఁ బోల లే ననెడు నీవంతన్ మరుం డంతరిం
చు నిజం. బప్పుడు వేల్పు లప్పదవికిన్ శోధించి పట్టాభిషేక
చనముం జేయుదు రర్థి, ని న్నిట రతిస్థానంబునన్ నిల్పి, రూ
పున దుష్యంతనృపాలుఁ డర్హుఁ డగుటం బుష్పాస్త్రపట్టంబునన్".

మఱునాఁడు శకుంతలాదుష్యంతుల కేకాంతము గల్పించిన యాచెలుల నేస్తము కృతార్థము.

హస్తినకు మరలుచు దుష్యంతుఁ డావృత్తాంతమును వాద్యముగాఁ జెప్ప లేకతలిరుటాకున ననిలిఖితము గావించి శకుంతలకుఁజూపించెను. ఆలేఖనానెచ్చెలి చూచి చెలుల చెంత దానిని బడవైచి, మదేభము త్రెంచివైచిన లతవలె మూర్ఛాగతురా లయ్యెను, అనసూయాప్రియంవదలు బోరు మనిరి. రాజు కంటతడి పెట్టెను. అనసూయ యెట్లో ధైర్యము చేసికొని, చెలిని దేర్చి సాంత్వనవచనములతో నూరటఁబలికినది. ప్రియంవద శకుంతలా భవితవ్యమును గూర్చి రాజును ప్రశ్నించినది. ఆతనిచేత నుచిత సమాధానము నొందిన గాని రాజునకు నగర గమనమున కనుమతి నీయలేదు.వారుసతీపతులసంయోగమునం దెంత భద్రమైన జాగరూకతను భజించిరో వియోగమునందును అంతజాగ్రత్త వాదు ప్రకటించిరి. శకుంతల లోకవ్యవహారము తెలియని అమాయకురాలు. ఆమెకు లౌకికముగా నేర్పడిన వజ్రకవచములు అనసూయాప్రియంవదలు.

ఈయంశమును బినవీరన చతుర్థాశ్వాసమునఁ జతురముగా నిరూపించి నాఁడు. దుర్వాసునిశాపమును నివర్తింపఁజేయుటలో ననసూయ శకుంతల కంగ

రక్షగా వ్యవహరించినది. అత్తవారింటి కేఁగునప్పుడు గూడ అనసూయా ప్రియంవద లామెకు నీడవలె వెన్నెంటి వెడలినారు. దుష్యంతుఁడు విరసముగా మాటలాడినపుడు శకుంతల కన్నీరు మున్నీ రైనద్ధి కాని అనసూయాప్రియంవదలగ్ని పర్వతములవలె బద్ధలై, నిజము నాకాశవాణిచేఁ బలికించి, అంగుళీయకమును రాజుమొగమున విసరివైచి, నిండుసభలో శకుంతల గౌరవమును గాపాడినారు. పట్టమహిషిగా నామెను బంగరుగద్దెపై నిలిపినారు. నారదమహర్షి మన్ననల నందుకొనినారు. అనసూయాప్రియంవదల నడుమ నిలిచిన శకుంతల ఆకుల చాటున భద్రముగా నున్న మావిపిందె; ఘటనిక్షిప్తమైన దీపకళిక.

"వనిత ! యనసూయయును, బ్రియంవదయు నీకు
వరుని ఘటియించి పెట్టినవారు; నీవు
వారు, సుఖముండుఁ డెక్కడో వాఁడ నయిన
యేను, దీర్ఘంబు లేఁగెద నెచటికైన"

నని కణ్వమర్షి పరిహాసమున కనినను ఋషివాక్కు సత్య మని నిరూపించిన స్నేహజ్యోతులు అనసూయాప్రియంవదలు.వారి నట్టి తీర్చిదిద్దిన పినవీరభద్రుఁ డభినందసీయుఁడు.

7. శకుంతలా జన్మవృత్తాంత కథనము :

శకుంతల మేనకావిశ్వామిత్రుల సంతాన మనియు; గణ్వమహర్షి పెంపుడు బిడ్డయనియు,క్షత్రియుఁడైన దుష్యంతమహారాజు వివాహమగుటకు యోగ్యురాలనియు నిరూపించుట మహాభారతమునందును, అభిజ్ఞాన శాకుంతలమునందును శకుంతలా జన్మవృత్తాంతము తెలుపఁబడినది. కణ్వాశ్రమమున నొంటిగా నున్న శకుంతల కణ్వుడు ప్రసంగవశమున మునుల కెఱిఁగించిన తద్వృత్తాంతమును స్వయముగా రాజునకుఁ జెప్పినట్లు వ్యాసుఁడు సంగ్రహముగా రచించెను. ఉపాఖ్యాన మైన ఆ కథలో నా విధ ముచిత మనుటలో విప్రతిపత్తి లేదు. కాళిదా సీ వృత్తాంతము ననసూయచే ముగ్ధసుందరముగా, వ్యంగ్యరమణీయముగా నత్యంత సంగ్రహముగా దువ్యంతునకుఁ జెప్పించెను. శృంగారలజ్జా ననశ యైన శకుంతల కంటె వివేకసౌరభవిలసిత యైన అనసూయచేఁ జెప్పించుట కాళిదాసుని యౌచితీదృష్టికి నికషోపల మనుట నిస్సంశయము

పినవీరభద్రుఁడు వ్యాసకాళిదాసుల కంటె భిన్నమైన మార్గము ననుసరించి, యాశ్రమవాసి యైన కణ్వశిష్యునితో నీ వృత్తాంతమును రాజునకుఁ జెప్పించెను. పై కథలో నెవ రీవృత్తాంతమును జెప్పినను బైన పేర్కొనఁ బడిన కథాప్రయోజనములు సాధింపఁ బడ గలవు. కాని, పినవీరన తన కావ్యమున శృంగార రసానుకూలములైన ఘట్టములను విస్తరించి రచించు విధానము ననుసరించుటచే మేనకావిశ్వామిత్రుల వృత్తాంతమును బెంచి రచింప సంకల్పించెను శకుంతల స్వయముగా నాకథను జెప్పుట కంటెఁ జెలులచేఁ జెప్పించుట యౌచితీపోషకమని కాళిదాసు సూచించి యున్నాఁడు. కాని, వారును ముగ్ధలైన కన్యలగుటచే నావృత్తాంతమును నాతివిపులముగాఁ జెప్పించుట సమంజ మనియుఁ గాళిదాసు 'సిన నిష్కర్ష. పినవీరన విపుల శృంగార వర్ణనాత్మకముగా నాకథను బ్రపంచింపఁ దలచి, దానిననసూయచే గాని, ప్రియంవదచేగానిచెప్పించినచో విజ్ఞులు దోషము పట్టవచ్చును. అందువలన నతఁడు మునిశిష్యుని ముఖమున నిబంధించి యౌచిత్యమును బాటించెను. బ్రహ్మచారి ముఖమున శృంగారోదంతమునట్లు చెప్పించు సమంజసమా? యని కొందఱు భావింపవచ్చును నియతులైన మునులు లోకవృత్తముల నభివర్ణించి చెప్పినను వానియందు వారు నిర్లి, ప్తులు కావున వారి కాదోష మంటదు. అ ట్లగుటచే పినవీరభద్రుని కల్పనము· ప్రబంధరసోచితమై భాసించి శృంగారరసోద్దీప్తికిఁ దోడుపడుచు సార్థకమై రాణించుచున్నది.

అనసూయాప్రియంవదలు రాజున కర్ఘ్యపాద్యాదుల నిప్పించుటకై శకుంతల నాశ్రమమునకుఁ గొంపోయి, పూజాద్రవ్యములను సిద్ధపఱచి, రాజు నాహ్వానింప నొకశిష్యుని నాతని కడ కంపిరి. అతఁడు శకుంతల ఆహ్వానమును రాజున కెఱింగించెను. రాజు 'శకుంతల యన నెవ్వరు! ఏతపస్విని? వ్రతమెద్ది? ఇంతులచేఁ బూజఁగొనుట యనుచిత' మని పలికెను. శకుంతల తపస్విని గాదనియు, భువనసేవ్యుఁడైన కణ్వమహర్షి కూఁతు రనియు, నామునివరుఁడు సోమతీర్థమున కేఁగుచు నతిథిసత్కార మొనర్ప నాకన్నియను నియమించె ననియు, నామెయు నంతరాంతము లెఱింగి యార్యులకు సపర్యలు సేయుచుండు ననియు శిష్యుఁడు విన్నవించెను. ఊర్ధ్వరేతుఁడైన కణ్వమహర్షి కపత్యలాభ మెట్లు కలిగెనని దుష్యంతుఁ డాశ్చర్యపడి, యా యద్భుతవృత్తాంతమును వివరింపు మని మునికుమారుని బ్రశ్నించెను. అతఁ డా వృత్తాంతము విస్తృతమైన దనియు,

నతిథిసత్కారములచే మార్గాయాసము నపనయించుకొనిన తరువాత వినిపించెద ననియుఁ బలికి, రాజు తనకు బదలిక లేదనియు, గథ వినిపింపుమనియు బల వంతపెట్టెను. మధ్యమలోకపాలకుండవైన నీవచనంబు మాకు నలంఘనీయము కావున తత్కథాక్రమము యథాక్రమముగాఁ జెప్పెద నని శిష్యుఁడు చెప్ప నారంభించెను. అతఁడు చెప్పినకథ మూలములందువలె సంగ్రహము,సూచనప్రాయము కాదనియు, యథాక్రమముగా కథాకథనపద్ధతిని విస్తరించి చెప్పిన దనియు నాతనిమాటలవలన పినవీరన స్పష్టము చేసినాఁడు.

ఈ వృత్తాంతమున హిమాలయమహిమాభివర్ణనమును (2.101-109), విశ్వామిత్రుని ఘోరతపః ప్రభావవర్ణనమును (2.110-117) ఇంద్రుడు ముని తపముఁ జెఱుప మేనకను భూలోకమునకంపుటయును, (2 118-120); వసంత శోభావర్ణనమును (2.121-131); మలయపవనవిహారవర్ణనమును (2 132-133); పుష్పాపచయక్రీడాభివర్ణనమును (2.134-139); మేనక విశ్వామిత్రుని తపస్సును భంగము గావించుటయు,(2.140-145);శకుంతలాజననమును,తత్పరిత్యాగమును (2.146); కణ్వమహర్షి శకుంతల నాశ్రమమునకుఁ దెచ్చి పెంచుటయు (·147-149) ననునంశములను పినవీరన సంఘటించెను. ఇది దాదాపేఁబదిపద్యగద్యములలో నడచిన యుపాఖ్యానము. అంగిరసమైన శృంగారమునకుఁ బోషకమై, నాయికాకులీనత్వాదులకు వ్యంజకమై భాసిల్లిన యీ కథ పినవీరభద్రుని రసోచితకథార్థ సంవిధాన నైపుణ్యమున కెత్తిన పతాకవలె రాణించుచున్నది

మేనకావిశ్వామిత్రుల సమాగమము ప్రతిపాద్యవస్తువుగాఁ గలిగిన యీ ఘట్టమున బినవీరన యౌచిత్యముతోఁగూడిన నిగ్రహము పాటించెను. కథాకథనమునందును, వర్ణనలయందును సమవిభక్తమైన రచనాశిల్పమును సంతరించెను. భువనక్షోభహేతువైన కౌశికునుగ్రతప మొకవైపు నుదాత్తముగా వర్ణించి, యట్టి తపోవిభవుని చిత్తము నాకర్షించు శృంగారసామగ్రిని మేనకయందును ప్రకృతియందును వర్ణించి కథాకథనమున నొక తూకమును గల్పించి, కావ్యకళావిదగ్ధు డనిపించుకొనెను.విభావసామగ్రి నింతవిపులముగ వర్ణించిన పినవీరన మేనకావిశ్వామిత్రుల సంభోగమును సూచించి విడచుటలో నాతని యౌచిత్యదృష్టి పరమోదారము।

8. వ్యాఘ్ర ప్రవేశము :

కాళిదా సభిజ్ఞాన శాకుంతల ప్రథమాంకమును ముగింప నెంచి పాత్రలు నిష్క్రమించుట కనువైన హేతువు నొకదానినిఁ గల్పించుటకై వనగజప్రవేశ వృత్తాంతము ననుసంధించెను. దుష్యంతుని సైన్యకోలాహలమును, రథమును గాంచి బెదరిన వనగజ మాశ్రమప్రాంతము నల్లకల్లోలము సేయుచుండ దానిని వారించుటకు దుష్యంతుఁ డేగును. శకుంతలయుఁ జెలులతో నాశ్రమమున కేఁగును. ఈ సన్నివేశమువలనఁ గాళిదా సంకి నిర్వహణముతో పాటు రసపోషణశిల్పమును గూడ సాధించెను. నాయికానాయకులకు కనుకలి వినుకలులను గల్పించి యను రాగోదయమును నిరూపించి, పూర్వరాగవిప్రలంభముచే దానిని బుష్టిమంతము గావించుటకు వారి నడుమఁ దాత్కాలికమైన యెడఁబాటును కల్పించుట గజ వృత్తాంతము యొక్క రసప్రయోజనము కవిసమ్రాట్ విశ్వనాథ సత్యనారాయణ గారు గజవృత్తాంతము భావికథార్థవ్యంజక మైనదని తమ 'శాకుంతలమునందలి అభిజ్ఞానత' యనుగ్రంథమున సూచించి కథాసంవిధాన శిల్పరహస్యమును వ్యాఖ్యానించిరి.

పినవీరభద్రుఁడు వనగజప్రవేశమునకు మారుగా వ్యాఘ్రప్రవేశమును గల్పించెను. శ్రీ టేకుమళ్ళ అచ్యుతరావు మొదలగు విమర్శకు లీవ్యాఘ్ర ప్రవేశమువలనఁ గవి సాధించిన ప్రయోజన మేమియు లేదని భావించిరి. అది పొరపాటు. కాళిదాసుకల్పనలోని గజప్రవేశ మే యే ప్రయోజనములను కథకు సాధించి పెట్టినదో శృంగారశాకుంతలమునందు వ్యాఘ్రప్రవేశమన్ని ప్రయోజనములను సాధించుచున్నది. అయిన నొక యనుమానము. అది వ్యాఘ్ర మేల కావలెను గజమేల కాఁగూడ దని, ఇన్పట గమనింపవలసిన విషయ మొకటి కల్దు.

మునికుమారునివెంట దుష్యంతుఁ డాశ్రమమునకు శకుంతలాదర్శనార్థము బయలువెడలెను. అతఁ డాశ్రమమునకు వెడలినచో, నింటిపట్టు దొరికినచో మహాభారతకథలోవలె గాంధర్వవివాహ మచ్చటనే జరుగు నవకాశ మేర్పడును. పవిత్రకణ్వాశ్రమమున నా వివాహము జరుగకుండ చూచుటకై కాళిదాసు జాకరూకత వహించెను. నాయికానాయకుల సమాగమస్థలమును లతామంటపమునకును, నదీపులినమునకును మార్చి యౌచిత్యమును బాటించెను. పిన వీరన కాళిదాసు కల్పనలలోని లోతులను దెలిసిన మనీషి. అందువలననే

వీడుకోలు సందర్భమున మాత్రమే దుష్యంతుని నాశ్రమమున ప్రవేశపెట్టెను. ఈ సందర్భమున వ్యాఘ్రప్రవేశ విఘ్నము నాపాదించి దానిని వారించెను.

వ్యాఘ్రమువన వ్యాఘ్రము కాదు. వేఁటకై మచ్చిక చేయఁబడిన పెంపుడుపులి. వేఁటకాండ్ర యప్రమత్తతవలన నది తప్పించుకొని పారివచ్చినది. వన్యవ్యాఘ్రమైనచో నా మహాబలుఁడు తక్షణమే చంపి మునికుమారుని వెంట నేఁగుటకు వీలున్నది. పెంపుడుపులి యగుటచేఁ బట్టి స్కంధావారమున భద్రపఱుపవలసి వచ్చినది. సూర్యుఁ డస్తాద్రిపై నిలచినాఁడు. పులిని గట్టివైచి తిరిగివచ్చుటకు సమయము లేదు. అప్పటికి చీఁకటి పడిపోవును. నిశాసమయమున నాశ్రమమున కేఁగుట యుచితము కాదు. ఏఁగినచో శకుంతలాకరగ్రహణ మా పర్ణశాలలో జరిగితీరును. ప్రథమవీక్షణమున నంకురించిన యనురాగలత యింకను చిగుళ్ళు వేయలేదు, మొగ్గలెట్లు తొడుగును? అందువలన నాయికానాయకులకు విరహోద్దీపనమునకై విరామము కావలెను. అది నిశాసమయ మగుచో నిబిడమై భాసింపఁగలదు. ఇట్టి కథా ప్రయోజనము నభిలషించియే పినవీరన వ్యాఘ్రకల్పనము సార్థకముగాఁ గల్పించె నని స్పష్టమగుచున్నది.

9. నాయికానాయకుల విరహవర్ణనము :

వ్యాఘ్రప్రవేశ ఘట్టమునకును, సవనరక్షాదీక్షకును నడుమ దుష్యంతుఁడును శకుంతలయు విరహవేదనకు గుఱియైనట్లు పినవీరభద్రుఁడు వర్ణించెను. ఈ వర్ణనము నాయికానాయకుల ప్రథమసమాగమమునకుఁ బూర్వ మనురాగపరిపోషణ కనువైన హేతువై రసానుకూల మగుచున్నది. అభిజ్ఞానశాకుంతలమునందలి ద్వితీయాంకమున దుష్యంతుఁడు విదూషకు నెదుట శకుంతలను గూర్చిన విరాళిని వ్యక్తముచేసిన ఘట్టమును గాళిదాసు చిత్రించెను. పినవీరన దాని నాధారముగాఁ గొని ప్రబంధోచితముగా నాయికయొక్క అంగాంగవర్ణనాదులను గావించుచు దుష్యంతుని విరహమును విస్తరించి వర్ణించెను. (2.156-161 165-138) మూలమున నాయాసందర్భములందుఁ గావించిన నాయికావర్ణనలను గొన్నింటిని దుష్యంతుని స్వగతమున నిలిపి పినవీరన సందర్భశుద్ధిని ప్రకటించెను.

వ్యాఘ్రమును బట్టికొని పోవుచు దుష్యంతుఁడు స్మరించిన యీ క్రింది పద్యము లిట్టివి :

(అ) మూలమున ద్వితీయాంకమున విదూషకునితోఁ బల్కినవి :

1. "అనాఘ్రాతం పుష్పం, కిసలయ మలూనం కరరుహై
రనావిద్ధం రత్నం, మధు నవ మనాస్వాదిత రసమ్ ।
అఖండం పుణ్యానాం ఫల మివ చ తద్రూప మనఘం
న జానే భోక్తారం కి మిహ సముపస్థాస్యతి విధిః".

చ. "కొనకొని తావి మూర్కొనని క్రొవ్విరి, యెయ్యెడ వజ్రసూచి డా
యని రతనంబు, జిహ్వ చవి యానని తేనియ, గోరు మోసి గి
ల్లని చిగురాకు, లాలితవిలాసనికేతన మా లతాంగి తా
ననుభవకర్త యే ఘనుఁడొ యావిధియత్న మెఱుంగనయ్యెడున్"

(2. 158)

"అఖండం పుణ్యానాం ఫల మివ చ తద్రూప మనఘ' మ్మను కాళిదాసోక్తిని పినవీరన 'లాలిత విలాస నికేతన మీలతాంగి' యని మార్చి యౌదాత్త్యముకంటె నాయికాసౌందర్యవిలాసమున కధికప్రాధాన్య మిచ్చినాఁడు.

2. "నిసర్గా దప్రగల్భ స్తపస్వికన్యాజనః"

అను కాళిదాసు వాక్యమునందలి భావమును విస్తరించి పినవీరన యీ పద్యమును రచించెను.

ఉ. "అచ్చ పలాక్షి కన్య విమలాశ్రమ వాసిని ప్రేమ చిహ్నము
ల్మచ్చిక లేక చేయ దనుమానము కల్గదు సత్యసంతతు
ల్వెచ్చపుఁ గూరుము ల్పరిఢవింపఁగ నేరదు నేర దజ్జసం
పచ్చటులంబు లై మెఱయు పచ్చని చూపులక్రేళ్ళు చూడఁగన్."

(2. 160)

(ఆ) ప్రథమాంకాంతమున రాజు స్వగతముగాఁ బలికినది :

"వాచం న మిశ్రయతి యద్యపి మే వచోభిః
కర్ణం దదా త్యభిముఖం మయి భాషమాణే ;
కామం నతిష్ఠతి మదానన సమ్ముఖీ నా
భూయిష్ఠ మన్యవిషయా న తు దృష్టి రస్యాః."

ఉ. ఆడదుగాని మాట లొక యంచుల సించుక పీనులొగ్గి నా
యాడిన మాటలెల్ల విను నర్మిలితోఁ దను నేను జూచినం
జూడదు గాని యొండుదెసఁ జూచినఁ దా నను జూచుచుండు నీ
జాడలు నాపయిం దగులు చందముడెరముఁ జేర్పనేర్పగున్" (2.150)

(ఇ) ప్రథమాంకమున ప్రియంవదతో శకుంతలను గూర్చి పలికిన మాటలు :
"స్రస్తాంసా వతిమాత్రలోహితతలా బాహూ ఘటోత్క్షేపణాత్,
అద్యాపి స్తనవేపథుం నజహాతి శ్వాసః ప్రమాణాధికః
బద్ధం కర్ణశిరీషరోధి వదనే ఘర్మాంభసాం జాలకం
బన్ధే స్రంసిని చైకహస్తయమితాః పర్యాకులా మూర్ధజాః"

మ. చికురంబు ల్వొసలంట నున్న చెమటల్ చెక్కు ల్దలిర్పన్ ఘటో
దకభారమ్మునఁ గెంపు హస్తయుగ ముద్ధారింప నంసంబు లిం
చుక జాఱం, జనుదోయి యూర్పువడి సంక్షోభించి కంపింపఁ దా
నొక కేలం దుఱుమావటించు చెలువం బుల్లంబుఁ గొల్లాడదే : (2.161)

మూలమున ద్వితీయాంకమునందు రాజు విదూషకునెదుటఁ గావించిన వర్ణనలలో నీ క్రింది యుత్తమశ్లోకమును గైకొని పినవీరన రాజుచే విదూషకు నెదుట బలికించెను :

"చిత్రే నివేశ్య పరికల్పిత సత్త్వ యోగా
రూపోచ్చయేన విధినా మనసా కృతాను ;
స్త్రీరత్నసృష్టి రపరా ప్రతిభాతి సా మే
ధాతు ర్విభుత్వ మనుచిన్త్య వపుశ్చ తస్యాః"

ఉ. చిత్తరువు స్లిఖించి మఱి జీవము వోసెనొ రూపసంపదం
జిత్తమునం దలంచియు సృజించెనొ రెండును జర్చ సేయగాఁ
జిత్తరునందు నాకరణి చెల్వము కల్గఁదనన్యచిత్తుఁడై
చిత్తమునం దలంచియు సృజించె పితామహుఁ డాతలోదరిన్" (2.185)

పినవీరన స్వయముగాఁ గల్పించి యీ ఘట్టమున రచించిన పద్యము లన్నియు హృద్యములు. మచ్చునకు :

గీ. మహితకీర్తి శకుంతలామంజువాణిఁ
బోల నష్టాదశద్వీపములను గలుగ
రనుచు శ్రుతులందు సంజ్ఞల నతివయందుఁ
దొమ్ముదులు రెండు లిఖియించెఁ దమ్మిచూలి". (2. 183)

మ. "నవలావణ్యపయోధిఁ జిత్త మను మంథానాద్రికిం జంద్రికా
పవనాశిం దరత్రాడుగాఁ బెనఁచి యజ్ఞాతాశుగుం డిచ్చినన్
రవలిం గోకిల కీరము ల్దరువ నా రత్నాకరం బంచు ను
ద్భవముం బొందిన లక్ష్మి కావలయు నా పద్మాక్షి భావింపఁగన్". (2. 184)

శృంగారశాకుంతలమందలి ద్వితీయాశ్వాసమున దుష్యంతుని విరహమంతయు శకుంతల రేఖావిలాసవిభ్రమములను వర్ణించు పద్యములతో నిండి యున్నది. తృతీయాశ్వాసమునందు సవన విశ్రాంతి సమయములందు రాజు పొందిన విరహము శకుంతలాదర్శనసంసర్శనేచ్ఛను ప్రకటించుచున్నది : (3.31-38); (3. 162-166); (3.208-211) మఱియు (3 63-96),

పినవీరభద్రుఁడు దుష్యంతునితో పాటు శకుంతల పొందిన పూర్వరాగ విప్రలంభమును గూడ ప్రబంధౌచితముగా పరమరమణీయముగా నభివర్ణించెను. (2.190-196); (3.61) (3. 168-186), నాయికానాయకుల విరహమును దాదాపు సమప్రమాణమున రచించి పినవీరన యౌచిత్యము పాటించెను.

శృంగారశాకుంతలమున నాయికానాయకుల విరహము పూర్వరంగ విప్రలంభము. దానియందు మన్మథదశావస్థల నభివర్ణించుట కావ్య సంప్రదాయము, దశావస్థలను లాక్షణికు లిట్లు పేర్కొనిరి :

మల్లినాథుఁడు :

"దృఙ్మనః సఙ్గ సఙ్కల్పా జాగరః కృశతారతిః
హ్రీత్యాగోన్మాద మూర్ఛాన్తా ఇత్యనఙ్గదశా దశ."

విశ్వనాథుఁడు :

"అంగే ష్వసౌష్ఠవమ్ తాపః పాణ్డుతా కృశ తారుచిః
అధృతిః స్యా దనాలమ్బ స్తన్మయోన్మాద మూర్ఛనాః

మృతి శ్చేతి క్రమాజ్ జ్ఞేయా దశస్మరదశా ఇహ"

శారదాతనయు డీయవస్థలను బన్నెండింటిని పేర్కొనెను :

"దశధా మన్మధావస్థా భవే ద్ద్వాదశధాఽపి వా
ఇచ్ఛోత్కంఠాభిలాశ్చ చింతాస్మృతి గుణస్తుతీ
ఉద్వేగోఽధః ప్రలాపస్స్యా దున్మాదో వ్యాధి రేవ చ
జాడ్యం మరణ మిత్యా ద్యే ద్వేకేశ్చి ద్వర్జ్యతే బుధైః".

వీనిలో నిచ్ఛ, ఉత్కంఠలను వదలి మిగిలిన పది యవస్థలను గొందఱు గ్రహించిరి.

దశావస్థలలో ధీరుఁడైన నాయకుని యందు మూర్ఛ, మరణము ననునవి వర్ణింపకుండుట పరిపాటి. ముగ్ధయైన నాయికయందు సర్వమదనదశావస్థలు వర్ణింపఁబడుట కావ్యసంప్రదాయము పినవీరన నిట్టి సంప్రదాయమును శృంగార శాకుంతలమునందు సాంగముగా సాధించెను.

దశావస్థలు	దుష్యంతుఁడు	శకుంతల
1. దృఙ్మీలనము	2.58–63; 83–89;151	2.85–89
2. మనస్సంగము	1.156-163	2.91-93
3. సంకల్పము	3 35-39	2.191
4. జాగరము	2.173-189; 2.196	2.192-196
5. కృశత	3.63-69	3 212
6. అరతి	2.167	తాపము:3.43-46; 3.168–179
7. హ్రీత్యాగము	3.82-86	3.61
8. ఉన్మాదము	3.162–166	3.180-191
9. మూర్ఛ	—	3.192
10. మరణసూచనము	—	3.196

దశావస్థలలో నాయకునియం దరతిని వర్ణించి నాయికయందు తాపము నతిశయముగా వర్ణించుట గమనింపఁదగినయంశము. విశ్వనాథశారదాతనయా దులు పేర్కొనిన మదనావస్థలనుగూడ పై విభాగము ననుసరించి సహృద యులు పరిశీలించుకొనవచ్చును.

కావ్యమున మన్మథావస్థలవర్ణనము శృంగారరసపోషక మనుట నిర్వివాదాంశము. కాని, తద్దశాపరిణామమున కనువైన విధముగాఁ గథాసన్నివేశములను గల్పించి నాయికానాయకుల విరహోద్దీప్తికి సహజవాతావరణము గల్పించుటలోఁ గవి నైపుణ్యము గానవచ్చుచుండును. పినవీరన ప్రబంధకథాఘట్టములను మదనావస్థల మనోజ్ఞపరిణామమున కనుకూలముగా ననుసంధించుటయందపూర్వసామర్థ్యమును బ్రకటించెను.

నాయికానాయకుల ప్రథమ సమావేశమున మదనావస్థలలోఁ బ్రథమమైన దృక్షీలనము నతిరమణీయముగా నిర్వహించి స్థాయియైన రతికి స్థిరమైన బీజమును నాటెను.

ఉ. ''బాలికచూపులున్, ధరణిపాలకు చూపులు నొండొకొళ్ళపైఁ
గీలుకొనం జనంగఁ గనుగ్రేవల నవ్వుచు నిల్చి యిద్దఱన్
వాలిక పువ్వుఁదూపు లిరువంకల బాఱఁగ నిక్షుచాపముం
గేల నమర్చి యేయఁదొడఁగెం బ్రసవాస్త్రుఁడు సవ్యసాచియై''

(2. 85)

చూపులవెంట మనసులు కలిసినట్లు వర్ణించి విరహవిస్ఫూర్తి సంకల్పజాగరావస్థల నందుకొనుటకై వారి నడుమ యొకరాత్రి నిడివిడిగలయెడఁబాటును గల్పించెను. జాగరమునందుఁ గృశతయు, నరతియు. విరహతాపమును సహజముగ రాణింప వీలుగలిగినది.

నాయికానాయకుల ద్వితీయసమావేశమున గాంధర్వవివాహమంగళము సంఘటించి, సంభోగమున కెడఁబాటు గలిగింపఁబడినది. అది వారి పూర్వరాగ విప్రలంభ పరిపాకదశావిస్ఫూర్తికిఁ దోడుపడినది. హ్రీత్యాగోన్మాదము లుభయులయందును, సంతాపోన్మాదమూర్ఛామరణములు నాయికయందును ప్రకటితము లగుట కవకాశము లభించినది.

ముచ్చటగా ముడిపడిన మూఁడవ సమావేశము సంభోగశృంగారోపలబ్ధికి సహజమానసికపరిపాకమును నాయికానాయకుల కందించినది. ఇట్లు క్రమోన్మీలిత దశాపరిణామవికాస వర్ణనము గావించి పినవీరన శృంగార రస కావ్యనిర్మాణదక్షుఁ డనిపించుకొనినాఁడు.

కొందఱు కవులు మదనదశలను వర్ణనమాత్రములుగా నిర్వహించెదరు. కొందఱు విభావవర్ణనముతోపాటు అనుభావసాత్త్విక వ్యభిచారి భావములను గూడ మధురముగా వర్ణించి కావ్యమును రసోదంచితముగాఁ దీర్చి దిద్దెదరు. పినవీరన రసానుకూల సర్వసామగ్రిని సమయోచితముగా వర్ణించి విరహదశా విస్ఫూర్తిని వ్యంగ్యముగా సాధించి, కావ్యరసపోషణము గావించెను. ఉదాహరణమునకు :

శా ఆచంద్రాన్వయ రాజచంద్రముని పొం దాసించి, చన్నుంగవం
జూచుం, గన్నుల నీరు నించుఁ, దల యూచున్, మేనుశయ్యాస్థలిన్
వైచున్, లేచును, నవ్వు, నుస్సురను, టోవం గంటగించున్, ధృతిన్
గాచున్, బ్రొద్దు గనుంగొనున్, వెతఁబడున్ గామాంధకారార్తయై.
(2.195)

క. ఆచంద్రవదన రాకలు
చూచుచు, నిట్టూర్పు పుచ్చుచుం, బానుపుపై
లేచుచుఁ, బవళించుచు, మఱి
యాచందమునఁ జరింప నింతటిలోనన్. (3.211)

ఉ. పూని కరంబులం బొదివి బోటులు తోడ్కొని తేఱ, మన్మథ
గ్లాని వహించి చాలఁ గసుగంది, శకుంతల ప్రాణనాయక
ధ్యానముతోడఁ గన్నులనె ప్రాణము నిల్పి, శరీరమాత్రయై
తా నట కేఁగుదెంచె వడ దాఁకిన చెందొవకాడ కైవడిన్: (3.212)

విరహదశా విశ్రాంతి యైన సంభోగమును పినవీరన నిగ్రహము పీడని వర్ణనా వైదగ్ధ్యమును వెలార్చి నిర్వహించెను మచ్చునకు :

వ...భూకాంతుండును ప్రియాముఖంబున దృష్టి నిలిపి, కపోలంబున నఖంబులు నటింపం జేయుచు-

సీ. రతికిఁ జేరియును జేరమిఁ బాసి పోవఁగా
విధి యొనర్చిన యారివేర యొకటి,
కదనంబులో గెల్పు కలదా ? లేదో ? యను
సంశయోద్భవ మైన జాలి యొకటి,

మోము చూచిన దాఁక సేమ మెవ్వారల
చేతను వినరాని భీతి యొకటి,
యనుచితం బని రాత్రి చను దేక నిల్పిన
నామీఁది కోపసంతాప మొకటి

తే. నడుమ జాజరకాఁడు మన్మథుఁడు వచ్చి
రాత్రి మల్లడిగాఁ జేయు రాయిఁ డొకటి
యెంత నొప్పించెనో కదా ! యింతి, ననుచుఁ
గరయుగంబున బిగియారఁ గౌఁగిలించి.

మ. కొసరుం గొంకును దేర్చి, నెన్నొసటు జిక్కుల్ గొన్న నీలాలకల్
పొసగం దీర్చి, ప్రియం బొనర్చి, సరవిం బూసెజ్జకుం దార్చి, మున్
గసుమాస్త్రాహతి సంభవం బయిన యాకుం దార్చి, పొందార నిం
పెసఁగం గౌఁగిట జేర్చి, తేల్చె రమణిన్ హేలాసుఖాంభోనిధిన్.''
(3 215-218)

సంభోగానంతరము కలుగు విరహ ప్రవాస విప్రలంభములు కాళిదాసు నాటకము నందువలె శృంగారశకుంతలమునఁ బోషింపఁ బడుట కనువైన కథా ప్రణాళిక లేమిచేఁబినవీరభద్రుఁడు పూర్వరాగ విప్రలంభమునే యథావకాశముగాఁ విస్తరించి కావ్యమున శృంగార రసమును బరిపోషించెను. ఈ కథా ప్రణాళిక ననుసరించి యింతకంటె నుత్తమముగా మఱెవ్వరును శృంగార రసమును బోషింప లేరను కీర్తి పినవీరనకు దక్కినది.

9. యుద్ధవర్ణనము :

అభిజ్ఞానశాకుంతలమున దుష్యంతుని యవక్రపరాక్రమమును ధ్వనింపఁ జేయుటకై క్రమముగా మృగయావిహారమును, వనగజనివారణమును సవన విఘ్నకారులైన రాక్షసులసంహారమును, ఇంద్రవిరోధియైన దుర్జయసంహారమును కాళిదాసు సూచ్యకథాంగములుగాఁ బ్రయోగించెను. పినవీరభద్రుఁడు శ్రవ్యకావ్యప్రక్రియ ననుసరించి మృగయావిహారమును,దనుజసంహారమును విస్తరించి రచించెను. వ్యాఘ్రము పెంపుడుజంతు వగుటచే నచ్చట పరాక్రమప్రసక్తి లేదు. శృంగార శాకుంతలకథాప్రణాళిక ననుసరించి దుర్జయసంహారకల్పనము

లేదు. మిగిలినవానిలో సవనరక్షాసమయమున గావించిన రాక్షససంహారమే దుష్యంతుని యుద్ధపాండిత్యమునకు నిదర్శనము కాఁగలదు. కావున పినవీరన దానిని విస్తరించి రచించెను.

కణ్వాశ్రమమున మునులు సంకల్పించిన సప్తతంతుయాగమునకు తత్సమీపపర్వతాగ్రవాసి యైన కాళికాముఖుఁ డనురాక్షసునివలన విఘ్న మేర్పడెను. కాళికాముఖుఁడు మంత్రియైన మాకందుని హితవు ననుసరించి సాయంసమయమున సవనవిధ్వంసనమునకై మాకందశరభసేనానుల నంపెను. వారిని దుష్యంతుఁడు దారుణబాణద్వయముచే సంహరించెను. ఆపై నాయసుఁరుడు మేటివీరులతోఁగూడిన చతురంగబలము నాజి కంపెను. వారిని సంకులసమరమున రాజు యమసదనమున కంపించెను. అతరువాత రవిజిహ్వుఁడను మేటిరక్కసుఁడపారసేనావాహినితో దుష్యంతు నెదుర్కొనెను. రా జాతనిసేనను పీఁనుగుపెంటఁ గావించి, యతనిని వారుణాస్త్రమున విగతజీవుం జేసెను. కాళికాముఖుఁ డంతఁ బాటలవర్ణ, మానాశి, మర్త్యాశు లను రాక్షసత్రయమును రాజుపై నంపెను. అంపు మానాశిమర్త్యాశులను బాణద్వయమున రాజు మడియించెను. పాటలవర్ణుఁ డైంద్రజాలాస్త్రమును బ్రయోగించెను. దుష్యంతుఁడు సారథిప్రబోధమున నాయస్త్రము నుపసంహరించి, యొకక్రూరాస్త్రమున నారక్కసుని బరిమార్చెను. అంతఁ గాళికాముఖుఁడు స్వయముగాఁ బంచదశాక్షౌహిణీసైన్యములను వెంటఁగొని దుష్యంతునిఁ దాకి యతనితో నిట్లనెను:

శా. "నిన్నున్ మించితి సైన్యముల్ సొరుగు పోనీ, దీన నా కేమియు
న్విన్నంబాటు ఘటింపనేరదు, సురానీకంబులం బోరులన్
వెన్నుల్ దన్నిన నన్ను మార్కొనెడుచో, వీర్యం బవార్యంబుగా
సన్నద్ధుండవు గమ్ము, చూపు నిజశస్త్రప్రౌఢియున్ రూఢియున్."
(3. 133)

దుష్యంతుఁ డాతనిప్రగల్భోక్తులకు నవ్వి యిట్లు వీరోక్తులఁ బల్కెను:

మ. "అనినం గొండొక నవ్వి, యేల యిటు వీరాలాపముల్ ? మద్భుజా
ఘనకోదండము కాలదండము, భవత్కావ్యంబు నవ్యంబు భూ
తనికాయంబున కిత్తుఁ, బోవిడువఁ బాతాళంబు భేదించి చొ
చ్చినఁ, జక్రాంకుఁడు తోడు వచ్చిన, మహాశేషుండు దా వచ్చినన్"
(3 134)

వారిరువురినడుమ వీరోక్తులతోడనే గాక, మహాస్త్రములతోడను యుద్ధము సాగి. నది. చివర కాదానవనాథుని నామానవనాథుఁడు బ్రహ్మాస్త్రప్రయోగమున భస్మీ భూతుని గావించెను.

ఏకవీరుఁడు బహువీరులతోఁ బోరు యుద్ధమున సామాన్యముగాఁ గాన వచ్చు దశావిశేషమున నన్నింటిని బినవీరన యీఘట్టమున వర్ణించెను ద్వంద్వ యుద్ధము, సేనానులయుద్ధము, సేనాయుద్ధము, సంకులయుద్ధము మొదలైనయుద్ధ భేదము లిందు కన్నులకుఁగట్టునట్లు చిత్రింపఁబడినవి. సురవిజేత యైన అసురవీ రునితోఁబోరి యఖండవిజయము సాధించిన పినవీరనదుష్యంతుఁడు కాళిదాసుని దుష్యంతునితో దీటైధీరోదాత్తుఁ డనిపించుకొనినాఁడు. శృంగారరస మంగి యైన యీకావ్యమున నీరంగము వీరరసపోషకమై యంగరస విస్ఫూర్తిని, వెలార్చు చున్నది. ఈ ఘట్టమున నాయకోత్సాహమునకుఁ బ్రతినాయకరౌద్రమును, పీనుఁ గులకుప్ప యైన రణ క్షేత్రవర్ణనమువలనఁ గలుగు బీభత్సమును బోషకములుగా నిలిచినవి. పినవీరన తిక్కన, నాచనసోమనాథులవలె యుద్ధవర్ణనము నత్యంత సహజగంభీరముగా వర్ణించి, పతితల నలరించునేర్పు గలవాఁ డని యీకల్పనము వలన స్పష్టమగుచున్నది.

10. నారద మహర్షి ప్రవేశము :

కథానిర్వహణమునం దద్భుతరసపోషణార్థమై పినవీరభద్రుఁడు ప్రవేశ పెట్టినపాత్ర నారదమహర్షి. ఇతనిరాకవలన దుష్యంతునకు దుర్వాసశ్శాప వృత్తాంతము తెలియును. అనసూయాప్రియంవదలచే నావృత్తాంతమును జెప్పించి కథ ముగించుట కావకాశమున్నను, దానికి దేవప్రామాణ్యమును గల్పింప నీమహర్షిని పినవీరన రంగమునకుఁ బిలిపించెను. ఆదేవర్షిదీవెనలతో శకుంతల పట్టమహిషియయ్యెను. భరతుఁడు యౌవరాజ్యపట్టాభిషిక్తుఁడయ్యెను. అంతటితో నాగక యాదివ్యమునీంద్రునితో భరతునకు రాజనీతిప్రబోధము గావింపఁ జేసినాఁడు పినవీరభద్రుఁడు. ఈప్రబోధ మీకావ్యమున కలంకారమే గాని యత్య వసరము మాత్రము కాదు.

పినవీరభద్రుఁ డాశువుగా సాళ్వగుండ నరసింహభూపాలుని పేర రాజ నీతినిసప్తాంగపద్ధతిని దెల్పు కొన్నిచాటువులను జెప్పియుండె నని ప్రతీతికలదు. అవి యీకావ్యరచనానంతరమే చెప్పియుండనోపును. కాని, కర్ణాటాధీశునికే

రాజనీతి బోధింపఁ గలిగిన పినవీరభద్రుని ప్రజ్ఞావిశేషమే నారదముఖమున నీ కావ్యమున నిట్లు జాలువారి యుండవచ్చును.

పాత్రచిత్రణము

1. దుష్యంతుఁడు :

శృంగారశాకుంతలమున దుష్యంతుఁ డుదాత్తుఁడుగాఁ జిత్రింపఁబడినాఁడు. ధీరోదాత్తున కుండఁదగిన లక్షణము లన్నియు నీతనియం దన్వర్థములై రాణించుచున్నవి. సుజనరక్షకుఁడు, దుర్జన శిక్షకుఁడైన చక్రవర్తిగా, శకుంతల కర్హుఁడైన భర్తగా, అసత్య మాడని సత్యవ్రతుఁడుగా, అధర్మ మాచరింపని ధర్మశీలుఁడుగా, అసురవీరుల నెదుర్కొని గెల్వఁగల మేటివీరుఁడుగా మునిజనవిధేయుఁడుగా, హితజనపరిరక్షకుఁడుగా, నుచితానుచిత వివేకదక్షుఁడుగా రసిక హృదయుఁడుగా, చతురవచనుఁడుగా, స్ఫురద్రూపిగా, చంద్రవంశమునకే వన్నెతెచ్చు పవిత్రచరిత్రుఁడుగా కావ్యమున దీర్చిదిద్దఁబడినాడు.

మృగయావ్యసన మాతని రాజసప్రవృత్తిని దెలుపుచున్నను, ఆశ్రమమృగము నలయించినందులకు మునులచిత్తములు నొచ్చునేమో యని యుత్తలపడుటలో నతని సాత్త్వికప్రవృత్తి ప్రస్ఫుటమైనది. శకుంతలాసౌందర్యమునకుఁ బరవశుఁడయ్యు నామె క్షత్రియవివాహయోగ్య యని తెలియవచ్చునంతవఱ కాతఁడు లోలోనఁ గుతకుత లాడిపోయెను. శకుంతలలో క్షత్రియాంగనాలక్షణముల నెఱుంగుటలో లోకజ్ఞతయు, నంతఃకరణ ప్రవృత్తిపై విశ్వాసముఁ బ్రకటించుటలో విజ్ఞతయు, సమయ మెఱిఁగి చెలులయెదుట కేగుటలో నుచితజ్ఞతయు, బరిహాసమునకైనను వారితోఁ గల్లలాడకుండుటలో సత్యసంధతయు, శకుంతలను వలచి, యామె వలపుచూపులలోఁ జూపులు కలుపుటలో రసికతయు, కౌశికసంతాన మని తెలిసినతరువాత శకుంతలయందు గాఢాభిలాషను వ్యక్తముచేయుటయం దుచితజ్ఞతయు నాతఁడు ప్రకటించెను.

జయంతకంతుల నందమున మించిన యతని సుందర మూర్తిని పినవీరన శిల్పసుందరముగా జిత్రించినాఁడు.

సీ. కస్తూరి వ్రాసినకరణి మీసలు నల్ల
తొగడురేకు జనించు మొగము మెఱయఁ
గ్రొత్తమ్మిసోగఱేకుల మీఁదఁ దుమ్మెద
లున్నలాగునఁ బెద్దకన్ను లమర
నాజానుదీర్ఘంబు లైన బాహువు పెంపు
శేషభోగాకృతిఁ జెలువ మొందఁ
బిడికిలింపగఁ వచ్చు నడిమియొప్పిదముతో
నురము విస్తారంబు సిరి వహింప

తే. నాననము పూర్ణచంద్రు పెం పపహసింప
గగనమున నుండి వేడ్క నకాండ మిలకు
నదరిపాటుగ డిగిన జయంతుఁ డనఁగఁ
జాలనద్భుత మొసఁగె దుష్యంతమూర్తి. (2.79)

అతని యాకృతివలెనే యతనివాక్కులును మధురగంభీరములు. అనసూయ రాజుతో "మారుండు చోరుండు; మామానినిమానధనంబు మ్రుచ్చిలి తెచ్చి మీకిచ్చిన చోరుండు భవత్సమీపంబునన యున్నవాఁడు; స్త్రీధనంబులు రాజుల కగ్రాహ్యంబు; లింతిసొమ్ము మగుడ నిప్పించి యశస్కరుండవై మదనతస్కరుని శిక్షించి విచ్చేయు'మని నప్పుడు

గీ. 'మొదలు మాధైర్యధనములు మ్రుచ్చిలించి
యించువిలుకాఁడు దొంగ మీయింతి కిచ్చె
నేము కోవెలపులుఁగుచే నెఱుఁగుటయును
గుడువ మా కిచ్చె మీయింతిహృదయధనము"

అని సరసమైన సమాధానము చెప్పి చతురత్వమును ప్రకటించినాఁడు. శకుంతలపై మక్కువ నిక్కువమైనచో నామెవలనఁ గలుగు పుత్త్రునకు యౌవరాజ్యపట్టాభిషేకము చేయుదునని మాట యిమ్మని చెలు లడుగఁగా— "ఈ పనికి నేల సందేహము? నా ఘనలక్ష్మికిఁ గాశ్యపమునిమనుమనికంటెను మఱొకఁడు మాన్యుఁడు గలఁడే?" యని సంస్కారసౌగంధ్యము గుబాళించు ప్రతినఁ జేసినాఁడు. రక్కసివీరుల నుక్కుమీరఁ ద్రుంచిన యామేటివీరుఁడు మునులముందు ముకుళితహస్తుడై వినయ ముట్టిపడ యిట్లు పలికినాఁడు :

"ధరణి సత్కీర్తి నాకు నీఁదలఁచి యుష్మ
దీయశక్తి నాయందు వర్తింపఁ జేసి
గెలుచుటలు గాక నరులు దైత్యులులకు నెదురె?" (3.229)

అరివీరులముం దహంకరించిన వీరుఁడు మహర్షులముందవికత్థనుఁడై ఆర్షసంస్కృతికి నాయువు పోసినాఁడు. మొక్కవోవని మగటిమికి మారుపేరైన ఆమహారాజు మనసిచ్చిన మగువకు వీడకోలు చెప్పవలసి వచ్చుసరికి మాటలు రాక మథన పడినాఁడు.

సీ. 'చెప్పంగఁ జూచుఁ జూచి ముఖాంబుజము దెసఁ
దప్పక చూచును జెప్ప నోరు
పోక నిల్చు నుపాయములు మతించు మతించి
నేర్పు దేలేక నిట్టూర్పు వుచ్చు
నుండరామినిఁ జెప్ప నూహించు నూహించి
పురమున కని యర్థముననె లిల్చు
ననసూయఁ జూచుఁ బ్రియంవదఁ జూచు నా
మేనకాత్మజఁ జూచు మీఁదుఁ జూచుఁ

తే. దరుణి దెస మోహలత యీడ్వఁ బురము దెసకుఁ
కార్యలత యీడ్వ రెండువంకలకుఁజనుచు
భావ్య మిది యని కార్య మేర్పఱుప లేక
నుల్ల ముయ్యాల లూఁగె భూవల్లభునకు."

చివరకు నోటఁ బలుకలేక చిగురాకుపైఁ గోనగోళ్ళతో వ్రాసి ప్రియురాలికిఁ జూపించినాఁడు. ఆమె మూర్ఛఁబోయినప్పుడు కంట తడిపెట్టి కరుణామూర్తియైనాఁడు పుట్టినింటినుండి యత్తవారింటికిఁ గన్నియలు వచ్చుచందంబున శకుంతలను గొంపోయెద నని మాటయిచ్చి, ముద్దుటుంగరము ప్రేమచిహ్నముగా నందించి, యట్టకేలకు –

'చిత్త మచ్చట మునికన్య చేతి కిచ్చి
దేహమాత్రంబు రాజ్యప్రతిష్ఠకొఱకు
నాశ్రమస్థలి వాసి సైన్యాన్వితముగ
నమృతకరవంశకరుఁ డేఁగె హస్తిపురికి." (3.248)

మహర్షులయెడఁ గాని, మానినులయెడఁ గాని యతని వర్తనమునకు మచ్చ రాకుండ వినవీరభద్రుఁ డాతనిపాత్రను మనోజ్ఞముగాఁ దీర్చిదిద్దినాఁడు.

దుర్వాసశ్శాపమున నాతఁడు శకుంతలను విస్మరించినాఁడు. ఆమె తనభార్య యని మునిశిష్యులు పలికినపుడు 'హర హరా!' యని చెవులు మూసి కొనినాఁడు.

ఉ. "కాయజవైరి సన్నిభుఁడు కాశ్యపుఁ డాతని పుత్త్రిఁ నిచ్చ నేఁ
జేయుట యెట్టు కార్యఫలసిద్ధి వహించుట యెట్టు భస్మముం
జేయడె చంద్రమఃకులము చిన్నగుసన్నను వింత యెంత య
న్యాయపుమాటః తీఁటగొనినం గొఱవిం దల గోఁకికొందురే.

గ. చదువనే మున్ను ధర్మశాస్త్రంబు లన్య
కామినీరతి కలుషంబుగా నెఱుఁగనె
యన్యసతిమాత్రమే కాశ్యపాత్మజాత
యరయ నంగారకల్పిత యైన ప్రతిమ."

అని పరవనితారాఙ్ముఖత్వమును, మునిజనవిధేయతయు, ధర్మతత్పరతయు, ప్రకటించినాఁడు. అనసూయాప్రియంవదలు రోషభాషణము లాడినప్పుడు కూడ వారినిఁ దూలనాడని నిగ్రహశీలి యతఁడు. "మీరు లాడువారలు మీతోడ నిట్టిట్టనుట యుక్తంబు గాదు ఆశ్రమంబునకు నేఁడుతేపఁ యెల్లి యెల్లుంట వచ్చి కణ్వమహామునీంద్రుం గని తదాదిష్టమార్గంబున నడచెదం గాని పొందని" బాధ్యత నెఱిఁగి మాటలాడిన భవ్యచరిత్రుఁడు. ఆకాశవాణి నిజము బలికి, అనసూయాప్రియంవద లుంగరము విసరుటతో గతమంతయు నాతనికి జ్ఞప్తికి వచ్చినది. దానిని కల్మషము లేకుండ సర్వమును నిండుసభలో నెఱిఁగించిన ఋజువర్తనుఁ డారాజు. విస్మృతికి హేతువు తెలియక వికవికలైనాఁడు నారద మహర్షివలన శాపవృత్తాంత మెఱిఁగి కుదుటపడినాఁడు శకుంతలను బట్టమహిషిగా నభిషిక్తురాల నొనర్చినాడు. కొడుకును గ్రుచ్చికౌఁగలించి యౌవరాజ్య పట్టాభిషిక్తుని గావించినాఁడు. ఆతనిచరిత్రము నిష్కళంకమై వెలుఁగులు నింపు కొనినది.

అభిజ్ఞానశాకుంతలమునందువలెనే యీకావ్యమునందును దుర్వాసశ్శాప కల్పనము దుష్యంతశీలమున కేర్పఱచిన యంగరక్ష. మహాభారత కథలోని

దుష్యంతశీలము దానిచేఁ బరిశుద్ధమై యుజ్జ్వలతరమైనది. పినవీరన కాళిదాసు కల్పించిన సన్నివేశముల కంటెను, సంభాషణములకంటెను విలక్షణములైన వానిని గొన్నిటిని గల్పించి యీపాత్రకు మఱికొన్ని నిగ్గులను దీర్చెను.

2. శకుంతల

వ్యాసునికంటె కాళిదాసు, కాళిదాసుకంటె పినవీరభద్రుఁడు శకుంతల పాత్రను ముగ్ధమోహనముగా తీర్చిదిద్దిరి పుట్టిన మరునిముసముననే తల్లిదండ్రులచేఁ బరిత్యక్తయై కణ్వమహర్షిచేఁ బెంపఁబడి కులసతీధర్మమున కాట్టపట్టయిన శకుంతల యీ కథకే జీవగఱ్ఱ. కావున నామె పాత్ర చిత్రణ మీ కావ్యమున నాయువుపట్టు.

వ్యాసమహాభారతమున నీమె ప్రౌఢగాఁ జిత్రింపఁబడెను. దుష్యంతునకు స్వీయజన్మవృత్తాంతము చెప్పుకొనుటయందును, వివాహమునకు ముందు కట్టడి నేర్పఱచుకొనుటయందును, దుష్యంతుని సభలో సతీపుత్రి ధర్మముల నుపన్యసించి, ధర్మవిముఖుఁడైన రాజును దూలనాడుటయందును శకుంతల యందు మౌగ్ధ్యముకంటె ప్రౌఢిమయే ప్రస్ఫుటమగుచున్నది. కాళిదాసు అనసూయాప్రియంవదలపాత్రలను గల్పించి మొదటి నాలుగంకములలో నామె ముగ్ధనాయికాత్వమును మూర్తికట్టించెను. పంచమాంకమున దుష్యంతు నధిక్షేపించుసమయమున నామెను రోషకలితయైన సాభిమానగా చిత్రించెను. సప్తమాంకమున నామె కులసతీవ్రతనిష్ఠురాలైన పరమతపస్వినిగాఁ బరిణతి నొందింపఁజేసెను కణ్వాశ్రమమున శకుంతలా దుష్యంతులు బొందినది భౌతికమును నైంద్రికమును నైన సంయోగము. అది వియోగవిప్రలంభముచేతను తపఃపరితాపములచేతను బుటము పెట్టఁబడి మారీచ్యాశ్రమమున నాధ్యాత్మికమును, మానసికమునైన అద్వైతప్రేమగాఁ బరిణమించినది. కాళిదాసుశకుంతల ముగ్ధయైన శృంగారనాయికావస్థనుండి కులసతియైన అనురాగ మూర్తిగా బెంపొందినది.

పినవీరన శృంగారశాకుంతలమున శకుంతల పొందిన వియోగవిప్రలంభము చిత్రింపఁబడమిచే నామెయం దచ్చమైన ముగ్ధానాయికాత్వము మొదటి నుండి చివరివఱకుఁ బోషింపఁబడినది. సాహిత్య దర్పణమునందలి

"ప్రథమావతీర్ణయౌవనమదనవికారా రతౌవామా
కథితా మృదుతాశ్చ మానే సమధికలజ్జావతీ ముగ్ధా"

అను లక్షణమునకు లక్ష్యప్రాయము గాఁగలిగిన పాత్ర శకుంతల. ఇందు 'రతౌవామా' 'మృదుతాశ్చ మానే' అను లక్షణములకంటె మిగిలినవానికి నాధిక్యము గల్పించి పినవీరభద్రుఁడీపాత్రను తన కావ్యమున జిత్రించెను.

కణ్వమహర్షి యాశ్రమమున శకుంతల కడుగారాబముగా బెంపఁబడినది. అచ్చరలేమ కన్నబిడ్డ యగుటచే నామె యందాలరాశి

సీ. పాలమున్నీటిలోపల సంభవించిన
జలజాతనయనలఁ జక్కఁదనముఁ
జంచులాలతికల జననంబు గాంచిన
ధవళలోచనల సౌందర్యలక్ష్మి
నమృతాంశుకళలయం దావిర్భవించిన
నీలవేణులరామవయకంబు
బుండ్రేక్షుకోదండమునఁ బుట్టు వొడవిన
లావణ్యవతుల విలాసలేఖ

తే. సరసఖుల యూరుకాండంబునను సముద్భ
వంబు నొందిన యుడురాజవదనచెలువుఁ
గుప్పగాఁ జేసి మునికన్యయొప్పుతోడ
వాసి దలపోయ నాబాల కీసవెలతి (2.187)

దిరిసెన పువ్వుకంటె మెత్తని యామెమేనుదీఁగెకు బంగారమునకుఁ దావి యబ్బి నట్లు రతిమనోహరమైన యౌవనవిలాస మబ్బినది. ఆమెకు తల్లిపోలికలతో పాటు తండ్రిపోలికలుగూడ కొన్నివచ్చినవి. ఆమె మునికన్యవేషమునం దుండినను దుష్యంతున కామె యందు బ్రహ్మతేజోవిశేషము లేశమైననుఁ గానరాలేదు సరిగదా శరీరకాంతి సౌందర్యసౌభాగ్యంబుచలన రాజసంబును, ప్రతాపంబును, గర్వంబును నించుకించుక ప్రకాశించుట గానవచ్చెనని పిన వీరభద్రకవి ప్రత్యేకించి వర్ణించినాఁడు ఆమెయం దప్సరసౌందర్యమును రాజర్షి రాజసస త్త్వగుణములును కలిసి యేకాకృతిగా జాలువారినవి. పట్టమహిషికిఁ గావలసిన రూపగౌరవ మామెకుఁ బుట్టుకతోడనే వచ్చినట్లు పినవీరన చేసిన కల్పనము కావ్యకథోచితమై కాంతినింపినది.

శకుంతల యెంతఅందగత్తెయో యంత అమాయకురాలు. ఆశ్రమవాసుల గారాబపుపెంపకమువలన వచ్చిన మొదటిలక్షణ మది. మధుపబాధ కలిగినప్పు డామె యబలవలెఁ జెలికత్తెల నెలుగెత్తి పిలిచి యడలిపోయినది. చెలులు మూఁడడుగులు దూరమైనచో ముప్పు వాటిల్లు నని మొఱపెట్టుచు వారిని వెంబడించినది

ఆమెయబలాత్వమునకును, అమాయకత్వమునకును అంగరక్షలు అనసూయాప్రియంవదలు. ఆమె సమధికలజ్జావతి చెలులతోఁదప్ప చెలికానితో సైతము నోరువిప్పి మాటాడలేదు. మదనాగ్నికి మేను మండిపోవుచున్నను మనసులోనిమాట సూటిగాఁ జెప్పలేదు మదనసుందరుఁడైన మనోహరునిపై మనసు తగులుకొని మారవికారమునకు గుఱియయ్యు హావభావములను ప్రకటించెనే కాని యొక్కమాటకూడ బయిటి కనలేదు.

పినవీరన శకుంతలచే రాజునెదుట నెచ్చటను ప్రకాశముగా నొక్కపలుకైనను బలికింపక యా పాత్రను ముగ్ధమోహనముగాఁ జిత్రించెను. అది కాళిదాసు చిత్రణముకంటె నొక వింత శోభను వెలార్చినది. ఆమె మాటలన్నియు జాలవఱకు స్వగతములే. చెలులబలవంతముమీఁద తన వలపునుఁ బైటఁ బెట్టి యొకసారి కన్నీరు నింపినది. చంద్రమన్మధమలయానిలోపాలంధనములందు మదనతాపము నోర్వఁజాలక చెలులముందు గాసిపడినది. ప్రాణనాథుని గవియునంతవఱకుఁ బ్రాణములు కాపాడుఁ డని చెలులను బ్రాధేయపడినది

కాని, దుష్యంతుఁడు గాంధర్వవిధి వివాహమాడినప్పుడుగాని. అతఁడు సవనరక్షకై వెడలునప్పుడుగానిఁ మఱునాఁడు తమిమీఱ బాహువల్లరులలోఁ దనను బంధించినప్పుడుగాని, రతిసుఖమున దేలించునప్పుడు గాని, నగరికేఁగఁ జెప్పవచ్చినప్పుడుగాని, నిండుసభలోఁ దనను కాదనినప్పుడు కాని యాచెలి మూగనోము పట్టినదే గాని మోము దెఱచి మాటాడి యెఱుగదు. దుష్యంతుఁడుసైత మాముగ్ధమూర్తినిఁ జూచునప్పు డెల్ల మౌనముద్రయే తాల్చెను"

క. బాలికఁ జూచుచు ధరణీ
పాలుఁడు పలు కుడిగి ప్రమదభరితుం డయ్యెన్
బాలికయును నాధరణీ
పాలకునెడ లజ్జ మౌనబంధము నొందెన్." (8.76)

అను పద్యము శృంగార శాకుంతలమున శకుంతలపట్ల సర్వత్ర సమన్వయింపఁబడినది. దుష్యంతుఁడుకూడ నామెను ప్రథమసురతావసరమున ననునయించుచు నామెతో సూటిగా మాటలాడెను గాని అన్యసమయములం దనసూయా ప్రియంవదలతోడనే సంభాషణలు సాగించినాఁడు. ఇట్టి చిత్రణము పిన వీరభద్రుని కావ్యరచనాశిల్పమున కొక యపూర్వాలంకారము.

శకుంతలకుఁ గణ్వమహర్షి యనిన యెంత చనువో, అంత భయము. సోమతీర్థమునుండి తిరిగివచ్చిన కణ్వుఁ 'దభినవవిలాసరేఖతో నొప్పారుచున్న శకుంతలను గాంచి నిజము చెప్పు మని యడిగినప్పుడు—

"...గజగజ వడఁకుచు వారి నశ్రు
కన్నుఁగవ రాలఁ గద్గదకంఠ యగుచుఁ
గొంతయును మాటు వెట్టక, కోమలాంగి
మునికి విన్నప మొనరించె మునికి మునికి."

ఆమహర్షి ఆకొమ్మశిరం బురంబునఁ జేర్చుకొని, యందంద యానంద జలంబుల జలకంబార్చి, భయంబుఁ దీర్చిన గాని యామె భయము తీరలేదు. అత్తవారింటి కేఁగునపు డాముద్దరాలు తండ్రిని బాయలేక పడిన యాకులత యామె నిర్ధమైన గురుజనభక్తికిని, స్నేహప్రవృత్తికిని విపులవ్యాఖ్య.

సీ. 'జనకుఁ డుండెడు ననుష్ఠానవేదికఁ జూచుఁ
జూచి, క్రమ్మఱఁబోయి చూడవచ్చు,
స్నానార్థ నియమిత జలజాకరముఁ జూచుఁ
జూచి, క్రమ్మఱఁబోయి చూడవచ్చు.
నిజహస్తపోషిత కుజవల్లికలు చూచుఁ,
జూచి, క్రమ్మఱఁ బోయి చూడవచ్చుఁ.
గుంజకోటరకుటీక్రోడవీథులు చూచుఁ,
జూచి, క్రమ్మఱఁబోయి చూడవచ్చు

తే. తండ్రిఁ బాయంగలేని సంతాపజలము
నత్తవారింటి కేఁగెడు హర్షజలము
గోరువెచ్చైన పాలిండ్లకొనలు దడుప
నెడపఁ దడపనఁ బయ్యెదఁ దుడిచికొనుచు.

సీ. కదలు నాలుగుమూడుబదములఁ, గ్రమ్మఱి
తండ్రిపాదంబు తొఁదల ఘటించుఁ,
గొంతద వ్వేఁగు, నేఁగుచు వచ్చి, కణ్వుని
కడుపులోఁ దల మోపి కౌఁగిలించు.
నరుగుఁ గొండొకనేలఁ దిరిగి మౌనులకు 'మా
యయ్య సుఁడీ !' యని యప్పగించు
గమనించుఁ బెడమర్లి, కాశ్యపుదెసఁ జూచి
నేఁ బోదు నంచుఁ గన్నీరు నించు,

తే. జనకుఁ డుపలాలనము సేయ సంయమీంద్ర
భామ లదరింప ననసూయ పట్టి తిగువ.
నిగిడి యడుగిడె నొకభంగి మగిడి మగిడి
చూచుకొంచు శకుంతలాసూనగంధి.

క. ముని భామలు నలువంకలఁ
బనుదేరఁగ, నిర్మలోర్మిసంగతయగున
య్యనిమిషనది, రత్నాకర
మున నేఁగెడుభంగిఁ గదలి" (2.96-98)

పోయె నని వినవీరన శకుంతల కల్యాణయాత్రా ఘట్టము కరుణారసతరంగితమగునట్లు చిత్రించి నవవధూపితృవాత్సల్యశీలమును గన్నులకుఁ గట్టింపఁజేసినాఁడు.

విరహమూర్తిగా శకుంతలను బినవీరన చిత్రించినవిధము పరమ రమణీయము. ఆమె ప్రకటించిన హావభావము లామె భావములకు వ్యంగ్యవ్యాఖ్యానములు. ఉదాహరణమునకు:

శా. ఆచంద్రాన్వయ రాజచంద్రమునిహొం దాసించి చన్నుంగవం
జూచుం గన్నుల నీరు నించుఁ దల యూచు న్మేను శయ్యాస్థలిన్
వైచు న్లేచును నవ్వు నుస్సురను బోవం గంటకించున్ ధృతిం
గాచుం బ్రొద్దు గనుంగొను న్వెతఁ బడుం గామాంధకారార్తయై.(2.194)

చంద్రోపాలంభనము గావించి దుష్యంతవంశమూలపురుషుఁ డగు నతని న
ట్లనుట మహాపరాధ మని వందన మాచరించిన మృదులహృదయ శకుంతల
తాను దుష్యంతుని వలచుటవలన నాశ్రమవాసులకును, గణ్వమహర్షికిని గళం
కము వచ్చు నని విలపించిన నిర్మలహృదయ (3.61); గాంధర్వవివాహమై
దుష్యంతుఁడు నాయికనుఁ బొందకుండగనే మునిసవనరక్షణార్థ మేఁగవలసి
వచ్చినప్పుడు కన్నులనిండ నీరు నింపియుఁ దాని నప్పళించినచో దుశ్శకున
మౌనని దుక్కులనట్లే నిలిపి యుంచిన మనోజ్ఞమూర్తి శకుంతల. (3 99)
వెన్నెలలో విరహతాప మోపుకొనలేక చెలికత్తెలతో—

గీ. మానవతులార! యిన్నాళ్ళమరుఁడు కాఁడు
యింత నొప్పించినాఁడె న వ్వెన్నన్నఁ డైన
నిండువెన్నెల యనువేరి నేయిఁ జల్లి
చంపుచున్నాఁడు చంద్రుండు చల్లజంపు" (3.150)

అని వేదనపడిన స్నిగ్ధహృదయ! ప్రాణనాథుఁడు పురికేగువార్త చిగురాకుపై
లిఖియించి యిచ్చినప్పు, దేనుఁగు ద్రెంచి వైచిన లతవోలె మూర్ఛబోయిన
యుద్విగ్నహృదయ శకుంతల!

శకుంతల కీవన్నెచిన్నెలన్నియు పినవీరనగంటము చిలికించిన జిలుఁగు
శిల్పములు. ఆతని కావ్యమున శకుంతల శృంగారరసార్ద్రమూర్తి. అందువల
ననే అమెనామము నధికరించి శృంగారశాకుంతల మను సార్థకనామ మాకావ్య
మునకు ప్రసిద్ధి కెక్కినది.

3. కణ్వమహర్షి

కన్నవారికంటెఁ బెంచినవారికి బిడ్డలపై మకారము హెచ్చనులోకోక్తికి
లక్ష్యభూతుఁడు కణ్వుఁడు. దయకు మారుపే రాతపస్వి. మాలనీ నదీతీరమునఁ
గన్నతల్లిదండ్రులచేఁ బరిత్యక్తయై, శకుంతములచేఁ బెంపఁబడుచున్న మేనకా
తన యను దయార్ద్రహృదయుఁడై దరికిఁదీసి ప్రాణాధికముగాఁ బెంచిన కరుణా
మయుఁడు కణ్వుఁడు. శకుంతలకుఁ గాల మనుకూలముగా లే దని తెలిసి సోమ
తీర్థమున చంద్రశేఖరు నారాధించి కూతుసేమము నఱసిన పరహితార్థ బుద్ధి
యతఁడు. తా నాశ్రమమున లేని సమయమున నతిథిసత్కారము లొనర్చుటకు

శకుంతలను నియోగించి యాశ్రమధర్మ పరిరక్షణము గావించిన ధర్మమూర్తి. అనసూయాప్రియంవదలను శకుంతలకు నెచ్చెలులుగాఁ గూర్చి, తల్లిలేని కొరతను దీర్చిన ధన్యజీవి కణ్వుఁడు.

కణ్వుఁడు త్రికాలవేదియైన మహర్షి. శకుంతలాదుష్యంతుల గాంధర్వ వివాహమును జ్ఞానదృష్టితో దర్శించి సోమతీర్థమునుండి యాశ్రమమునకుఁ దిరిగి వచ్చి యామె యోగక్షేమము లరసిన పుణ్యమూర్తి.

మహాభారతమునఁ గణ్వుఁడు కర్తవ్యనిష్ఠుడుగాఁ గానఁబడును. కాళిదాసాతనియందుఁ బుత్త్రికావాత్సల్యమును బొంగింపఁజేసి కరుణారస నిర్భరునిగాఁ దీర్చి దిద్దెను. పినవీరభద్రుఁడు కాళిదాసు పాత్రచిత్రము నొజ్జబంతిగాఁ గైకొని ప్రబంధోచితమైన కొన్నిమార్పులతో నాపాత్రశీలమును గడుసామర్థ్యముతో నిర్వహించెను.

అభిజ్ఞానశాకుంతలమునందలి చతుర్థాంకమున శకుంతలకల్యాణయాత్రను గల్పించి, కాళిదాసు కణ్వమహర్షిని పుత్త్రికావియోగశోకము వలన నార్ద్రుఁడైన తండ్రిగను, సతీహితబోధ గావించు గురువుగను, అల్లున కాత్మజ నర్పించుచు నాత్మాభిమానస్ఫోరకముగా సందేశ మంపు మామగను, న్యాసధనమువంటి కన్యను బాత్రుఁడైన వరునిఁ జేత నుంచి సంతుష్టుడైన కర్తవ్యనిష్ఠునిగను దీర్చి దిద్దెను పినవీరన కాళిదాసుకల్పనలోని సార్థక్యములన్నియు సాధించుచుఁ గణ్వుని మహాతపస్విగనే కాక మానవతామూర్తిగా రూపొందించి తన వైశిష్ట్యమును బ్రదర్శించెను.

శృంగారశాకుంతలమునఁ గణ్వమహర్షిప్రవేశము చతుర్థాశ్వాసమునఁ గలదు. కాని, ద్వితీయతృతీయాశ్వాసములందలి కథ యంతయు నాతనియాశ్రమ రంగముననే ప్రవర్తిల్లినది. మహాభారతమున కణ్వమహర్షి తపోమహిమవలన నాశ్రమములలో విరుద్ధసత్త్వములు సైతము సహజవైరమును మాని స్నేహముతో వర్తించుచున్నట్లు వర్ణింపఁబడినది. ఈ కల్పనము కణ్వుని శాంత ప్రవృత్తికి వ్యంజకము. పినవీరన యీ కల్పనను గ్రహించుటయే కాక తత్ప్రభావము దుష్యంతుని చిత్తముపైఁ బ్రసరితమై యాతఁడు హరిణము నేయక నిలిచియుండె నని విశేషించి వర్ణించెను. మహాభారతమున శకుంతలాదుష్యంతుల గాంధర్వవివాహమునకు కణ్వాశ్రమము రంగస్థలమైనట్లు వర్ణింపఁబడియుండ కాళిదా సౌచిత్య

పోషణార్థమై దానిని మాలినీనదీతీరమునందలి లతామంటపములకు మార్చెను. పినవీరన కాళిదాసుని కల్పన ననుసరించియే తపోవనలతానికుంజమున నాయికానాయకుల రతిక్రీడను నిర్వహింపఁజేసెను. శకుంతలా వివాహమునకు కణ్వమునీంద్రుననుమతి లభించునో లేదో యను భయమును, తన్నివారణ కనువైన గాంధర్వవివాహధర్మప్రసంగమును గాళిదాసువలె, పినవీరనయు సందర్భోచితముగా ననుసంధించెను. శకుంతలాదుఃష్యంతులవివాహము కణ్వమహర్షి సోమతీర్థమున నిర్వహించెడి తపోవిశేషమునకు ఫలమను భావము కథావాతావరణమున ధ్వనింపఁ జేయుట పినవీరభద్రుఁ డభిజ్ఞానశాకుంతలనాటకకల్పనను గౌరవించుటయే. ఆమహర్షి పరోక్షమునం దున్నను ఆతనిసంకల్పశక్తి కథాచైతన్యమునఁ బ్రత్యక్షప్రభావమును వైచుచున్నట్లు పఠితల కనుభూతి కలుగునట్లు రచించుట వస్తుధ్వని. అది ఆమహర్షిపాత్రచిత్రణమున కెత్తిన విచిత్రవ్యంగ్యనీరాజనము :

శాకుంతలనాటకమునఁ జతుర్థాంకమునకు వలెనే శృంగారశాకుంతలమున జతుర్థాశ్వాసమున కెనలేని ప్రాముఖ్యము కలదు. అట్లగుటకు కణ్వపాత్ర యొక ముఖ్యహేతువు.

కణ్వపాత్రను మూలమునందుకంటె శ్రోతృజనమనోరంజకముగాఁ దీర్చి దిద్దుటకుఁ బినవీరన కొన్ని రమణీయసన్నివేశములను సంభాషణములను వర్ణనలనుఁ గ్రొత్తగాఁ గల్పించి శృంగారశాకుంతలమునఁ బ్రవేశపెట్టెను. అట్టివానిలోఁ బేర్కొనఁదగినవి : 1. పరమేశ్వరప్రశస్తి. 2. శకుంతలతో నాడిన పరిహాసోక్తి 3. శకుంతలాదుష్యంతుల వివాహోదంతమును మునిమండలిముందుఁ బ్రకటించి వారియనుమతి నందుకొను నాసక్తి. 4. చంద్రవంశవర్ణనప్రసక్తి. 5. అనసూయాప్రియంవదలను శకుంతల నత్తవారింట దించివచ్చుట కంపు ననురక్తి. వీనిసార్థక్యము నరసినచోఁ బినవీరన కణ్వపాత్రచిత్రణమునందుఁ బ్రదర్శించిన నైపుణ్యము వ్యక్తము కాఁగలదు.

1. పరమేశ్వరప్రశస్తి:- శాకుంతలనాటకమునఁ గణ్వమహర్షి తీర్థమున కేఁగి యేమి యొనర్చెనో మనకుఁ దెలియరాదు. అట్టి తెలివిడియు నందు మన కవసరము లేదు. కాని, శ్రవ్యకావ్యకర్త యైన పినవీరన యీసందర్భమును వర్ణించి మహర్షిచిత్తమునందలి భక్తిప్రపత్తిని వ్యక్తీకరించినాఁడు.

సీ. పాలితాఖిలహరిత్పాలకాదిసుపర్వ
మండలుం డురగేంద్రకుండలుండు;
సురదైత్యమకుటభాసురరత్నఘటితసిం
హాసనుండు మనోజశాసనుండు;
కలికాలకల్మషకల్మాషభవబంధ
మోచనుండు కృశానులోచనుండు:
కఠినహుంకారఝాంకరనిర్గతప్రాణ
సమవర్తి దేవతాచక్రవర్తి;

తే. యంబికాభర్త, యఖిలలోకైకకర్త,
శంకరుఁడు, భక్తలోకవశంకరుండు,
అచిరకాలంబునందప్రత్యక్షమయ్యె
నస్మదీయమనోరథం బంది యిచ్చె: (4.8)

అను పరమేశ్వరకీర్తన మామునిపరమేశ్వరుని భక్తహృదయమును బట్టి యిచ్చుచున్నది. భక్తి పరమరసార్ద్రచిత్తసంస్కారమునకు ప్రతీక; జీవకారుణ్యభావ స్రవంతి కమర్చిన ప్రవాహిక. కరుణారసతరంగితమైన కణ్వమహర్షి చిత్త ప్రవృత్తి కీభక్తిప్రపత్తి వ్యంగ్యమధురాభివ్యక్తి.

2. శకుంతలతో నాడిన పరిహాసోక్తి:- లలితహాస్యము ఉత్తమప్రకృతి లక్షణము. కఠోరనియమనిష్ఠాగరిష్ఠు లయిన తపస్వులయం దట్టిచతురహాస్యవచనములు వెలువడుట సకృత్తు. పినవీరన కణ్వునియందు స్నేహవ్యంజకముగా లలితహాస్యోక్తులను నిబంధించి యొక వైశిష్ట్యముతోపాటు, సన్నివేశచారుత్వమును గూడ సాధించినాఁడు.

కణ్వమహర్షి యాశ్రమునకుఁ దిరిగివచ్చి, యోగక్షేమము లడిగి, సకలంబు నెఱింగియు నెఱుంగనివానివలె శకుంతలాముఖమున నామెవివాహవృత్తాంతమును జవులూర విన నభిలషించి యామెతో నిట్లనినాఁడు.

ఉ. "ఎన్నఁడు లేని క్రొత్తసిరి నీనెడు నీవదనాంబుజంబు, మై
చెన్నును నూత్నరేఖ విలసిల్లెడు. భావము లెన్ని యన్నియున్
మున్నిటిభంగిఁ గాక కడుమోహనలీలలఁ గ్రాలుచున్న వీ
యున్న నిజంబు దాఁపుకొని యుండిన నాపయినాన వెట్టెదన్" (4.14)

ఈమాట లనుటకు మహాభారతకథ కొంత తోడుపడి యుండవచ్చు . కాని, యిందలి మాటలపొంకము, ఆనపెట్టుటలోని నగిషీపని పినవీరభద్రునిదే. శకుంతల యామాటలకు గజగజ వడఁకిపోయినది. కన్నుల నీరు నింపినది గద్గదకంఠముతోఁ దండ్రికిఁ గథయంతయుఁ జెప్పినది. తండ్రిగా నాతఁడు పొందిన యానందమునకు మేరలు లేవు. తనచేతులమీఁదుగాఁ జరుపవలసిన పెండ్లిని చెలులసాయముతో శకుంతలయే స్వయముగా సంఘటించుకొనినది. అందులకుఁ దనయపై నున్న చనువుతో నిట్లు పరిహాసమాడినాడు.

చ. విని యెలనవ్వుతోడ నరవిందనిభానన ! నిన్ను నింతగాఁ
బెనిచిన న న్నొకింత వినిపింపక చేసితి, నీకు నర్హకాం
తుని ఘటియింపఁ జేయుటకు ధూర్జటిఁ గొల్వఁగ సోమతీర్థ మేఁ
జనినయెడన్ మనఃప్రియుఁడు చయ్యనఁ గల్గిన సంభ్రమంబునన్.

గీ. వనిత ! యనసూయయును, బ్రియంవదయు నీకు
వరుని ఘటియించి పెట్టినవారు; నీవు,
వారు, సుఖముండుఁ డెక్కడో వాఁడ నయిన
యేను, దీర్ఘంబు లేఁగెద నెచటికైన.

వ. ఇంక మాభారంబు వాసె, రాజపత్ని వైతివి రాజ్యానుభవసుఖంబుల
మమ్ము మఱువక నీవరునకుం జెప్పి యాశ్రమం బప్పటప్పటికి యోగ
క్షేమంబు లరయించుకొనుచుండు మమ్మ ! (4.16-18)

అభిమానము, అనురాగము, అధిక్షేపము, కటాక్షము, హాస్యము, అభినందనము, చిఱునవ్వులతో మేళవించి పలికన పైమాట లామహర్షి మానవతాసంస్కృతి కమర్చిన మణితోరణములు !

8. వివాహప్రకటనము :- శకుంతలాదుష్యంతుల గాంధర్వవివాహ వృత్తాంతమును కణ్వుఁడు మునిమండలిముందు ప్రకటించిన యాకల్పనము పిన వీరభద్రుని విజ్ఞతకు నిదర్శనము. కణ్వుఁడు కులపతి. అతఁడు మునికులమున కాదర్శప్రాయుఁడు. అతనిపుత్త్రిక గాంధర్వమున దుష్యంతుని వివాహమాడినది. అది అమంత్రకము, అబంధుకమునై అతనిపరోక్షమున జరిగినది. వివాహము నకు సంఘమును సాక్ష్యముగా నుంచుట లోకాచారము. కణ్వుఁ డావివాహము

నామోదించినను మునిసంఘ మామోదించినగాని దాని కాశ్రమమున గౌరవ ప్రపత్తు లేర్పడవు. ఇట్టి లౌకికాచారసిద్ధికై కణ్వమహర్షి శకుంతలావివాహ వృత్తాంతమును మునిగణముల కెఱిఁగించి వారి యామోదముద్రను సాధించెను.

4. చంద్రవంశకీర్తనము :- సప్తతంతుయాగమును రక్షించి, శకుంతలను వివాహమాడిన దుష్యంతుని చంద్రవంశక్రమమును, అందుజనించిన చక్రవర్తుల గుణగణములను క్రమముగా మునిజనములయెదుట కణ్వుఁడు కీర్తించి వివాహమహోత్సవమునందు మహాసంకల్పమును బఠించు పురోహితునివలెఁ బఠితలకు సాక్షాత్కరించును. దుష్యంతుడొనర్చిన మునిజనహితమును జేర్కొని వాని యుత్తమవంశమును గీర్తించుటచే నాశ్రమవాసులయంతరంగములు శకుంతలాపరిణయమునందు సౌముఖ్యమును భజించినవి.

5. అనసూయాప్రియంవదలను హస్తిన కంపుట :- పినవీరభద్రుని యీకల్పనము కణ్వమహర్షి త్రికాలజ్ఞానమును వ్యంగ్యముగా సూచించుచున్నది. శకుంతలాదుష్యంతులగాంధర్వవివాహమును జ్ఞానదృష్టితో నెఱిఁగిన కణ్వమహర్షి దుర్వాసశ్శాపమును గ్రహించినట్లు స్థూలదృష్టికిఁ గానరాఁడు. ఆరహస్యము అనసూయాప్రియంవదలయందే గుప్తమై యున్నది. అది బహిర్గత మగునంతవఱకు శకుంతలకు దుష్యంతునితోఁ బునస్సమాగమము సిద్ధింపదు. రహస్యరక్షణకు కర్త లనసూయాప్రియంవద లగుటచే వారే తత్ప్రకటనకు బాధ్యులయ్యెదరు. కణ్వాశ్రమమున నాగుట్టు బయటపెట్టుట వారికివలెనే ఆమహర్షికిని ఇష్టము లేక యుండవచ్చును. అది యెట్లు బహిర్గత మగునో యతని యంతర్దృష్టికిఁ దోచియుండవచ్చును. కాని, పినవీరన యావివరము లెవ్వియుఁ గథలోఁ జెప్పలేదు. చెప్పినచో భావికథలోని బిగువు సడలిపోవును కథానిర్వహణసూత్రములను ధరించిన సూత్రధారులు అనసూయాప్రియంవదలు. కణ్వమహర్షికర్తవ్యము శకుంతల నత్తవారింటి కంపుటతో ముగిసిపోయినది. కాని, ఏగాంధర్వవివాహమున కాచెలులు సాక్షులో ఆవివాహవృత్తాంతము వారిచేతనే రాజసభయందుఁ బ్రకటింపఁజేయవలె ననెడి కణ్వుని అతఃస్సంకల్పమే వారిని శకుంతలతో హస్తినాపురి కంపినది. పెండ్లిగానిపిల్లల నట్లంపుట యనౌచిత్య మని డా॥ నాయని కృష్ణకుమారి[1] ప్రభృతులు భావించిరి. కాని, అందుకు బాధ్యుఁడైన కణ్వమహర్షి పాత్ర చిత్రణమునఁ బినవీరన సాధించిన వ్యంగ్యవైభవమును, కథాప్రయోజనమును నూహింపఁ జాలరైరి.

---

1. శృంగారశాకుంతలపీఠిక. పుట.9 [ఆం.ప్ర సాహిత్యఅకాడమీప్రచురణ]

కణ్వుఁడు కులసతీధర్మములను బోధించుటయు, హితోపదేశ మొనర్చుటయు నాతని అధ్యాపనశీలగతమైన యార్షసంస్కృతిని వ్యక్తము చేయుచున్నది. అంతకుమించి యతని మానవతామూర్తి శకుంతల యత్తవారింటి కేఁగునప్పుడు పొందిన వేదనలోఁ గానఁబడుచున్నది. సహృదయులహృదయములలోఁ బిల్ల నిచ్చిన మామకుఁ బ్రతిబింబముగా నిలచు నాఋషిపుంగవునిరూపు ఈక్రింది పద్యములచే రూపుకట్టుచున్నది.

ఉ. 'నేరము లెన్ని కల్గిన గణించుట నేరము లల్లువారిపై
నేరుపు లైన యల్లురును నేరము లెన్నుదు రత్తవారిపై
వారలనేర్పు నేరములు వంకలు దీర్ప నయుక్త మెల్లెడన్
గౌరవహీను లిజ్జగతిఁ గన్నియ నిచ్చినవారు కోమలీ" (4.78).

ఉ. "పొమ్మనఁ జూచుఁ జూచి మదిఁ బుట్టినప్రేమము పేర్మి బాష్పముల్
గ్రమ్మినఁ, గ్రమ్మఱం బెడమొగం బయి కన్నుల నీరు ద్రింగుచుం
గ్రమ్మఱఁ దా శకుంతల మొగం బగు, నశ్రుల నించుఁ, గొంత సే
పమ్మని జాలిఁ బొంది ధృతి యంతయు నిల్వక నిల్చి పాఱఁగన్"

ఉ. "ఎంచ మునీంద్రులందు విజితేంద్రియుఁ డైన తపస్వి కూర్మి గా
వించి, శకుంతలం బెనిచి, విస్మృతి నొందిన మోహపాశముల్
త్రెంచుకొనంగ లేక, తియతీపులఁ జిత్తముఁ గాసి పెట్టె; శీ
లించిన నెవ్వఁ డింక వదలింపగఁ నోపెడు మోహబంధముల్ !"
(4.84-85)

ఉ. ఎన్నఁడు నామదిన్ మఱతు నే నిటఁ బుత్త్రిక ! పూటపూట యా
సన్నసరోవరంబు నను సంస్మరణం బొనరింప, సంతత
స్విన్నమరందసిక్తసరసీజముఁ జూచి, మదంతికంబునం
గన్నుల నీటితోడఁ గుశకం బగుచున్న భవన్మృఖాజ్జమున్.

ఉ. కొంతసుఖంబునుం గలుగు కోమలి ! వాకిటఁ, బర్ణశాలికా
ప్రాంతమునందు నీవు పెనుపం బరువొందిన మాలతీలతా
క్రాంతమనోజ్ఞ మైన సహకారముఁ గన్గొనునప్పు డెల్ల, దు
ష్యంతుఁడు మాశకుంతలయు సంగడి నుండుటగాఁ దలంపఁగన్."
(4.90-91)

విశ్వజనీనము లైన యీ భావములలోఁ దాదాత్మ్యము పొందిన యేమానవుడు కణ్వమహర్షి ని నార్ద్రమైన కన్నులతో నాత్మసన్నిభునిగా భావింపఁడు? కన్న బిడ్డల నత్తవారింటికి పంపెడితండ్రు లున్నంతవఱకు భూతలమునఁ గణ్వపాత్ర చిరంజీవియై యుండఁగలదు.

"కావ్యేషు నాటకం రమ్యం నాటకేషు శకుంతలా
తత్రాపి చ చతుర్థాంకో తత్ర శ్లోకచతుష్టయమ్"

అని అభిజ్ఞానశాకుంతలమును ప్రశంసించు నభియుక్తోక్తి. అట్టి శ్లోకచతుష్టయము కణ్వమహర్షిముఖవినిర్గత మగుటలో విశేషము. వినపీరన యాశ్లోక చతుష్టయమున రెండింటిని సమగ్రముగాననువదించితనకావ్యముననిలుపుకొనెను. అవి :

"పాతుం న ప్రథమం వ్యవస్యతి జలం యుష్మా స్వపీతేషు యా
నా దత్తే ప్రియమణ్డనాపి భవతాం స్నేహేన యా పల్లవమ్
ఆద్యే వః కుసుమప్రసూతిసమయే యస్యా భవ త్యుత్సవః
సేయం యాతి శకున్తలా పతిగృహం సర్వై రనుజ్ఞాయతామ్"

సీ. అల పెఱుంగక తావకాలవాలములకు
నెమ్మితో నిరవొంద సీరు వోసి,
క్రమవృద్ధిఁ బొందు మార్గంబు లారసి వచ్చి
పూఁటపూఁటకుఁ జాలఁ బ్రోది చేసి,
ప్రేమాతిరేకతఁ బ్రియమండనమునకుఁ
జిగురాకుఁ గొనగోరఁ జిదుమ వెఱచి,
పరిపాటి నల్లన ప్రసవోద్గమం బైన
సఖులఁ దానును మహోత్సవ మొనర్చి,

తే. తల్లియై పెంచె మిమ్ము నేతలిరుఁబోఁడి
యత్తవారింటి కరిగెడు నాలతాంగి
క్షితిరుహములార! పుష్పితలతికలార!
యనుమతింతురు గాక కల్యాణయాత్ర. (4.98)

"శుశ్రూషస్వ గురూన్ కురు ప్రియసఖీవృత్తిం సపత్నీజనే
భర్తు ర్విప్రకృతాపి రోషణతయా మాస్మ ప్రతీపం గమః
భూయిష్ఠం భవ దక్షిణా పరిజనే భాగ్యేష్వనుత్సేకినీ
యాన్త్యేవం గృహిణీపదం యువతయో వామాః కులస్యాధయః"

సీ. "అత్తమామలకు నీయ పనేమి పెట్టక
కనుసన్నఁ జేయుమీ పను లెఱింగి,
ప్రాణమిత్రములుగా భావించి యేప్రొద్దు
సవరింపుమీ ప్రేమ సవతులందు,
భర్త యొక్కొకవేళ బహుమాన మొనరింప
గదియ రానీకుమీ గర్వరేఖ,
పతిచిత్త మెఱింగి తత్పరిజనంబులమీఁదఁ
జేయుమీ మిగుల దాక్షిణ్యగరిమ

తే. కలఁక నొందకుమీ ధవుఁ డలిగినపుడు
పలుకులను జేరనీకుమీ పరుసఁదనము,
వీని వెలిఁగాగఁ దిరుగు నేవెలఁది యైనఁ
గులమునకు నాది యగుఁజుమీ కూఁతుఁగుఱ్ఱ!" (4.83)

"యాస్య త్యద్య శకుంత లేతి హృదయం......" అనుశ్లోకభావమునుఁ గొంత కథాకథనరూపమున 4.84-85 పద్యములలోఁ బొందుపఱచెను. చతుర్థ శ్లోకము ననువదింపక వదలివై చెను. అది పినవీరభద్రుని స్వతంత్ర ప్రవృత్తికి నిదర్శనము.

4. విదూషకుఁడు :

శృంగారశాకుంతలమున విదూషకునిపాత్ర యలంకారప్రాయమే గాని యవసర మైనది కాదు. ఆపాత్రవలన సాధింపఁబడిన ప్రయోజన మెద్దియు నీ కావ్యమునఁ గానరాదు. అతఁడు పిరికివాఁడు. వేఁటకై వెడలుటకు భయపడి వినాయకపూజను వరించినవాఁడు. శకునశాస్త్రపారగుఁడై రాజునకు హితవు బోధించినవాఁడు. రాజు శకుంతలావిరహచింతామగ్నుఁడై యున్నయెడ "మనమున జంగుగల్గినను మాన్చెద నే నది మంత్రశక్తిచే" ననియు, 'జగతి యేలం గలిగిన నావంటి సేవకుండు సిద్ధించియుండ నశక్తుండునుంబోలె నుండు

చేటి ప్రాభవం' బనియుఁ బ్రగల్భము లాడియు నావంతయు కార్యశీలమును బ్రకటింపని వాక్శూరుఁ డాతఁడు. రాజునకుఁ బ్రాణసఖుఁ డయ్యును 'మచ్చనాలుక' వాఁడు. దుష్యంతుఁ డంతగా శకుంతలను వర్ణించి వలపును వెళ్లబోసికొనినను కిమ్మనని నిర్లిప్తుఁడు. దుష్యంతుఁ డాశ్రమపదమున నున్నప్పు డాతని వెంట నుండియు నాతని ప్రేమకలాపమును బసికట్టలేని యసమర్థుఁడు. ఇతఁ డారాజువెంటఁ నుండియు లేనివానితో సమానుఁడు. అతని వలన నాయకునకు గాని, కథకుఁ గాని నెట్టిలాభము చేకూరలేదు. అందువలననే పినవీరభద్రునివలెనే పరితయు నాతని నెచ్చటకు బట్టించుకొనఁడు. ఇట్టి యజాగళస్తనతుల్యనికల్పనము పినవీరభద్రుని యశశ్చంద్రున కేర్పడిన యొక కళంకము.

పినవీరభద్రుని మఱికొన్ని కల్పనలు—కొన్ని అనుమానములు:

1. సైన్యములరాక :- సవనరక్షణానంతరము నగరమునుండి రాజునకు బాసటగా నిలుచుటకు సైన్యము వచ్చినట్లు పినవీరన కల్పించెను. దీనివలన సాధింపఁబడిన ప్రత్యేకప్రయోజనము కానరాదు. సవనసమాప్తి యైన వెంటనే రాజు నగరమున కెట్లును తిరిగిపోవునుకదా! అతనిని తొందర పెట్టుట కాసైన్యములరాక తోడుపడె ననవచ్చును. అంతకంటె నతని రాజ్యాంగము లతనిపైఁ జూపు గౌరవప్రపత్తుల కది సంకేతము కాఁగలదు.

2. అనసూయాప్రియంవదలు రాజు నధిక్షేపించుట :- దుర్వాసశ్శాపవృత్తాంత మెఱింగిన యాతపస్వికన్యలు రాజునకు శకుంతలాస్మృతి యుండ దని తెలిసియు నాతనిఁ దూలనాడిరి. దానికి బలమైన కారణము కానరాదు.

3. నాయకునివార్ధక్యసూచనము :— డా. యస్వీ జోగారావు గా రిట్లు భావించిరి : 'శృంగారశాకుంతలమున దుష్యంతుఁడు శకుంతలను స్వీకరించిననాఁడే ఆమెను పట్టమహిషిగా చేసి భరతునకు యౌవరాజ్యపట్టాభిషేకము చేసి తాను—

'పెద్దవాఁడ నైతి పృథివిభారం బింక
పూన వయసు గాదు పుత్త్రుఁ డెల్ల

ఖరము బూనఁగాఁ దపస్వి నై సుఖలీల
వనమునందు నుండ వయసుగాని'

అని పలుకును. ఇందు అవతారికలో 'శృంగారంబు ముఖ్యం బగు అంగి' అనియు, ఆశ్వాసాంతగద్యలో 'శాకుంతలశృంగారకావ్యంబు' అనియు వక్కాణింపఁబడియుండఁగా గ్రంథము నాయికనిష్ఠమైన శృంగారభావముతో ముగియవలసి యున్నది. కాని, నాయకుఁడు తద్విరుద్ధముగా వానప్రస్థాశ్రమస్వీకారాభినివేశమును చూపుట తగదు. అయితే చివరకు 'శకుంతలయు దుష్యంతుఁడును బెద్దకాలంబు పూజ్యం బగు రాజ్యసౌఖ్యంబు ననుభవించుచుండిరి' అనువాక్యముతో కావ్యాంత మైనది. అది కొంత మేలు.'[1]

శృంగార శాకుంతలము — ప్రబంధ లక్షణములు

కావ్యప్రబంధశబ్దములు పర్యాయవాచకములుగాఁ దెలుఁగు గావ్యము లందుఁ గవులచేఁ బ్రయోగింపఁబడినవి కాని, ఆంధ్ర విమర్శకులు ప్రబంధ శబ్దమును బదునాఱవ, బదునేడవ శతాబ్దములందు వెలువడిన మనుచరిత్రాది ప్రబంధములకే సమన్వయించి తెలుగుకవుల కావ్యరచనావిధానమున ప్రబంధ మొక ప్రత్యేకప్రక్రియ వలెఁ బరిగణించుచున్నారు. ప్రబంధములలో శృంగారరసప్రధానమైన వస్తువు, ఏకనాయకాశ్రితమైనకథ వస్త్వైక్యము, అష్టాదశవర్ణనలబాహుళ్యము, శబ్దార్థాలంకారభూయిష్ఠ మైన ప్రౌఢశయ్యావిన్యాసము, ధర్మనీతిప్రబోధకత్వమునకు గౌణమైన స్థానము మొదలగు లక్షణము లుండు నని భావింపఁబడుచున్నది.

ఆంధ్రమున సాహిత్య ముద్భవించునాటికే సంస్కృతమున పురాణేతిహాస మహాకావ్యాదిప్రక్రియలు పరిణతములై పరివ్యాప్తి నొంది యుండినవి. వాని నాంధ్రకవులు వారివారి యభిరుచులనుబట్టియు సమకాలీనసమాజశీలము ననుసరించియు నాంధ్రసాహిత్యమున వెలయించిరి. సంస్కృత మహాకావ్యప్రక్రియ కపరావతారమే ఆంధ్రవిమర్శకులు భావించెడి ప్రబంధ నిబంధనప్రక్రియ.

---

1. శారదా మంజీరము. వ్యా. శారదాపీఠము పుట. 162

మహాకావ్యములలో శృంగారవీరముల కంగిరసస్థానము కలదు. అందు శృంగారము నతిశయించి ప్రబంధకవులు పోషించిరి. ఏకనాయకాశ్రమమైన కథను ఆంధ్ర ప్రబంధకవులు సర్వత్ర గ్రహించినట్లు కానరాదు. పారిజాతాపహరణ, వసుచరిత్రాదులయం దట్టివిధానము పాటింపఁబడినది. ఇఁక అష్టాదశవర్ణనాబాహుళ్యము ప్రబంధములందు సర్వసామాన్యముగా ననుసరింపఁబడినలక్షణము. శబ్దార్థాలంకారబంధురమైన శైలిగాంభీర్యము తెలుఁగు ప్రబంధములకు ప్రత్యేకలక్షణము. ఇట్లయినను ప్రబంధప్రక్రియ పదునాఱవ శతాబ్దిలో మనుచరిత్రతోనో, పారిజాతాపహరణ కావ్యముతోనో ఆరంభమయ్యె నని భావించుటలో పరిపాటి యున్నంతగా పరిశీలనము కానరాదు.

నన్నయతో నారంభమైన ఆంధ్రకావ్యరచనాస్రవంతి యేకవేణిగాఁ బ్రవహింపలేదు. ఇతిహాసపురాణానువాద మొక వైపును, కావ్యనిర్మాణప్రక్రియ మఱొకవైపునను, కథాకావ్యరచనావిధానము మఱియొకవైపునను గాలాంతరమున రూపుదిద్దుకొన, జొచ్చినవి. మహాభారతరామాయణమార్కండేయపురాణహరివంశభాగవతాది రచనలతో మొదటిశాఖ విస్తృతి చెందినది. నిర్వచనోత్తర రామాయణము, కుమారసంభవము, ఉత్తర హరివంశము, నృసింహపురాణము, శృంగారనైషధము, హరవిలాసము,శివరాత్రిమాహాత్మ్యము శృంగారశాకుంతలము మొదలైన కావ్యములతో రెండవశాఖ విస్తరించినది దశకుమార చరిత్రము, కేయూరబాహుచరిత్రము, విక్రమార్కచరిత్రము, భోజరాజీయము, సింహాసనద్వాత్రింశిక, పంచతంత్రము మొదలైన కథాకావ్యములతోఁ దృతీయశాఖ ముందుకుసాగినది. ఇందు పినవీరభద్రుని శృంగారశాకుంతలము ద్వితీయశాఖకుఁ బండిన పరిపూర్ణఫలము.

పిల్లలమఱ్ఱి పినవీరభద్రుఁడు కావ్యమార్గమున శృంగార శాకుంతలమును పురాణానువాదమార్గమున జైమిని భారతమును రచించి సవ్యసాచి యనిపించుకొనినాఁడు. ఇతని యీవిధానమున మార్గదర్శకులైనపూర్వాంధ్రకవులు తిక్కన సోమయాజి, ఎఱ్ఱాప్రెగ్గడ, శ్రీనాథాదులు. ఉభయకావ్యరచనాభిశోభితులైన యీకవులవరుసలో నిలువఁదగిన కవివతంసుఁడు పిల్లలమఱ్ఱి పినవీరభద్రకవి.

ఆంధ్రసాహిత్యమున కావ్యమార్గప్రవర్తకులైన కవులరచనావిధానములలోఁ గొంత క్రమపరిణామవికాసము కానవచ్చుచున్నది. కథాకథనాత్మకమైన నన్నయ శైలికంటె వర్ణనాబహుళమైన కావ్యస్పృహను కల్పించినవారు

తిక్కన శంభుదాసులు. వారి నిర్వచనోత్తరరామాయణనృసింహపురాణము-లందులకు సాక్షులు. వీరి వర్ణనలలో శబ్ద మర్థమున కొదిగి నిలిచినది. నన్నెచోడ నాచనసోములు శబ్దమున కధికప్రాధాన్యమును, అర్థమునకు గౌణమైన-స్థానమును గల్పించిరి. వీరి కావ్యముల కన్నింటికిని సంస్కృతమూలములున్నవి. కాని, మూలము ననుసరించుచునే స్వీయకల్పనా మహనీయములైన-వర్ణనాదికములను తిక్కనశంభుదాసాదులు నిబంధింప నన్నెచోడ నాచనసోమా-దులు తమ కావ్యముల నతివేలములైన వర్ణనాదులతో స్వీయకవితాముద్రలను వైచి రచనము సాగించిరి. వీరి తరువాత వచ్చిన శ్రీనాథమహాకవి శబ్దార్థములకు సమప్రాధాన్యము కల్పించు శైలిని వెలియించి కథావర్ణనములను స్వతంత్ర ప్రతిపత్తితో రసాభిముఖముగా నడిపించు వైలక్షణ్యమును సాధించెను. అతనికి శబ్దముపై నున్న అధికారము అనన్యసామాన్యము. అర్థగాంభీర్యమునకు శబ్దమును మహనీయసాధనముగా నుపయోగించిన మహాకవి యతఁడు. అతని శృంగారనైషధము అనువాదకావ్య మయ్యు హర్షనైషధకావ్యప్రౌఢిమ నాంధ్రమున నవతరింపఁజేసినది. అతని హరవిలాసము స్వతంత్రప్రతిభను వెలార్చినది. కాశీఖండభీమఖండశివరాత్రిమాహాత్మ్యాదులు మూలము నాధారముగాఁ గొని స్వేచ్ఛగా నడిచిన స్వతంత్రకావ్యములు. పినవీరభద్రున కతిసన్నిహితుఁడు శ్రీనాథుఁడు. అతని ప్రభావ మితనిపై మిక్కుటముగాఁ బడినది కానిఁ పినవీరన శ్రీనాథుని ముమ్మూర్తుల ననుకరించి కావ్యమును వ్రాయ సంకల్పించినవాఁడు కాఁడు అతనిపై ప్రాచీనమహాకవుల ప్రభావమును గలదు. శృంగార నైషధమువలె శృంగార శాకుంతలమను పేరుపెట్టి కావ్యరచన చేపట్టినను అతనికంటె కావ్యమును ప్రబంధముగాఁ దీర్చిదిద్దుట-యం దీతఁడు కృతకృత్యుఁడయ్యెను. శ్రీనాథుఁ డాంధ్రకావ్యరచనకుఁ బరిణతిని సాధింపగాఁ బినవీరన ఆంధ్రప్రబంధరచనకు రూపురేఖలు సంతరించెను.

''శృంగారశాకుంతలమును జూచిన తరువాత రాయల యుగముననే ప్రబంధము పురుడు పోసుకున్న దని పొరపాటున వాడుక పడిపోయినమాట నెంతవేగము మార్చుకొనిన నంత మంచిది. ఏ లక్షణములను మనువసుచరి-త్రాది మహాప్రబంధములప్రక్రియకు ప్రాణస్నాయువులుగా పరిగణించుకొనుచున్నామో ఆ లక్షణములన్నియు ఆ-వస్త్వైక్యము, ఆయేకనాయకాశ్రయత్వము ఆశృంగారసప్రాధాన్యము, అవర్ణనాప్రాచుర్యము, ఆఆలంకారిక శైలీనైగనిగ్యము మున్నగునవి యన్నియు శృంగారశాకుంతలమునకు బట్టినవి. మీదు-

మిక్కిలి ఆప్రబంధములందలి అర్థాతిశాయియైన శబ్దాడంబరము, చిత్రకవిత్వపు కసరత్తులు, శ్లేషధృతరాష్ట్ర పరిష్వంగములు నిందు లేవు. వానివలె గాక వస్తుశరీరవైపుల్యము, వైచిత్రికి బలికాని భావసంపదయు, అనుస్యూతమైన రసస క్తియు నిందు గలవు. వానియం దున్నపాటి స్వతంత్రరచనయు నిందు లేకపోలేదు. అందు కొన్నింటి కిది కొన్నింట మార్గదర్శకము నైనది. "శ్రీనాథయుగప్రబంధచైత్రరథములో నిదియొక చక్కని సౌగంధికము[1]"అని కీర్తించిన ఆచార్య యస్వీ జోగారావుగారి వాక్యము లిచ్చటసంస్మరణీయములు.

శృంగారశాకుంతలమునఁ జక్కని వస్త్వైక్యము కలదు నాయికానాయకుల ప్రథమవీక్షణమువలనఁ గలిగిన యనురాగము కథకు బీజము, దానికి ముందు వర్ణింపఁబడిన మృగయావిహారవర్ణనము పూర్వరంగము. అందు భావికథార్థ సూచనములను పినవీరన శిల్పసుందరముగా నిబంధించెను. చక్రవర్తిలక్షణ విశిష్టుఁడైన పుత్త్రుఁడు రాజునకుఁ గలుగు నను వైఖానసునియాశీర్వాదమే నిర్వహణమున భరతుని యౌవరాజ్యపట్టాభిషేకమునకు మూలము. ఆశీర్వాదము నందినవెంటనే నాయకుఁడు నాయికాముఖావలోకనము చేసినాఁడు. పరిణయమునకుఁ బూర్వము వ్యాఘ్రప్రవేశము, రాక్షసవిజృంభణము నను విఘ్నములచే గథ ముఖప్రతిముఖసంధ్యంగసుందరముగా సాగినది. దుర్వాసశ్శాపఘట్టమున గర్భసంధియు, అనసూయాప్రియంవదలు హస్తినాపురిలో రాజుతో నాడిన సంభాషణమున నవమర్శసంధియు ఆకాశవాణిపలుకుట, నారదుఁడు ప్రవేశించుటలో నిర్వహణసంధియును గథలోఁ బోషింపఁబడనవి

సుసంబద్ధమైన యీవస్తువునకు శకుంతలాదుష్యంతులు నాయికానాయకులు. వారి నాశ్రయించిన శృంగారరస మంగిగా కావ్యమునఁ బరిపోషింపఁబడినది. విదూషకపాత్రమున హాస్యమును, తపోవనవర్ణనమున శాంతమును, శార్దూలదర్శనోద్భూతమైన విప్రునిభయమున గొంత భయానకమును, యుద్ధవర్ణనమున వీరరౌద్రములును, కించిద్బీభత్సమును, శకుంతలాప్రస్థాన సందర్భమునఁ గణ్వశకుంతలలయందు కరుణస్ఫూర్తియు, అనసూయాప్రియంవదలు రాజు నధిక్షేపించునెడ కించిత్‌రౌద్రమును, మేనకావిశ్వామిత్రవృత్తాంతమున శృంగారమును, నిర్వహణమున నద్భుతమును నంగములుగా నంగి యైన శృంగారమున కీ కావ్యమునఁ బుష్టినిఁ జేకూర్చినవి. కథాస్వభావము ననుసరించి

1. శారదామంజీరము. వ్యా. శారదాపీఠము, పుట. 177

కవి పూర్వరాగవిప్రలంభమును విస్తరించి వర్ణించి సంభోగశృంగారమును బుష్టిమంత మొనర్చి శృంగారశాకుంతల మను కావ్య నామమునకు సార్థక్యము గల్పించెను.

ప్రబంధమునం దష్టాదశవర్ణనలను యథావకాశముగాఁ జొప్పించి సాంగోపాంగముగా వర్ణించుట మఱియొక ప్రధానలక్షణము.

'సంధ్యా సూర్యేందు రజనీ ప్రదోషధ్వాంతవాసరాః
ప్రాత ర్మధ్యాహ్న మృగయా శైలర్తు వన సాగరాః
సంభోగ విప్రలంభౌ చ ముని స్వర్గ పురాధ్వరాః
రణప్రయాణోపయమ మంత్ర పుత్రోదయాదయః
వర్ణనీయా యథాయోగం సాంగోపాంగా అమీదశ"

అని సాహిత్యదర్పణము. అప్పకవీయమున నిరువదిరెండువర్ణన లుండవలె నని చెప్పఁబడియున్నది. వర్ణనలు కథాస్వభావమున కొదిగి యుండునవి కావున సంఖ్యాప్రధానముగాఁ గాక సామంజస్యము ప్రమాణముగా వర్ణనలను నిబంధించుట యుచితజ్ఞుఁ డైన కవి చేయుపని. పినవీరభద్రుఁడు వర్ణనముల పరిమాణములందును, ప్రయోజనములందును, ఔచిత్యము నొరవడిగాఁ బెట్టుకొనినాఁడు. అచ్చటచ్చట భావాంబరవీథిలో విహరించినను, శాస్త్రీయమగు పరిజ్ఞాన ప్రదర్శనముకై వర్ణనలను వెచ్చించినను పినవీరన చాలవరకు సందర్భశుద్ధిని వీడలేదు; సంయమనమును వీడి విశృంఖలత్వమును బ్రకటింపలేదు.

శృంగారశాకుంతలమునందలి వర్ణనలు: హస్తినాపురము, చతురంగ సైన్యము, పుష్పలావికలు, మలయానిలము నాయికగుణగణములు, రాజాస్థాన వైభవము, మృగయావిహారసన్నాహములు. విందు, వేటకుక్కలయొక్కయు వేఁటలవిశేషములు, దుష్యంతునివేఁట, కణ్వాశ్రమము, మాలినీనది, హిమాలయము, కౌశికుతపము, వసంతవిలాసము, మలయపవనము, పుష్పాపచయము, సవనము సంగ్రామము, సూర్యాస్తమయము, చంద్రోదయము, ప్రత్యూషము, అరుణోదయము, భాస్కరోదయము, చంద్రమన్మథోపాలంభనములు, సైన్యగమనము, చంద్రవంశప్రశస్తి, శకుంతలదౌహృదచిహ్నములు, పురిటిమర్యాదలు, భరతునిబాల్యక్రీడలు, రాజనీతి—మొదలగు నంశములను బినవీరనప్రబంధోచితముగా నీకావ్యమున నిబంధించి వర్ణించెను. భావిప్రబంధములలో వర్ణనాబాహుళ్యమునకు ఒరవడి కల్పించిన గౌరవ మితనికి దక్కుచున్నది.

నన్నపార్యుని ప్రబంధప్రౌఢవాసనాసంపత్తిసొంపును, దిక్కయజ్వ వాక్పక్కికామోదమును, నాచసోముని వాచామహత్త్వసౌరభములను, శ్రీనాథ భట్టు భాషానిగుంభములపరిమళములను తన కవితా పరిపాకమునం బండించు కొనిన శైలి పినవీరభద్రుం డీకావ్యమున విరియించినాడు. రసోదంచితమైన గుణరీతుల విన్యాసములను, భావగౌరవమునకుం దగిన శయ్యాపాకములను, పినవీరభద్రుండు తన పద్యరచనాశిల్పమున వెలార్చి కావ్యరామణీయకమును బరిపోషించినాడు.

పినవీరభద్రుని పద్యశిల్పములు ప్రబంధకవులకు మార్గదర్శ ము లను శ్రీగుంటూరు శేషేంద్రశర్మగారివాక్యము లిచ్చట పేర్కొనదగినవి.[1] "పినవీరభద్రునిలో తెనుగుపద్యము సౌందర్యపరాకాష్ఠ నందుకొన్నది. తరువాత వచ్చిన అనేక ప్రబంధకవులయందు చాల అందమైనవి అని మనము అనుకొను పద్యముల కన్నిటికి శృంగారశాకుంతలము మూలకందము ప్రబంధకవులు ఇతనినుంచి నేర్చుకున్నంతగా మరెవ్వరినుంచీ నేర్చుకొనలేదు. కొన్నిపద్యములు చూడుడు: 1.84, 2 70, 2.77, 2.121,2.127 123, 129, 130, 136; 2.174, 176, 133, 184, 185, 186, 2.18?, 3.37, 3.41, 3.58, 3.74, ఈపద్యములు పూచినపూవుగొమ్మలవలె ఎలమావి తోటలో పాటపాడు గండుకోయిలలవలె, మల్లెపూపొదరిల్లలో సవ్వడిసేయు గాలిబాలికలవలె, పూతీగెలలో అలవోకగా నూగిసలాడు రామచిలుకలవలె తెలుగుకవనపుతోటకు నిత్యవసంతోత్సవము గుస్తరింపం జాలినవి. శకుంతలా సౌందర్యవర్ణన, శకుంతలవలపు, నాయికానాయకులవిరహము, చంద్రోపాలంభన, ఇటువంటిఘట్టములు. పినవీరభద్రునిపూర్వులైన కవులలో జక్కనాదులను ఒకరిద్దరిని మినహాయించినచో అరుదుగా ఉన్నవనియే చెప్పవలెను. ఉన్న కొలదిచోట్లలోను అపక్వస్థితిలో నున్నవి అసందర్భములు సమగ్రసౌందర్యమును సంతరించుకొని పరిపక్వరూపమును పొందినది మొట్టమొదటిసారిగా పినవీరభద్రుని శృంగారశాకుంతలమహాకావ్యమునందే."

"ఈకావ్యమే తరువాత వెలసిన ప్రబంధవంశవృక్షమునకు ఆదిబీజము. పినవీరభద్రుండే ప్రబంధకవులకు మూలపురుషుండు. నన్నయాదులనుండి పిండాకృతిగ ప్రారంభించి, శ్రీనాథజక్కనాదులయందు కించిద్వికసదస్వరూపమును పొంది, తుదకు సమగ్రలక్షణసమన్వితముగా నాంధ్రకావ్యశీర్షోదయమగుటయే పినవీరభద్రుని శృంగారశాకుంతలావతారతత్త్వము."

---

1. సాహిత్యకౌముది. వ్యా. రెండవకవిత్రయము. పుట 56—57

నాటకీయత :

ప్రాచీనాంధ్రకవులు సంస్కృతపురాణేతిహాసకావ్యముల ననువదించుట యందుఁ జూపిన యభినివేశమును నాటకముల ననువదించుటయందుఁ బ్రదర్శింపరైరి. తిక్కనసోమయాజి యుత్తరరామాయణమును గావ్యముగా సంతరించెను భవభూతియుత్తరరామచరిత్రనాటకము నాతఁడు చేపట్ట లేదు. అట్లే ప్రబోధచంద్రోదయ, సింహాసనద్వాత్రింశికాకర్తలు సంస్కృతనాటకముల ననువదించినను వానిని గావ్యములుగనే సంతరించియుండిరి. పినవీరభద్రుఁడుకూడ కాళిదాసుని అభిజ్ఞానశాకుంతలకథ ననుసరించియు, మహాభారతకథనుగూడ మన్నింపఁ దలఁచి కాఁబోలు శృంగారశాకుంతలమును గావ్యముగానే రచించెను కాని, శ్రవ్యకావ్యనిర్మాణమును జేపట్టినను రూపకమర్యాదలను గొన్నిసన్నివేశములనందుఁ జొప్పించి తనకావ్యమున నాటకీయతను బరిపోషించెను. అట్టిది ప్రబంధలక్షణములలో నొకటి యని విమర్శకులు భావించుచున్నారు

దుష్యంతుని కొలువుకూటము, శకుంతలాదుష్యంతుల సమావేశఘట్టములు, దుష్యంతవిదూషకసంభాషణఘట్టముశకుంతలకల్యాణయాత్రాఘట్టము,దుష్యంతుని సభలో జరిగిన సన్నివేశము— ఈకావ్యమున నాటకరంగవిస్ఫూర్తిని వెలయించు రమణీయఘట్టములు ఈఘట్టములందు పినవీరన కథాకథనమును, వర్ణనములను కొన్నిపద్యములలోఁ గావించినను పాత్రలసంభాషణములను ప్రత్యేకములైన పద్యములలో సంతరించిన సన్నివేశములు బహుళముగాఁ గానవచ్చుచున్నవి. అం దెడనెడ పినవీరభద్రుఁడు పాత్రప్రవేశాదులనువర్ణించునెడ రూపకప్రక్రియను బరితకుఁ దలపింపఁ జేయుచుండును. ద్వితీయాశ్వాసమున శకుంతల మధుపబాధ నపవారించు మిషతో మునికన్యల యెదుటకు వచ్చిన దుష్యంతుఁడు "మ్రాని చాటు విడిచి, జవనికవాయం దట్టినం బొడసూపు బహురూపి తెఱంగున మఱుంగుపడియున్నతా నన్నలినవిలోచనలకు లోచనగోచరుండై" నిలచె నని వర్ణించుట దీని కుదాహరణము. ఇట్టిసూచనలు నిబంధించుట భావిప్రబంధములలో తెలుఁగు కవులకు పరిపాటి యైనది.

పినవీరనపై పూర్వకవులప్రభావము :

కవికులగురువైన కాళిదాసుని అభిజ్ఞానశాకుంతల కుమారసంభవముల లోని రమణీయశ్లోకభావములను పినవీరభద్రుఁడు సందర్భోచితముగాఁ దనకావ్య

మున ననువదించుకొనియు, చిన్నిమార్పులతో చికిలిపెట్టియు, యథావకాశముగా గ్రహించెను కొన్నింటి నిదివరకే ఆయాసందర్భముల నుదాహరించుట యైనది. మఱికొన్ని :

అభిజ్ఞానశాకుంతలమునందలి 'యాసృష్టిః స్రష్టు రాద్యా...' అను నాందీ శ్లోకమును అవతారికలో "పూని చరాచరంబు భరించు నాకమూర్తి" యను సీసపద్యముగను,(1.2) ప్రథమాంకములోని ' ముక్తేషురశ్మిషు...', 'యదాలోకే సూక్ష్మం...' అనుశ్లోకములను 'కనుదృష్టి కెయ్యది మినుమినుక్కనుచుండ...' (1.118) అను సీసపద్యముగను మలచుకొనెను 'గ్రీవాభంగాభిరామం.. ...' అనుశ్లోకమునందలి భావమును 'విలుగొనివెంటవెంటఁ బృథివీపతిరా'(2.19)నను పద్యమునఁ బ్రతిబింబించుకొనెను. "నీవారాశ్శుకగర్భకోటర..." అను (1 9) 'శుకగర్భకోటరచ్యుతములై' యను సీసపద్యమున ననుసరించెను. 'ఇదం కిలా వ్యాజమనోహరం వపుః' (1.18) 'అసంశయం క్షత్రపరిగ్రహక్షమా' (1 17) 'చలాపాంగం దృష్టి స్పృశసి...' (1.19) అనుశ్లోకములకు ఛాయలుగా 2.61, 2.64, 2 72 పద్యముల ననువదించెను. ద్వితీయాంకమునందలి 'అనాఘ్రాతం పుష్పం...' (2 10), చతుర్థాంకమునందలి 'శుశ్రూషస్వగురూన్...' (4.17) 'పాతుం న ప్రథమం...' (4.9) అనుశ్లోకములను క్రమముగా 2.158, 4.83, 4.93, పద్యములుగా సంతరించెను. ఈపద్యము లన్నియు శబ్దానువాదమున గాక భావానువాద విధానమున పినవీరనచేఁ బరివర్తింపఁబడినవి. ఇట్లే కుమార సంభవకావ్యమునందలి యీక్రిందిశ్లోకభావములను సందర్భానుగుణముగాఁ దన కావ్యమున హిమాలయవర్ణనావసరమున సంతరించుకొనెను.

"అస్త్యుత్తరస్యాం దిశి దేవతాత్మా
హిమాలయో నామ నగాధిరాజః
పూర్వాపరౌ వారినిధీ విగాహ్య
స్థితః పృథివ్యా ఇవ మానదణ్డః" (1.1)

"అలరి పెంపొందు పూర్వాపరాంబునిధుల
నడుమ ధరణికి మానదండంబువోలె
దేవతాత్మ ధరాధీశ దిగ్విభూష
పుణ్యనిలయంబు నీహారభూధరంబు". (2.101)

"యం సర్వశైలాః పరికల్ప్య వత్సం
మేరౌ స్థితే దోగ్ధరి దోహదక్షే,
భాస్వన్తి రత్నాని మహౌషధీశ్చ
పృథూపదిష్టాం దుదుహుర్ధరిత్రీమ్". (1.2)

"భూధరములెల్లఁ దను వత్సముగ నొనర్ప
పృథునృపాలోపదిష్టమై ప్రియము మీర
నఖిలరత్నౌషధులను జన్నవిసి పిదికె
సమరశైలంబు దోగ్ధగా నవనిసురభి". (2.103)

"పదం తుషారస్రుతి ధౌతరక్తం
యస్మి న్నదృష్ట్వాఽపి హతద్విపానాం,
విదన్తి మార్గం నఖరన్ధ్రముక్తై
ర్ముక్తాఫలైః కేసరిణాం కిరాతాః (1.5)

"వారనిమంచు పైఁబొదవి పచ్చినపోయినచొప్పు మాసిన
న్భూరినఖాగ్రముక్తమయి పొల్పగు ముత్తెపుఁజాలు వెట్టఁగాఁ
దారటు లేఁగి కాంతురు హతద్విపకేసరివాససీమలన్
వీరకిరాతు లద్రివనవీథుల సింగపువేఁట లాడుచున్". (2.104)

"యః పూరయన్ కీచకరన్ధ్రభాగాన్
దరీముఖోత్థేన సమీరణేన,
ఉద్గాస్యతా మిచ్ఛతి కిన్నరాణాం
తానప్రదాయిత్వ మివోపగన్తుమ్". (1.8)

"మానము దప్పకుండ ననమానదరీముఖరాయమాన హే
లానిలపూర్ణరంధ్రనిచయం బయి కీచకరాజి మ్రోయఁగా
నానగరాజు కిన్నరుల యంచితగానవినోదవేళలన్
దా నొక వాసికాఁడువలెఁ దక్కఁగ నూల్కొనఁ జేయు తానముల్." (2.105)

"కపోలకణ్డూః కరిభి ర్వినేతుం
విఘట్టితానాం సరళద్రుమాణామ్
యత్ర స్రుతక్షీరతయా ప్రసూత
స్సానూని గన్ధ స్సురభీకరోతి". (1.9)

"దరణిధరసానుతటములు
పరిమళవంతములు సేయుఁ బాయక యెపుడున్
గరికండూయన నిస్సృత
సరళక్షీరప్రసూనసౌరభలహరుల్ (1.106)

"ఉద్వేజయ త్యఙ్గుళి పార్ష్ణిభాగాన్
మార్గే శిలీభూత హిమేఽపి యత్ర,
న దుర్వహశ్రోణి పయోధరార్తా
శ్ఛిన్దన్తి మన్దాం గతి మశ్వముఖ్యః ॥ (1.10)

''ఖింగపు జాలుగా హిమము పేరిన యగ్గిరిత్రోవ దుర్వహో
త్తుంగకటీకుచాలసగతు ల్తురగాస్యలు సంచరించుచో
నంగుళి పార్శ్వభాగముల కార్తి యొనర్చినఁగాని యయ్యెడన్
జ్జంగలు చాచి మందగమనంబున కొందగనీ రపాయముల్". (2.107)

శృంగారశాకుంతలకథానిర్మాణమునఁ దోడుపడిన కాళిదాసుని అభిజ్ఞాన శాకుంతలమును బరిశీలించిన పినవీరన యతనిరమణీయశ్లోకభావముల ననుసరించుటలో నాశ్చర్యము లేదు. అట్లే వ్యాసభారతమునందలి శకుంతలోపాఖ్యానము ననువదించిన నన్నయభట్టారకుని రచనయు నితనిని ప్రభావితుని గావించినది. అతని సమాససంవిధానములను, వర్ణనములను, వాక్యవిన్యాసములను గొన్నింటిని దనకావ్యమున నౌచిత్యభరితముగా నితఁడు సంతరించుకొనెను. నన్నపార్యుని ప్రబంధప్రౌఢవాసనాసంపత్తిసొంపుచే నాకర్షితుఁడైన పినవీరన యతని మాలినీ నదీపవనపరీమళసూచనమును గ్రహించి తనకావ్యమున ప్రబంధోచితముగా విస్తరించి వర్ణించుకొనెను.

క. "కాఱడవిఁ బఱచు మృగముల
నూఱడకం దిగిచి డస్సియు న్నతనిశ్రమం
బాఱఁగ నెడ పరితాపము
దీఱఁగఁ బై వీచె నన్నదీపవనంబుల్." (ఆది.ప.4.19)

సీ. "కడఁగి సంక్రీడించునడవియేనుంగుల
గండస్థలుల దానగంధములను
జెంచుల రాచకెంజిగురాకుఁబోఁడుల
శిరసుల జవ్వాది పరిమళముల

విచ్చిన నెత్తమ్మి విరులఁ దుమ్మెద లాడ
జారిన పూఁదేనె సౌరభములఁ
గూలద్రుమంబుల గాలితాకున రాలి
వచ్చిన యలరుఁ క్రొవ్వాసనలను

తే. కలితం బగు నయ్యేటి సలిలకణము
లల్లనల్లనఁ గొనుచు మందానిలుండు
చల్లఁగా వీచి వనపథశ్రాంతిఁ దీర్ప
నది కనుంగొని వేడుకం గదలి కదలి". (2.24)

శకుంతలాకుంతలసౌందర్యము నధికరించి 'సంకులమిళితాళినీలపరికుంచితకోమలకుంతలన్, శకుంతలయను కన్యకం గనియె' నని నన్నయ వర్ణింపఁ బినవీరన 'పద్మపత్రాక్షివీక్షించెన్ రాజు శకుంతలన్ మధుకరశ్రేణీలసత్కుంతలన్' అని దాని నందుపుచ్చుకొనెను. కణ్వాశ్రమ ప్రకృతివర్ణనమున 'శ్రవణ సుఖంబుగా సామగానంబుల చదివెడు శుకముల చదువు దగిలి' యను నన్నయనీస పద్యపాదమునందలి భావము నీకవి యిట్లు శైవపారమ్యచిత్తముతో విస్తరించి వర్ణించెను.

శా. "వేదాధ్యాపకు లైన రాచిలుకలన్ వేదాంతమీమాంసలన్
వాదం బిమ్ములఁ జేయు శారికల తత్త్వం బిందు జూటుం డుగా
నాదేశించు పురాణముల్ చదువు చక్రాంగంబులన్ సామముల్
నాదం బొంద పినాకి పాడు నళులన్ వందారుఁడై చూచుచున్"(2.49)

దుష్యంతుని సభలో శకుంతల యొనర్చిన ధర్మోపన్యాసమునందు నిబంధింపఁబడిన కొన్ని భావములను ఆంధ్రమహాభారతము ననుసరించి, వానిని గ్రహించియు, గణ్వశిష్యులచే అనసూయాప్రియంవదలచేఁ బలికించి స్వీయ కావ్యకథానుకూలముగా వినియోగించుకొనెను.

1. ఎఱుఁగఁడొకొ నన్ను నెఱిఁగియు
నెఱుఁగనియ ట్లుండునొక్క యెడ దవ్వగుటన్
మఱచెనొకొ ముగ్ధ లధిపులు
మఱువరె బహుకార్యభారమగ్నులు కారే! (ఆదిపర్వ. 4.69)

"ఏ మెఱుంగని పని యని హృదయవీథి
వెఱచెనో కాక మఱచెనో వెనుకఁ జింత
మలపు లే దైన బహుకార్యమగ్నమతులు
ధారుణీనాయకులు గదా దానికేమి ? శృం.శా. (4.103)

2క. సతియును గుణవతియుఁ బ్రజా
వతియు ననువ్రతయు నైన వనిత నవజ్ఞా
న్వితదృష్టిఁ జూచు నతిదు
ర్మతి కిహముం బరముఁగలదె మతిఁ బరికింపన్' (అది.ప. 4.82)

"గుణవతియుఁ బుత్త్రవతియును గులసతియును
నైన భామను విడుచు నన్యాయకారి
కిహపరంబులు లే వనియెడు సమిద్ధ
ధర్మశాస్త్రంబు లెఱుఁగవా ధరణినాథ ! (శృం.శా. 4.123)

3. క.తాన తననీడ నీళ్ళల
లో నేర్పడఁ జూచునట్లు లోకస్తుత త
త్సూను జనకుండు సూచి మ
హానందము బొందు నతిశయప్రీతిమెయిన్. (ఆదిప. 4.88)

ఉ. 'అద్దములోని నీడవలె నాకృతియం దొక లేశమాత్రముం
బిద్దము గాక, నీకుఁ బ్రతిబింబమువోలె వెలుంగుచున్న నీ
పెద్దకుమారు భూవర ! యభిన్నమతిన్ మొగమెత్తి చూడ మా
ముద్దియ నీపయిం గలుగు మోహము భక్తియుఁ గాననయ్యెడున్"
శృం శా.(4.124)

4. 'నిండుమనంబు నవ్యనవనీత సమానము పల్కు దారుణా
ఖండలశస్త్రతుల్యము జగన్నుత విప్రులయందు—" అను నన్నయ పద్యము నొజ్జబంతిగా నిడుకొని యమూలకమైన యీ క్రింది పద్యమును బిన వీరన విరచించెను.

"దిరిసెనపూవుకంటెను మతింపఁగ మెత్తన చాలఁ జిత్తముల్
కెరల యుగాంతవాయుసఖకీలలకంటెను వేడి నాలుకల్
దొరసినఁ గ్రహలఁ ద్రోయుదురు దొంతులతోడి దిగీశరాజ్యముల్
కరుణ వహించిరే మునులు కట్టుదు రల్పుల బ్రహ్మపట్టముల్" (2.37)

తిక్కన రచనా ప్రభావము :

ధరణీచక్రము దిర్దిరం దిరిగెఁ బాతాళంబు ఘూర్ణిల్లె భూ
ధరముల్ పెల్లగిన్ దిశావలయ ముత్కంపంబు నొందెన్ దివా

కరచంద్రాగ్నుల దీప్తి మాసె సురలోకం బాకులం బయ్యె న
ప్పరమేశుం డటు తా మరుత్క్రతుపరిభ్రంశార్థి యై వచ్చినన్.
(సౌప్తిక ప. 2.122)

"అవనీచక్రము గ్రుంగె నింగి ఘనగర్జాడంబరం బయ్యెఁ జి
క్కువడం జుక్కలు డుల్లె దిక్కరులు సంక్షోభించెఁ గుంభీనస
ప్రవరుం డుల్కెఁ, దలంకె ధాత, పగిలెన్ బ్రహ్మాండభాండంబు, బి
ట్టవిసెన్ నిర్జరరాజధాని వడి నూటాడెన్ మహాశైలముల్" (2.117)

'సింగం బాకటితో గుహాంతరమునన్ జేట్పాటుమై నుండి మా
తంగస్ఫూర్జితయాదర్శనసముద్యత్క్రోధమై వచ్చునో
జం గాంతారనివాసఖిన్నమతి నస్మత్సేనపై వీఁకె వ
చ్చెం గుంతీసుతమధ్యముండు సమరస్థేమాభిరామాకృతిన్. (విరా. ప. 4.95)

శా. సింగంపుం బొరివచ్చు చందమున వచ్చెన్ బోయకాలారి, యు
త్తుంగశ్యామలదేహసంజనితకాంతుల్ వీరలక్ష్మి నవా
పాంగచ్ఛాయలతోడఁ బెల్లొదవి మ్రోయన్ వేల్ల దుద్యద్భుజా
సంగత్వంగదభంగభంగురధనుర్జ్యావల్లరీఝల్లరుల్. (1.115)

జక్కన ప్రభావము :

జక్కన వినాకినీతటినిని వధూటిగారూపించి 'చక్రవాకస్తనిశైవాలధమ్మిల్ల సందీప్తడిండీర మందహాస'......ఇత్యాదిగా రచించిన సీసపద్యభావము విన వీరభద్రుని నాకర్షించి మాలినీనదీవర్ణనమున నీ పద్యమును వ్రాయించినది.

'చలదిందీవరచారునేత్ర సముదంచచ్చంచరీకాలకం
జలజాతాననఁ గంబుకంఠి బిసహస్తం జక్రవాకస్తనిం
బులినశ్రోణి మరాళరాజగమనన్ భూజాని గాంచె న్నట
జ్జలకల్లోల పరంపరానినదవాచాశాలినిన్ మాలినిన్'' (శృం.శా.2.27)

పూర్వాంధ్రమహాకవులందఱికంటె శ్రీనాథమహాకవిప్రభావము వినవీర భద్రునిపై నధికముగాఁ గానఁబడుచున్నది. ఆతని పద్యములను, ఎత్తుగడలను, సీసపద్యరచనాఫణుతులను, సమాసగుంఫనములను, పదబంధములనుమక్కువతో నీకవి తనపద్యరచనమున హృద్యముగా నిలుపుకొనెను. కొన్ని ఉదాహరణములు.

1. హరవిలాసమున దారుకావనవర్ణనసందర్భమున శ్రీనాథుఁడు హిమవంతమును వర్ణించిన యీ క్రిందిపద్యమును బినవీరన యథాతథముగాఁ దనకావ్యమున, బొందుపఱచుకొని (2.103) యామహాకవియందలి భక్తిప్రపత్తులను వ్యక్తము చేసెను.

ఉ. ఎంచి నుతింప శక్యమె మహేశ్వరునంతటివాని కైన ర
త్నాంచితరోచిరుద్గమనిరస్తరవీందుమరీచిజాలమున్
గాంచన కందరాయవనికాయిత వారిధరాంతరాళని
ర్వంచితదేవతామిథునవాంఛితమూలము శీతశైలమున్. (హరవి.5.22)

2. శ్రీనాథుఁడు హర్షుని సమాసరచనమును ప్రౌఢముగాఁ దనరచనమున నమర్చుకొనిన పట్టులను పినవీరన యనుకరించిన విధము.

'మృదురీతిం బ్రతివాసరంబు గమికర్మీభూతనానానదీ
నదకాంతారపురీశిలోచ్చయుఁడనై నైకాద్భుతశ్రీజిత
త్రిదివం బైన విదర్భదేశమున నారీరత్నముం గాంచితిన్
సదసత్సంశయగోచరోదరి శరత్సంపూర్ణచంద్రాననన్.
(శృం. నై. 2.20)

పినవీరన :

'మదనారాతిసమాను గాళ్యపమహామౌనీంద్రు సేవింప స
మ్మదమారం జని యాశ్రమంబు వనసీమం గంటి వాల్గంటిఁ దో
యదనీలాలకఁ గంబుకంఠిఁ గరిణీయానం బయోజాననన్
సదసత్సంశయగోచరోదరి సుధాసంబాధబింబాధరిన్. (శృం.శా.2.173)

3. 'రమణిం బల్లవపాణిఁ బద్మనయనన్ రాజేందుబింబాననన్
సమపీనస్తని నస్తినాస్తివిచికిత్సాహేతుశాతోదరిన్" (శృం.నై. 2.22)

అను శ్రీనాథుని పద్యరచనాపద్ధతి ననుసరించి, పినవీరన 'చలదిందీవరచారునేత్ర, సముదంచచ్చంచరీకాలకన్......'(2.25); 'చంచత్పల్లవకోమలాంగుళకరన్, సంపూర్ణచంద్రాననన్......' (2.53) అనుపద్యములను రచించెను.

3. 'వేదండవదన శుండాదండ గండూషిత వ్యోమమండలంబు' అను శ్రీనాథునిపోహళింపు 'పద్మరాగోపలప్రాకారరుచిజాల గండూషిత వ్యోమమండలంబు' అను పినవీరన పద్యమునఁ (1.69) గాననగును. అట్లే 'వికటపాటల

జటా మకుటకోటివినద్ధ, ముగ్ధచంద్రుఁడు జగన్మోహనుండు" (కాశీఖం. 4.58) అను సీసము ననుసరించి పినవీరన 'పాలితాఖిల హరిత్పాలకాతిసుపర్వమండలుం డురగేంద్రమండలుం' (శృం. శా. 4.8) దనుసీసమును దీర్చిదిద్దెను.

4. శ్రీనాథుని నలమహారాజు వర్ణనమునకుఁ బినవీరన దుష్యంతచక్రవర్తి వర్ణనము ప్రతిబింబస్ఫూర్తి ఘటించినది.

సీ. తపనీయదండైకధవళాతపత్రితో
ద్దండతేజఃకీర్తిమండలుండు;
నిర్మలనిజకథానిమిషకల్లోలినీ
క్షాళితాఖిలజగత్కల్మషుండు;
వితతనవద్వయద్వీపనానాజయ
శ్రీవధూటీసమాశ్లిష్టభుజుఁడు;
నిఖిలవిద్యానటీనృత్యరంగస్థలా
యతనాయమానజిహ్వాంతలుండు;

తే. ప్రస్తుతింపంగఁ దగు సముద్భటకఠోర
చటులగుణటంక్రియాఘనస్తనితఘోష
చాపనీరదధవళశరాసారశమిత
బలవదహితతేజోదవానలుఁడు నలుఁడు. (శృం.నై.1.46)

సీ. విశ్వసన్నుతశాశ్వతైశ్వర్యపర్యాయ
కుటిలకుండలి రాజకుండలుండు;
దిగిభశుండాకాండదీర్ఘబాహాదండ
మానితాఖిలమహీమండలుండు;
జనసన్నుతానన్యసామ్రాజ్యవైభవ
శ్లాఘాకలిత పాకశాసనుండు;
కులశిలోచ్చయసానుకోణస్థలన్యస్త
శస్త్రవిక్రమజయశాసనుండు;

తే. భాసమాన మనీషాంబుజాసనుండు
సకలదేశావనీపాలమకుటనూత్న
రత్నరారజ్యదంఘ్రినీరజయుగుండు
శంబరారాతినిభుఁడు దుష్యంతవిభుఁడు. శృం.శా. 1.87

5. చంద్రికలవర్ణనము : శ్రీనాథుడు.

'కటిభాగమున గంధకరటిరాడ్చర్మంబు
కపటంపుచిమ్మ చీకట్ల నీన.........
జూటకూటమునందు సొబగులేచందురుఁ
డకఠోరసారచంద్రికలు గాయ— కాశీఖం. 5.101

పి న వీ ర న :

సీ. కర్పూరనవపరాగవిపాండుతనుకాంతి
యకఠోరచారుచంద్రికలు గాయఁ
గుటిల హవిర్మషీకుబ్జలలామంబు
నొసలిపైఁ జీఁకటి నూగువార... శృం. శా. 4. 188

6. శ్రీనాథుఁడు :

సీ. "జడలయల్లిక యూడ్చి సంపంగినూనియ
బిన్నకూఁకట్లఁ జొబ్బిలఁగ నంటి ...
కస్తూరిఁ బొనిపిన గంధసారంబుతో
సీకాయ యెరువున జిడ్డుపఱపి ...

తే. తేట నులివెచ్చనీరునఁ దీర్థమాడి
వేణి యాటార్చి సురపొన్నవిరులు ముడిచి
మడుఁగు కట్టి కాటుక యిడి తొడివి పూసి
భసితరేఖాత్రిపుండ్రంబు నొసటఁ దీర్చి. (హరవి. 2.108)

పినవీరన :

సీ. "జడలయల్లిక యూడ్చి, సంపెంగనూనియ
శిరసంటి సీకాయ జిడ్డు దిగిచి
గంగాంబువుల జలకం బార్చి, తడి యొత్తి
రమణీయ చీనాంబరము గట్టి

తే. వెంద్రుకలు చిక్కు వాపి, క్రొవ్విరులు దుఱిమి
పలుచగా మేన చందనపంక మలఁది
యవయవంబుల కర్హంబు లైనభంగి
లలితమణిభూషముల నలంకరించి - (శృం. శా. 4.141)

7. శ్రీనాథుఁడు కాశీఖండమునఁ గావించిన పుణ్యాశ్రమ వర్ణనమునందలి –

'కండూయనము సేయు కరటిశుండాదండ
పుష్కరమ్మున సింహపోతకమ్ము ... (2.43)

అను సీసపద్యము పినవీరభద్రుని కణ్వాశ్రమవర్ణనమునకు దారి చూపినది:

'వృద్ధ సింహమునకు విహరింపఁ దొండంబు
కైదండగా నిచ్చు గంధగజము ...
(శృం. శా. 2.45)

8. శ్రీనాథుఁడు కాశీఖండమున బృహస్పతి లోపాముద్రకుఁ జెప్పినట్లు వర్ణించిన కులస్త్రీధర్మముల తాత్పర్యమును పినవీరన కణ్వుఁడు శకుంతలకు బోధించినట్లు రచించెను అందు పలుకుబడుల సామ్యమును గానఁబడుచున్నది.

(1) 'కైసేయ కెన్నడు కదియ నధిపు (కాశీ. ఖం. 2.72)
'కైసేసి, కానిగాని కవయఁబోఁ జనదు ప్రియుని' (శృం.శా. 4.79)

(2) 'కడపమీదఁకుమఱి సన్నెకంటిమీఁద
ఱక్కిమీఁదను గూర్చుండ ఱాడ గాదు (కాశీ. ఖం. 2.75)
'గడపమీఁదను సన్నెకలుమీఁద, రోలు మీఁ
దను నుక్కి విభునకుఁ దఱుఁగు యశము· (శృం. శా. 4.79)

(3) 'పసుపుంగుంకుమ కజ్జలంబు నసుగూర్పాసంబు తాంబూలముం
గుసుమంబుల్ కబరీభరంబు చెవియాకుల్ మంగళాలంకృతుల్
విసు వొక్కింతయు లేక తాల్పవలయున్ పీనిన్ సదాకాలమున్
ససి చక్కంగ ప్రియుండు వర్ధిలుటకు నై నాళీకపత్రాక్షికిన్'
(కాశీ. ఖం. 2.73)

'కంచెలయుం బటీరతిలకంబును, బాపట చెందిరంబు, ఫా
లాంచలసీమ లేఁబసుపు, టచ్చతబొట్టుఁ, జెవాకు, గాజులున్
గొంచెపు పీడ్యమున్, విరులకొప్పును, నొప్పు నొనర్ప నెప్పుడుం
జంచలనేత్ర యుండఁదగు సంతతభర్తృఫలాభివృద్ధికిన్.
(శృం. శా. 4.78)

9. శ్రీనాథుని కావ్యములందలి అవతారికలలోని పద్యములను పినవీరన యనుకరించిన విధము.

(1) 'ఖుసిమీఖన్ సురధాణి నిండుకొలువై కూర్చున్నచో నీకరా
వ్యసనంబు న్నుతియించురా యవచితిప్పా చంద్రసారంగనా
భిసముత్పాదితతాళవృంతపవనప్రేంఖోల్లనప్రక్రియా
వసరోదంచిత సారసౌరభరసవ్యాలోలరోలంబముల్" (హర.పీ. 22)

'విసరం జూడకుమమ్మ ! పూవు సురటుల్ విశ్రాంతి మూలంబుగా
నసువుల్ వాపుఁ దదంతరాంతర నితాంతామోద హేలాలతాం
తసమాక్రాంత కృతాంతరూపపవమాన ప్రేంఖణప్రక్రియా
వసరోదంచిత చారుసౌరభ రసవ్యాలోల రోలంబముల్

(శృం.శా. 3.194)

(2) భీమఖండమున శ్రీనాధుఁడు 'నెట్టుకొని కొలుతు నన్నయభట్టోపాధ్యాయ సార్వభౌమునికవితాపట్టాభిషిక్తుభారతఘట్టోలంఘనపటిష్ఠగాఢప్రతిభున్' అని చేసిన నన్నయస్తుతికనుకృతిగా 'ఇట్టల మగు భారతఘట్టమునకు నడప యచ్చు గట్టిన కవితాపట్టాభిషిక్తు నన్నయభట్టోపాధ్యాయు దలఁచి పరమప్రీతిన్' అని పినవీరన తన కావ్యమున రచించెను.

(3) శ్రీనాథుఁడు మామిడి వేమనామాత్య వర్ణనమున రచించిన ఈ క్రింది సీసపద్యమునకుఁ బినవీరన ఛాయను గల్పించెను.

సీ. "కాలకంఠకఠోర కంఠహుంకారంబు
    చెవులు సోకనినాఁటి చిత్తభవుఁడు
కుపితరాఘవఘనక్రూరనారాచంబు
    తనువు నాటనినాఁటి వనధిరాజు,
క్రుద్ధకుంభోద్భవభ్రూలతాకౌటిల్య
    వికృతిఁ గ్రుంగనినాఁటి వింధ్యశిఖరి,
వీరభద్రోదార ఘోరవీరావేశ
    విహతిఁ గందనినాఁటి తుహినకరుఁడు

తే. చక్కఁదనమున గాంభీర్యసారమునను
ప్రకటధైర్యకళాకలాపములయందు
దండనాయకచూడావతంస మైన
మంత్రి మామిడి వేమనామాత్యుఁ డెలమి. (శృం. నై. 1.35)

సీ. గౌతమమునినాథుచేత నొప్పరి మేను
 వికృతి నొందనినాఁడు వేల్పుఱేఁడుఁ;
బెండ్లిలో గిరిజాస్యబింబంబుఁ జూచుచోఁ
 దాల్మివీడనినాఁడు తమ్మిచూలి,
కలశపయోరాశి చిలుకు కవ్వపుఁగమ్మ
 కుంది కబ్బనినాఁడు మందరంబుఁ ;
గాళికావిభుని డాకాలి తాటింపులఁ
 గమలఁబాఱనినాఁడు కుముదహితుఁడు
తే. భోగ ధీ ధైర్య కాంతులఁ బోల్పఁ బోలుఁ
గాని నాఁటికి నేఁ డీడు గా రినంగ
వెలస వెన్నయ యనుజుండు వినయధనుఁడు
త్యాగశిబిరాజు చిల్లర నాగరాజు. (శృం శా. 6.39)

(4) "మలయాచలంబుపై చిలువ యిల్లాండ్రుర
 ఫణరత్నములయందు ప్రతిఫలించి"
యను శ్రీనాథుని కాశీఖండమునందలి సీసము ననుసరించి పినవీరన
 "సమవర్తి రాణివాసాలపాలిండ్లపై
 మృగమదామోదంబు మేతవట్టి" (2.132)
యను సీసమును రచించెను.

10 శ్రీనాథుఁ డాయా సందర్భములందు మూలమున లేని యోగశాస్త్ర ప్రసంగముల నభివర్ణించుచుండును. ఉదా : 'ప్రకృతిరూపిణి యైన పాపపూఁబోడికి మహదాదివికృతులు మలకలేదు; మొగము విచ్చి సుషుమ్న మూలరంధ్రము గప్పి, వంశాస్థిసంబంధ వలనలీల" (కాశీ. ఖం. 1. 121). ఇట్లే పినవీరభద్రుఁడు విశ్వామిత్రతపోవర్ణనమున యోగశాస్త్ర రహస్యములను జొప్పించిన పద్యమును రచించెను.

"లీలన్ మధ్యమనాడినా జమిలిగాలిం జొన్ప లావెక్కి యు
త్కీలంబై యెగఁబ్రాకి చిద్గగన వీథిం జెంది యం దున్న యా
ప్రాలేయద్యుతిమండలంబు గరఁగింపం దత్సుధాసారముల్
మూలం గూర్చెడు పాఁపకన్నెఁ దెలుపన్ మూర్ధాభిషేకంబునన్"
(శృం.శా. 2.144)

కాళిదాస, నన్నయ, తిక్కన, శ్రీనాథాదుల ప్రభావ మీకవిపై నున్నను ఆతనికి స్వతంత్రవ్యక్తిత్వము లేదని భావించుట పొరపాటు. పూర్వమహాకవుల కవితాశిల్పపరిమళమును తనకావ్యవసంతమున నూత్నసౌంగధ్యపరివృద్ధికై సంతరించుకొనిన పినవీరన తనకవితాప్రభావమును తరువాతిప్రబంధకవులైన అల్లసానిపెద్దనాదులపై వైచి స్వీయకవితాప్రాభవమును వెలార్చినవాఁడే!

'గడచిన వెయ్యేండ్లఆంధ్రసాహిత్యచరిత్రను సమీక్షించినచో కవిత్రయము ఒక్కటే గాక రెండుమూఁడు అట్టికవిత్రయము లున్నట్లు కనుపించును. మొదటి కవిత్రయము అందరెరిగినదే. రెఁడవకవిత్రయము జక్కన, శ్రీనాథుఁడు. పిల్లలమఱ్ఱి పినవీరభద్రుఁడు. మూఁడవకవిత్రయము అల్లసాని పెద్దన, తెనాలిరామకృష్ణుఁడు, రామరాజభూషణుఁడు. మొదటికవిత్రయమువారినుండిరెండవకవిత్రయమువారు రచనాశిల్పరహస్యములను గ్రహించిరి. ప్రబంధకవులు రెండవకవిత్రయమువారినుండియే గ్రహించిరి.'' "శ్రీనాథుఁడు నన్నయవంటివాఁడు, జక్కన తిక్కనవంటివాఁడు, ఇక పినవీరన ఎఱ్రనవంటివాఁడు". ''మొదటి కవిత్రయములో సమానలక్షణ మేదియును లేదు. ముగ్గురు మూఁడుత్రోవల వెళ్ళిరి. కాని, రెండవకవిత్రయమువా రట్లు కాదు. వారి కొక సమానలక్షణము గలదు. తెలుఁగున, సంస్కృతమున వారి నుడికారము, సమాసరచనాధోరణి, ఉత్పలచంపకమాలికలను, మత్తేభమును, సీసమును నడిపించురీతి రెండవకవిత్రయమువారిలో ముగ్గురియందు సమానలక్షణాలక్షితములై కనుపించును. తక్కిన విషయములయందు వారివారిప్రత్యేకవిలక్షణత వారికి కలదు. వారినే తర్వాతకవు లనుసరించి ప్రబంధయుగము నావిష్కరించిరి" అని శ్రీగుంటూరు శేషేంద్రశర్మగారు నూత్నసమన్వయసూత్రమును ఆంధ్రసాహిత్యవిమర్శలోకమున కందించిరి[1].

పినవీరభద్రుని కవితాప్రభావము :

1. పినవీరభద్రుని తరువాతివాఁడగు కొఱవి గోపరాజు తనసింహాసన ద్వాత్రింశిక కావ్యపీఠికయందు పిల్లలమఱ్ఱి పినవీరభద్రుని 'మహామతి' (1.12) యని కీర్తించెను.

---

1. చూడు : సాహిత్యకౌముది. వ్యాస. రెండవకవిత్రయము.

"ఎఱకలు దిద్ది, కంధరము లెత్తి, మొగిం జరలాట మున్నుగాఁ
బఱచుచు, లేఁతవెన్నెలల పారణ సేయుచు, మించి చంచులన్-
నఱికినఁ దోన పుట్టు కిరణంపుఁ గొనల్, గొన, మోము మోముతో
నిఱియుచుఁ బేర్చి, ప్రేయసుల కిచ్చుచు నాడె దివిం జకోరముల్"

(కె. 160)

అను పినవీరన గావించిన చకోరముల వెన్నెలవిందు వర్ణనము గోపరాజు విస్తరించి యిట్లు వర్ణించెను.

సీ. "తొలితొలిలేఁతవెన్నెల నార గ్రమింగుచుఁ
దనియఁ బిల్లలనోళ్లఁ జొనిపి చొనిపి,
ముదురువెన్నెల బట్టి చదియంగ నములుచు
మెచ్చుచుఁ బిల్లల కిచ్చి యిచ్చి,
పండువెన్నెలదేట పలుమారు నొక్కుచు
గమికూడి యందంద కమిచి కమిచి,
వెలినార సాగెడు వెన్నెలకాడల
ద్రొక్కి ముక్కున ద్రెంచి బొక్కి బొక్కి

తే. చొక్కి తత్ప్రవాహములోన సోలి సోలి
అడ్డమీదుచు గడ్డపై నాగి యాగి
ఎనసి బలగముతోఁ గూడి మునిఁగి మునిఁగి
కోరికలు మీఱి బుచ్చె చకోరచయము (సింహా.ప్ర. 4.114)

2. ఆంధ్రకవితాపితామహుఁడైన అల్లసానిపెద్దనపైఁ బినవీరభద్రుని ప్రభావ మధికముగఁ గానవచ్చుచున్నది. ఉదా॥

(1) పినవీరభద్రుని గజాననస్తుతి పెద్దనకు మార్గదర్శకము :

మ. జననీస్తన్యముఁ గ్రోలుచుం జరణకంజాతంబునం గింకిణీ
స్వన మింపారఁగఁ దల్లి మేన మృదులస్పర్శంబుగాఁ దొండ మ
ల్లన నాడించుచుఁ జొక్కు విఘ్నపతి యుల్లాసంబుతో మంత్రి వె
న్ననికిన్ మన్నన సొంపుమీఱ నొసఁగున్ భద్రంబు లెల్లప్పుడున్"

శృం.శా.4.1.

ఉ. అంకముఁ జేరి శైలతనయాస్తన దుగ్ధము లానువేళ బా
ల్యాంకవిచేష్టఁ దుండమున నవ్వలిచ న్గబళింపఁ బోయి నా
వంకఁ గుచంబుఁ గాన కహివల్లభహారముఁ గాంచి వే మృణా
ళాంకురశంక నంటెడు గజాస్యుని గొల్తు నభీష్టసిద్ధికిన్. (మనుచ. 1.4).

2) పినవీరన శంకరప్రశస్తి పెద్దన గృహమేధి వర్ణనమునకు బాట వైచినది:

సీ. గిరిజావిభుండు ముంగిటి పెన్నిధానంబు,
కృత్తివాసుండు తంగేటిజున్ను,
గోరాజగమనుండు గుజ్జుమామిడిపండు,
కుసుమాస్త్రహరుఁడు ముంగొంగుపసిడి,
శీతాంశుధరుఁ డఱచేతి మాణిక్యంబు
క్షుద్రాజకటకుండు గాదె కొలుచు
కరటిదానవవైరి పెరటికల్పద్రుమం
బసమనేత్రుఁడు సిద్ధరసముచెలమ

తే. విషగళుఁడు గాడిఁగట్టిన వేల్పుటావు,
హాటకాచలధన్వి సింధ్దాంజనంబు,
పురహరుఁడు పెట్టెలో నున్న పరుసవేది,
ప్రమథభర్త చింతామణి భక్తులకును. (శ్రీం.శా. 4.4)
"కెలకుల నున్న తంగెటిజున్ను గృహమేధి,
యజమానుఁ డంకస్థితార్థపేటి,
పండిన పెరటికల్పకము వాస్తవ్యుండు,
దొడ్డి వెట్టిన వేల్పుగిడ్డికావు,
కడలేనియమృతంపునడబావి సంసారి
సవిధమేరునగంబు భవనభర్త,
మరుదేశపథమధ్యమప్రప కులపతి
యాఁకటి కొదవు సస్యము కుటుంబి" (మను.1.67)

(3) పినవీరభద్రుని వేఁటవర్ణనమునందలి యంశములను బెక్కింటిని పెద్దన గ్రహించి స్వారోచివేఁటవర్ణనమున విస్తరించి రచించెను. ఉదా॥ వేఁట కుక్కలు.

మ. శబరుల్ పట్టెడతాళ్లఁ బట్టి తిగునం, జండోద్ధతిం గిట్టి,వ
ట్టిబయల్ ద్రవ్వుచు, విడ్వరాహములగుండెల్ వ్రయ్య, నాకాశముం
గబళింపం జను నోజ మోర లెగయంగా నెత్తి గర్జిల్లఁగాఁ
బ్రబలెం గుర్గుర కంఠనాళకుహరీ భౌభౌ మహారావముల్"

(శృం. శా. 1 109)

సీ ఇవి కంఠపాశంబు లింత దుస్సిన మీఁదఁ
బడి దిశాకరినైన గెడపఁజాలు,
నివి మింటఁ బఱచు పక్షీంద్రుఁ జూపిన సీడ
బడి వాలు నందాతఁ బఱవఁ జాలు,
నివి గాలి కనిన మూకవరాహదనుజేంద్రు
నైన జుట్టెంటిలో నాఁగఁజాలు,
నివి కాటు కొల్పిన వృద్ధకూర్మము వీపుఁ
జిప్పైన నెఱచికై చింపఁజాలు

తే. ననగ ఘర్ఘరగళకర్తజనితభూరి
భూభృదురుబిలభరితభౌభౌభయంక
రార్భటీదీర్ణదిగ్భిత్తు లగుచు జెలఁగె
సరివెణలఁ బట్టి తెచ్చిన జాగిలములు. (మను. 4.31)

2. సీ. పులిమల్లఁ దడవిపోతులరాజు గరుడుండు
గాలివేగంబు పందేలపసిఁడి
విష్ణుప్రసాదంబు వేఁడిగుం డులుపరి
పచ్చిమిర్యము వెఱ్ఱిపుచ్చకాయ
వేఁటమాణిక్యంబు విరవాది మెడబల్మి
పెట్టుఁగాఁడు వకారి పిడుగుతునుక
జిగిగుండు చిత్రాంగి శ్రీరామబాణంబు
పులియండు కస్తూరిబొట్టు మల్లె

తే. యనఁగ మఱియునుఁ బెక్కుతోయముల పేళ్ళ
దారకులు దేర వచ్చె నుద్దండవృత్తి
వేఁటకుక్కలు మృగరాజువిగ్రహములు
వటుకనాథుని వాహ్యాళివాహనములు. (శృం. శా. 1.108)

"పులియడు బూచిగా డసురపోతులరా జనుమంతిగాడు చెం
గలువ శివంగి భైరవుఁడు కత్తెర సంపగి వెండిగుండు మ
ల్లెలగుడి వాయువేగి చిటిలింగఁడు సాళ్వుఁడు వత్సనాభి యే
కలములమిత్తి గబ్బి యనఁగాఁ గలవాని గ్రహించి యుద్ధతిన్".

(మను 4.32)

(3) అంగరక్షకులు :-

సీ. "జడ లల్లి ముడిచి పాగడఁ జొళ్లెములు దీర్చి
తలముళ్ళు బలువుగా నెలవు కొల్పి,
మృగము చేరఁగవచ్చు మొగసిరి చూర్ణంపుఁ
దిలకంబు లలికసీమల ఘటించి,
వాకట్టు బదనికె చేకట్టుమందలు
కరకాండ మధ్యభాగములఁ దొడిగి
కుఱుచగాఁ గట్టిన కరకదట్టీదిందు
నంతరమ్మునఁ బిడియాలు చోపి

తే. పందిపోట్లును దడవిండ్లుఁ బారవాతి
యమ్ములును జిల్లకోలలు నడిదములును
వలతియాఁటెలు ధరియించి వచ్చి రంగ
రక్షకులు తాతతరముల ప్రాఁతవారు. (శృం. శా. 1.113)

'జడలు మలంచి చొళ్లెముగ సన్నపుఁబాగ లడంగఁ జుట్టి చ
ల్లడములు పూని మీఁదఁ బదిలంబుగఁ గట్టిన మట్టికాసెలం
బిడియము లంటఁ దోఁపి పృథుభీషణబాహుల సాళువంబుల
న్నడవి కెరల్చుచుం జనిరి నాథునిమ్రోల నృపాలనందనుల్" (మను.4.30)

(4) ఎక్కడివాఁడొ యక్షతనయేందుజయంతవసంతకంతులం
జక్కఁదనంబునన్ గెలువఁజాలెడువాఁడు మహీసురాన్వయం
బెక్కడ యాతనూవిభవ మెక్కడ యేలనిబంటుగా మరుం
డక్కఁ గొనంగరాదె యకటా నను వీఁడు పరిగ్రహించినన్"

(మను. 3.35)

అను పెద్దనపద్యమునకుఁ బ్రేరణ నిచ్చిన పద్యములు శృంగారశాకుంతలమున
గలవు :

1. 'ఎక్కడివాఁడ వన్నె! జగతీశ్వరలక్షణలక్షితంబు నీ
చక్కనిమేను దీర్ఘభుజశాఖలు...... (శృం. శా. 2.81)

2. 'విరులశరంబునుం జెఱకువిల్లును బూనఁడు గాని వీఁడుగో
మరుఁడు మరాళయానలకు మానవతీవచనంబు పల్లవా
ధరలకుఁ జెల్ల దింక విదితంబుగ నీతనిఁ జూచిరేని నా
తరుణి కితండు గూర్చ నది దర్పకు నేలదె యింటిబంటుగన్' (2.91)

అల్లసాని పెద్దన వలెనే ఆంధ్రప్రబంధ కవుల కవితలపై నెడనెడ నీతని పద్య సమాస రచనా ప్రభావము గానవచ్చుచున్నది. మచ్చునకు.

1. 'బాలపల్లవాస్వాద కషాయకంఠవిలసత్కలకంఠకటుస్వనంబులన్'
అను పినవీరన సమాస ఘట్టనము ను నందితిమ్మయ యనుకరించి,
'బాలపల్లవ గ్రాసకషాయకంఠ కలకంఠ వధూకలకాకలీధ్వనిన్' అని యించుక మార్చి రచించెను.

2. 'డాసి వయస్య లెల్లఁ బొగడన్ న్పొగడన్ బొగడ ప్రసూనముల్ (శృం శా.2.183) అను పినవీరన శబ్దాలంకారపు పోహళింపు 'చూచి తలయూచి' యులూచి రసోచితంబుగన్' వంటి చేమకూర వేంకటకవి పద్యములకు, ప్రేరకమైన దనవచ్చును.

3. 'చలదిందీవర' (శృం.శా.2.27) అను మాలినీనదివర్ణనము రామరాజ భూషణుని శుక్తిమతీ నదీ వర్ణనమునకు, ప్రేరకమై యుండవచ్చును.

4. 'అల్లనవిచ్చు చెంగలువలందు ...' (జై. భా. 1.25)
అను పద్యము పింగళి సూరన రచించిన 'చలువగలవెన్నెలలు...' అను పద్యమునకు దోహద మనఁదగును.

5. మ. పలుకుందొయ్యలితోడికూటములు పెంపం దమ్మికూటంబులో
నలుమోముల్ సమకాలసౌఖ్యములఁ జెందన్ రామి నూయ్యారపుం
బొలయల్కన్ ముఖమండలిన్ మలఁచు నంభోజాసనుం డిచ్చుభూ
తలనాథాగ్రణి నారసింహునకు నిత్యంబైన దీర్ఘాయువున్.(జై. భా.1.3)

అను చతుర్ముఖస్తుతి పింగళిసూరన కళాపూర్ణోదయమునందలి వాణీచతురాననుల ప్రణయ కేళికథాకల్పనమునకు బీజమై యుండవచ్చును.

జైమిని భారతము

కథాసంగ్రహము

ప్రథమాశ్వాసము

కురుక్షేత్ర యుద్ధానంతరము ధర్మజుఁ డశ్వమేధయాగము నేవిధముగా నొనరించెనో వివరింపుమని జైమినిమహర్షిని జనమేజయుఁ డడిగెను. జైమిని మహర్షి యా వృత్తాంతము నెఱిఁగింప నారంభించెను.

మహాభారత యుద్ధమున గావించిన జ్ఞాతివధకు ధర్మజుఁడు ఖిన్నుఁడై యుండ నాతని పాలికి వ్యాసమహర్షి యరుదెంచెను. ధర్మజుఁ డాముని కర్ఘ్యపాద్యము లిచ్చి తన దుఃఖకారణమును వివరించి చెప్పి, భీమునకు రాజ్యము కట్టఁబెట్టి తాను కానల కేఁగి తపమాచరింపఁ దలఁచుచున్నట్లు పేర్కొనెను; జ్ఞాతి వధవలన గలిగిన పాతకము హరించుట కేదేని మార్గ ముపదేశించుమని వ్యాస మహర్షిని ప్రార్థించెను.

వ్యాసుఁ డా పాపము అశ్వమేధక్రతువు నొనర్చినచో తొలగునని ధర్మనందనున కుపదేశించెను. దానికి ధర్మజుఁ డిట్లనెను. "నే నిప్పుడు నిర్ధనుడను. ప్రజలు సుయోధనుఁ డిదివరలో పెట్టిన బాధలకు నొప్పిగొని యున్నారు. కురుక్షేత్రయుద్ధములో భూపాలురు పలువురు ప్రాణములను గోల్పోవుటచే బాలకులైన రాజకుమారు లిప్పుడు రాజ్యము లేలుచున్నారు. నే నిప్పుడు వారిని ధనమునకై పీడించినచో గోరుచుట్టుపై రోకటిపోటు చందమున వారు బాధపడుటయే కాక నన్ను నిందింపఁ గలరు. కావున నశ్వమేధ యాగమునకుఁ దగిన ధనమును గూర్చు సుపాయము నాకు కానరాదు." ఆ మాటలు విని వ్యాసుఁ డిట్లనెను. "పూర్వము మరుత్తభూపాలుఁ డిచ్చిన అపారసువర్ణరాసులను విప్రులు గ్రహించి నంత గ్రహించి మిగిలినవి హిమవత్పర్వతప్రాంతమున వదలివైచినారు. ఆ సువర్ణమును నీవు గ్రహించి యాగము నిర్వహింపుము." అందులకు ధర్మజుఁడు బ్రహ్మదత్తమైన ధనమును గ్రహించుట ధర్మము కాదని శంకించెను. కాని, వ్యాసుఁ డతని కిట్లు సమాధానము చెప్పెను. "అట్లయినచో కాశ్యపియైన యీ

ధరిత్రి కశ్యపమహర్షిది కాదా? భూపతు లాబ్రాహ్మణద్రవ్యము నెట్లు గ్రహించి పాలించుచుండిరి. మఱియును ఆ ధనము విప్రులచేఁ బరిత్యజింపఁబడినది. కావున నా సువర్ణరాసులను గ్రహించుటలో దోషము లేదు. భూమి నెవ్వఁ డేలునో ధన మెల్ల నతని యధీనము కదా! కావున నిస్సందేహముగా నాధనమును యాగ నిర్వహణమున కుపయోగింపు" మని యానతిచ్చి యాగవిధానమును వివరించి చెప్పెను. భీష్మాదులకు సైత మలవిగాని యా యాగమును నిర్వర్తించి యశము గడింపుమని ధర్మజునకు వ్యాసుఁ డుత్సాహము కల్పించెను.

ధర్మజుఁడు "అనఘా! నా తమ్ములు యుద్ధములు చేసి యలసి యున్నారు; కర్ణసుతుఁడైన వృషకేతుఁడును, ఘటోత్కచుని కుమారుఁడైన మేఘ వర్ణుఁడును పిన్నవారు; మా కేడుగడయైన కృష్ణుఁడు దవ్వుల నున్నాడు కావున మా కీ క్రతువు చేయుట సాధ్యమగునా?" యని పలికి భీముని దెసఁ జూచెను. భీముఁడు సమయోచితముగా నిట్లనెను. 'అన్నా! కృష్ణుఁడు మనకడ లేఁడని యనుమానపడకుము. అతని స్మరణమే పాపనాశకము. అతని దయవలన మనకు బంధువధ వలని పాపము లేదు. కాని, రాజలోకమున నీవుత్తమ శ్లోకుఁడ వని కీర్తినందుట కీయాగము చేయ నుద్యోగింపుము. ఈ యాగమున కనువైన యశ్వ మెచ్చట కలదో తెలిపినచో నా బాహుపరాక్రమము ప్రదర్శించి దానిని తెచ్చెదను."

భద్రావతీ పురము నేలు యౌవనాశ్వుని యొద్ద యాగోచితమైన యశ్వము కలదనియు, నది దశాక్షౌహిణీసైన్యములచేఁ బరిరక్షితమనియు, నది సాధింపఁ బడినచో యజ్ఞము సాగుననియు వ్యాసభట్టారకుఁ డెఱిఁగించెను. భీముఁ డాయశ్వ మును బట్టి తెత్తునని శపథము చేసెను. వృషకేతుఁడును, మేఘవర్ణుఁడును భీముని కాసటగా నిలచుటకు సిద్ధపడిరి. అగ్నిత్రయమువలె వెలుగొందు నా వీరత్రయ మును గాంచి ధర్మజుఁడు సంతసించెను. వేదవ్యాసుఁడు ధర్మజునిపూజ లందు కొని వెడలిపోయెను.

ధర్మజుఁడు తమ్ములతోఁ గూడి కొలువు దీర్చి యాగనిర్వహణమును గూర్చి చింతాక్రాంతుఁడై శ్రీకృష్ణుని స్మరించెను. 'సరోజాక్ష! అలనాఁడు కౌరవసభలో ద్రౌపదిని లజ్జా వారిధినుండి యుద్ధరించినట్లు గోత్రదుఃఖార్ణవమున మునిఁగియున్న నన్ను వేరోడవై యుద్ధరింపు' మని పెక్కు తెఱంగుల గోవిం

దుని ప్రస్తుతించెను. విశ్వరూపియైన యా గోపికారమణుఁడు భూరమణునిపైఁ గరుణించి తత్క్షణమే ధర్మజుని మందిరమునఁ బ్రత్యక్షమయ్యెను. తమ్మిపూలపై వాలు తుమ్మెదలవలె గోవిందపాదారవిందములకు పాండవులు ప్రణమిల్లిరి. 'భక్త జనులకు ముంగొంగు పసిఁడి గాఁడె, దేవతారత్న మీ వాసుదేవుఁ డనఘు' ; యని కీర్తించిరి. ధర్మజుఁడు తా నశ్వమేధయాగమును దలపెట్టిన విధమును కేశవునకు నివేదించెను. కృష్ణుఁడు 'ధైర్యధనుల కరయంగ లే దసాధ్యము' లనుచు, భీముని ప్రతిజ్ఞ గాండీవి సైంధవ వధ ప్రతిజ్ఞకంటె సాహసతరమైన దని ప్రశంసించెను. హయము గొని వచ్చునంత వఱకును ధర్మనందనుని గాచి కొనియుండ నర్జునుని నియోగించి తా నంతర్హితుఁ డయ్యెను. మరునాడుదయ మున వృషకేత, మేఘవర్ణులతోఁ గూడి భీముఁడు భద్రావతీ పురమునకు బయలు దేరెను.

ద్వితీయాశ్వాసము

భీముఁడు భద్రావతీపురము చేరెను. ఆ నగర వైభవములను వృషకేతున కును, మేఘవర్ణునకును జూపుచు నొక తటాకమును సమీపించెను. అది యౌవ నాశ్వుని హయగజసేనలు నీరు త్రావు సరోవరము. అచ్చటకు నీరు త్రాగవచ్చి నప్పుడు యాగాశ్వమును బట్టవచ్చునని తలంచి వారు మువ్వురును సమీపమున నున్న నొక కొండ గుహలో రహస్యముగా నిలిచియుండిరి. అంతట గజ యూధము లరుదెంచి నీరు ద్రావి వెడలెను. ఆపై నశ్వయూధము నీరు ద్రావ వచ్చెను. దాని నడుమ నాయశ్వరాజము సార్వభౌమునివలె ప్రకాశించుచు ప్రవే శించెను. ఆ యశ్వమును బట్టుటకు భీముని యనుమతితో మేఘవర్ణుఁడు విజృం భించెను. మాయాయుద్ధ కుశలుఁడగు నా ఘటోత్కచనందనుఁడు మాయాతిమిర మును, మేఘాడంబరమును, పిడుగుల యలజడులను గల్పించెను. అతని విజృం భణమున కింద్రుఁడు వెరగంది దూతనంపి, సంగతి తెలిసికొని సంతసించి యూరకుండెను.

మేఘవర్ణుఁడు మాయాశక్తులను ప్రదర్శించి సేనలను చీకాకుపఱచి యశ్వ మును గొని యంబరమున కెగసెను. అశ్వరక్షకు లాకులపడి బొబ్బలు వెట్టిరి. దేవత లా వీరునిపై పూలవాన కురిపించిరి. యౌవనాశ్వుఁ డీ విషయమును భటులవలన విని యాకాశగమనశక్తిగల రథిక వీరులను నాలుగువేలమందిని మేఘవర్ణుని పైకిఁ బంపెను. మందరనగము మహార్ణవమును చిలికినట్లు మేఘవర్ణుఁ

డా బలవార్ధిని సంక్షోభ పెట్టెను. మేఘవర్ణుఁడు కొంత అలసినట్లు కానబడుటచేఁ గర్ణపుత్రుఁడైన వృషకేతుఁడు కోదండపాణియై రంగమునఁ బ్రవేశించెను. మేఘవర్ణుని బంపి తాను రణమున నిలిచి శత్రుసైన్యము నవలీలగా రూపుమాపెను. కంఠగత జీవుఁడైన యొక భటునివలన నీ సంగతి తెలిసికొనిన యౌవనాశ్వుఁడు క్రుద్ధుఁడై విపులసేనావాహినిని వెంటఁగొని రణమున కాయత్తమయ్యెను.

యౌవనాశ్వుఁడు తన సేనలను వృషకేతునిపైకి నడిపించెను. వాయునందనుఁ డందుల కాగ్రహించి గదాదండము నెత్తి యుద్ధమునకు సిద్ధమయ్యెను. కాని, వృషకేతుఁ డాతనిని వారించి స్వీయబలసంపదచే శత్రుసేనలను సంహరింపఁ గలనని ప్రతినఁ జేసి తా నొంటిగా రణసన్నద్ధుఁ డయ్యెను. యౌవనాశ్వుఁడు వృషకేతునకు రథము నీయఁబోయెను. 'త్రిలోకాధిపతినే యర్థిఁ జేసిన కర్ణుని కుమారుఁడను శత్రుకృత దానమును పరిగ్రహింప' నని వృషకేతుఁ డాతని దానమును తిరస్కరించి ' నన్ను నేకాకియని తలంపవలదు. శౌరి కృపయను నక్షయబలము నాకు కల' దని పలికి యుద్ధము నారంభించెను. వృషకేతుఁ డర్ధచంద్రాకారబాణముచే యౌవనాశ్వుని గొడుగును, చామరములను గూల్చెను. ఆపై వాడియైన మూడమ్ములతో నాతని చాపము ద్రుంచి, యశ్వముల నొంచి, యాతని మేను తూటులు పడునట్లొనర్చెను. యౌవనాశ్వుఁడు మఱియొక విల్లందుకొని గుణధ్వని చేసి మేటిబాణములు వృషకేతు నురంబున నాటనేసెను. అతని మేన నెత్తురు చిమ్మెను. వృషకేతుఁడు దెబ్బ తినిన బెబ్బులివలె రేగి నాల్గు బాణములతో నశ్వములను, సారథిని గూల్చి యతని నమ్ముల మునుఁగఁ జేసి, సూర్యమండలము గప్పి చీకట్లు వ్యాపింపఁ జేసెను. రాజు పావకాస్త్రమున నా బాణములను బూడిద గావించెను. భానుజసుతుఁడు వారుణాస్త్రమున దానిని వారించెను. భూపతి నగబాణము సందింప నాతఁడు కులిశాస్త్రముచే దానిని వారించెను. అటుపై యౌవనాశ్వుఁ డొక శక్తిమంతమైన శరంబు సారించి వృషకేతుని మూర్ఛ నొందించెను.

భీముఁ డంత రెండవ దండధరుని వలె గదాదండ మెత్తి విజృంభించి యౌవనాశ్వుని సేనలను పీనుగు పెంటలు సేయఁ జొచ్చెను. అంతట యౌవనాశ్వుని పుత్రుఁడైన సువేగుఁడు గదనుగొని భీమునితోఁ దలపడి భీకరమైన ద్వంద్వయుద్ధము చేసెను. అం దిరువురు వీరులును పోరి పోరి మూర్ఛల మునిఁగిరి. అంతలో వృషకేతుఁడు మూర్ఛనుండి తేరుకొని భుజగేంద్రములఁ బోలు

శరపంచకమును యౌవనాశ్వునిపై నిగుడించెను. వాని తాకున కా వృద్ధభూపతి రథముపై విగతజీవునివలె మూర్ఛపడెను. కరుణాఘనమైన కర్ణతనూజుఁ డా భూపతిఁజేరి గాయములు తుడిచి, శైత్యోపచారములు గావించి, యతనిని రక్షింపుమని చక్రిని ప్రార్థించెను. అంతట నా యౌవనాశ్వుఁడు కన్నులు తెఱచి ప్రాణదాతయగు నతనిని కౌఁగిలించి యతని గుణగణములఁ గీర్తించి, యతనికి రాజ్యభోగ సుఖముల ప్రసాదించి, శ్రీకృష్ణుని భజించి జీవించుట కంగీకరించెను. వారిరువురు గలసి భీమసేనుని సమీపమున కేఁగిరి. మూర్ఛఁ దెలిసియున్న నతని యెదుట యౌవనాశ్వుఁడు ధర్మజునకు క్రతు హయమిచ్చుట కంగీకరించుటయేకాక దానివెంట రక్షకుఁడుగా దిక్చక్రమునఁ దిరిగి సవనసమాప్తికిఁ దోడ్పడి, వసుదేవనందనుని బూజించి సర్వమర్పించెదనని ప్రతిన జేసెను. కానుకగా ధర్మజునకు దశసహస్రధవళదంతుల నిచ్చుట కొప్పుకొనెను. వాయునందనుని యానతిపై మేఘవర్ణుఁడు సవనాశ్వమును దెచ్చి యెదుట నుంచెను. యౌవనాశ్వుఁ డా మువ్వుర నుత్సవ వైభవములతో నగరమునకు గొంపోయి రాజోచిత సత్కారముల నొసంగి గౌరవించెను; మఱునాఁ డా నగరపౌరులందరితో గలిసి హస్తినాపురమునకుఁ బయనమయ్యెను.

తృతీయాశ్వాసము

భీముఁడు ముందు కదలివచ్చి కొలువున్న ధర్మజునకు సవనాశ్వమును భద్రావతీశ్వరుఁడు స్వయముగాఁ దెచ్చుచున్న విధమును, ఆవిభుని దేవియైన ప్రభావతి పాంచాలిని సేవింప నేతెంచుచున్న సంగతియు, వృషకేతుఁ డా నరేంద్రుని మెప్పించిన వైఖరియు వివరించి చెప్పెను. ధర్మజుని పంపున భీముఁ డా విజయవార్త యంతిపురమున నున్న శ్రీకృష్ణునకు నివేదింప నేగెను. ద్రౌపది పవనతనయుని విజయవార్తల నరసి, ముకుందుఁ డున్న భవనము నాతనికిఁ దెలిపి, ప్రభావతిని దర్శించుటకై యలంకారము చేసికొని యుండెను.

అంతట యౌవనాశ్వుఁడు ససైన్యుఁడై హస్తినాపురిని సమీపించెను. ధర్మజాచ్యుతులు బంధువర్గము వెంటరా నా భూపాలుని కాహ్వాన మందింపనేఁగిరి. ధర్మజుఁడు యౌవనాశ్వునిఁ గౌఁగిటఁ జేర్చి యతనిని తన యైదవ తమ్మునిగా సంభావించెను. ప్రభావతిని బాంచాలి మందిరమున కంపించెను, యౌవనాశ్వుఁడు ముకుందుని పాదపద్మములకు శిరమంటి నమస్కరించెను. అర్జునుఁ డాతనిని

సగౌరముగాఁ గౌఁగిలించెను. సువేగుఁడు గోవిందాదుల కందరికి భక్తితాత్పర్యములతో నమస్కరించెను. శ్రీకృష్ణుఁడు సువేగ వృషకేతుల నభినందించెను. అందరును కలిసి హస్తినాపురిఁ జేరుకొనిరి. హరి హయమేధమును ముందఱ వచ్చు బదునొకండవ నెలలో చైత్రపౌర్ణమాసినాఁడు జరుపునట్లు ధర్మజునకు హితవు సెప్పి, ఆవేళకు తిరిగివచ్చెదనని ద్వారవతి కేఁగెను.

కొంతకాలము జరిగిన తరువాత వ్యాసమహర్షి ధర్మజుని కడ కేతెంచెను. ఆ భూపాలుని కోర్కెపై మరుత్తుఁడు గావించిన హయమేధ వృత్తాంతము నెఱిగించుటయే కాక బహుధర్మముల నుపదేశించి, ద్యూతవ్యసనమును మాను మని హితవు చెప్పెను. యజ్ఞ సన్నాహముల నొనర్చుటకును, శ్రీకృష్ణుని బిలిపించుటకును బ్రోత్సహించెను. ధర్మజుఁడు శ్రీకృష్ణుఁ గొనితేర భీముని ద్వారవతి కంపెను.

భీముఁడు ద్వారవతి కేఁగి ధర్మజుని పక్షమున మురాంతకు నాహ్వానించెను. శ్రీకృష్ణుఁడు నగరరక్షణభారము వసుదేవ బలరాములపైనుంచి బంధుమిత్రపరివార పౌరజన సమన్వితుఁడై కృతవర్మ తోడురాగా హస్తినకు బయలుదేరెను. మార్గమధ్యమున నొక సరోవర సమీపమున విడిసి గోపగోపీజనములుపచరించు సేవలను, కానుకలను గ్రహించి, వారి ననుగ్రహించెను. తమవారు ధర్మజాదుల పట్ల ననుసరింపవలసిన తెఱగును తెలిపి హస్తినాపురికిఁ జేరెను. మఱునాఁడు దేవకీ యశోదాదులు పురిని జేరిరి. ధర్మజాదులు వారికి సముచిత గౌరవము సల్పి పురమునఁ బ్రవేశపెట్టిరి.

అనుసాళ్వుఁడను రక్కసుఁడు హరి తనసోదరుని వధించుటచే నాతనిపైఁ బగ సాధింపనెంచి ధర్మజుని యజ్ఞాశ్వమును హరింపఁ దనసేనానియగు తారకుని నియోగించి, తాను ససైన్యుఁడై గృధ్రవ్యూహంబు పన్ని శ్రీకృష్ణు నెదిరించుటకు నిలిచెను. పాండవు లాతని కోలాహలము గాంచి సమర సన్నద్ధులైరి. అనుసాళ్వుఁడు హయమును హరించెను. శ్రీకృష్ణుఁడు ప్రద్యుమ్నవృషకేతులను హయగ్రహణార్థమ నియోగించెను. వృషసేనుఁడు శత్రుసైన్యమును దునుమాడుచుండెను. ప్రద్యుమ్నుఁ డా రాక్షసునితో డీకొని నొప్పిబొందెను. తనయుని పాటునకు శ్రీకృష్ణుఁడు కుపితుఁడై రక్కసునిపై నుక్కుమిగుల నడిచెను. పోరు ఘోరమయ్యెను. రక్కసుని చిచ్చువంటిబాణ మొకటి కృష్ణుని దాకి యతనిని

మూర్ఛలో ముంచెను. శ్రీకృష్ణుని పాటుగాంచి సైనికులు వికావికలైరి. అప్పుడు కర్ణపుత్రుడైన వృషకేతుఁడు రంగమున నిలిచి, కోదండ పాండిత్యమును బ్రదర్శించి యనుసాల్వుని విరథునిజేసి, వింటినారితో గొంతుక బిగియఁగట్టి ముకుందుని పాదములచెంతఁ బడవైచెను. అనుసాల్వుఁడు పరితప్తుఁడై గోవిందుని శరణువేడెను. ధర్మజుఁ డాతనిని మన్నించెను. ప్రద్యుమ్న వృషకేతులు యాగాశ్వమును బట్టితెచ్చిరి. అందరు శాంతిఁ జెందిరి. ఆపై నిరువది దినములు గడచినవి. చైత్రశుద్ధపౌర్ణమి వచ్చెను. ధర్మజుఁడు యజ్ఞదీక్షితుఁడై హయమును బూజించి, మధ్యాహ్నవేళ ప్రయాణభేరి మ్రోయించెను. శ్రీకృష్ణ ననుమతిపై నర్జునుని యజ్ఞాశ్వరక్షకునిగా యుధిష్ఠిరుఁడు నియోగించెను. పార్థుఁడు ప్రద్యుమ్నవృషకేతులు తోడుగా నిలువ, యౌవనాశ్వుడును, అనుసాళ్వుఁడును ససైన్యులై వెంటరాగా రథారూఢుడై సవనాశ్వము ననుసరించెను. అశ్వము నానాదేశములు సంచరించి మాహిష్మతీ నగరము చేరెను.

చతుర్థాశ్వాసము

మాహిష్మతీనగరమును బాలించు నీలధ్వజుని కూర్మిపుత్రుఁడగు ప్రవీరుఁ డా నగరోపవనమున సతీసమేతుఁడై విహరించుచు, సతీప్రేరణమునకు లోఁగి సవనాశ్వమును బట్టెను. దాని నుదుట నిట్లు లిఖియించి యుండుటను బఠించెను.

ఉ॥ దుర్జయ రాజమండల విధుంతుదమూర్తి యుధిష్ఠిరక్రతూ
త్సర్జితమైన యీ హయవతంసము త్రిమ్మర నంగరక్షగా
నర్జునుఁ డేగుదెంచె నిటలాక్షుని గెల్చినజోదు విక్రమో
పార్జితలీలఁ బట్టుఁడు రయంబున శూరులు ధాత్రిఁ గల్గినన్.

అశ్వముఖపట్టమును జదివి యా ప్రవీరుఁ డర్జునుని జయింప నుత్సహించి, కాంతాజనంబుల నంతఃపురమున కంపి రథారూఢుఁడై రణమునకు సిద్ధమయ్యెను. ముందు వృషకేతుఁ డా భూపాలపుత్రునితో డీకొని స్రుక్కెను. ఆపై ననుసాల్వుఁడు విజృంభించి నతనిని బాణపరంపరలలో బంధించెను. అంతలో నీలధ్వజుఁ డక్షౌహిణీత్రయ సమన్వితుఁడై తనయున కాసటగా నిలిచి శత్రువీరుల నోడించుచుఁ బార్థుని సమీపించెను. అర్జునుఁ డాతనిపైఁ దలపడి విశిఖపరంపరలఁ బ్రయోగించెను. నీలధ్వజుఁ డర్జునునిపైఁ బావకాస్త్రము ప్రయోగించెను. పావకుఁ డా భూపాలుని యల్లుడగుటచేఁ బార్థుని సైన్యము నాశఁదు

కాల్పఁజొచ్చెను. పార్థుని వారుణాస్త్రము వమ్మయ్యెను. నీలధ్వజుఁ డశ్వమును హరించి వెడలెను. అర్జునుఁ డగ్ని భట్టారకుని స్తుతించెను. అగ్ని చల్లారమిచే నారాయణాస్త్రము సంధించెను. అంత నగ్ని ప్రసన్నుఁడై యర్జునుని యెదుట బ్రాహ్మణవేషమునఁ బొడగట్టి విష్ణుప్రభావమును బేర్కొని సైన్యమును బ్రదికించి మైత్రి ప్రకటించెను. అగ్నిదేవుఁడు నీలధ్వజునకు హయమును విడిచి పెట్టుమని హితవు చెప్పెను. కాని, నీలధ్వజుని భార్యయగు జ్వాల 'వీరులకు యుద్ధము చేయుటయే ధర్మ'మని చెప్పి తననాథుని యుద్ధమునకుఁ బురికొల్పెను. నీలధ్వజార్జునులకు ద్వంద్వయుద్ధమయ్యెను. అందు నీలశ్వజుని సైన్యమును, సంతతియు నశించెను. అతఁ డోటువడి రథముపై మూర్ఛనంది నగరుచేరుకొనెను. భార్యనుగాంచి 'స్త్రీబుద్ధిః ప్రళయాంతకః' అను సూక్తిని స్మరించి, విచారించి, వినయ సమన్వితుఁడై సవనాశ్వము నర్జునునకు సమర్పించి, యతని వెంట నొకయేడు అశ్వరక్షావ్రతమునఁ జరించుటకు సమ్మతించి వెడలెను.

జ్వాలాదేవి యర్జునునిపైఁ బగఁబూనెను. కాశికేగి తదధీశుఁడైన ఉల్ముకుని నర్జునుని వధింపఁ బ్రేరేపించెను అతఁ డందులకంగీకరించియు నుచిత సమయము వచ్చినప్పు డా ప్రతిజ్ఞను నిర్వహింతునని చెప్పెను. అందుల కామె కినిసి గంగానది దాటిపోవుచు నా నదీమతల్లి యపుత్రక కావున నస్పృశ్య యని నిందించెను. భీష్ముని జంపిన అర్జునునిపై గంగకు కోపము దెప్పించెను. గంగ క్రుద్ధయై ఆరునెలలలోగా నర్జునునిశిర ముర్విపైఁ బడుఁగాక యని శపించి వెడలిపోయెను. జ్వాల చితిపైఁబడి శరీరము విడిచి మృత్యుస్వరూపమగు శరాకృతిని గాంచి యర్జునునిఁ జంపుటకై తరుణము నన్వేషించుచుండెను.

సవనాశ్వము మార్గమధ్యమున నొక శిల కంటుకొని విడివడఁజాలక పోయెను. సౌబరి యను మునివలన దాని రహస్యము గ్రహించి యర్జునుఁడు తన కరకమలములతో నా శిలాకృతినొందియున్న ఉద్దాలముని సతికి శాపమోక్షణమును, అశ్వమునకు బంధమోక్షణమును గల్పించెను.

యాగాశ్వము వింధ్యపర్వతప్రాంతమును దాటి చంపకాపురమును సమీపించెను. ఆ నగరము నేలు హంసధ్వజ మహారాజు తురగమును బట్టి ధనంజయు నెదిరించుటకును, తత్కారణమున శ్రీకృష్ణుని దర్శించి తరించుటకును నిశ్చయించి, శంఖలిఖితులను పురోహితులను రాజ్యరక్షణకును, ధర్మాధికార

నిర్వహణమునకు నియోగించి, సేనలఁ బిలిపించి యుద్ధయాత్ర సాగించెను. రణమునఁ బాల్గొనుటలో నాలస్యముచేసిన వీరులకు తప్తతైలకటాహములఁ ద్రోయుఁడని యాజ్ఞాపించెను.

హంసధ్వజునకు సుధన్వుఁడను పుత్రుఁడు కలడు. అతడు విష్ణుభక్తుఁడు. తంత్రియానతి శిరమునదాల్చి సుధన్వుఁడు తల్లి యాశీస్సులను బొంది, చెల్లెలి మన్ననలను గైకొని భార్యయగు ప్రభావతిఁ జేరనరిగెను. ఆమె ఋతుధర్మ మును నిర్వహించి రణమున కేఁగుమని భర్తను ప్రార్థించెను భర్త యదియప్పుడు తగవు గాదనియు, రాజాజ్ఞకు విరుద్ధమనియుఁ బేర్కొనినను పిదప భర్త సమాగ మము నభిలషించెను సుధన్వుఁ డామె కోర్కెను దీర్చి యేగుసరికి నాలస్య మయ్యెను. మహారా జాతని యాలస్యమునకుఁ గినిసి శంఖలిఖితుల కాతని నప్పగింప నాజ్ఞాపించెను. రాజాజ్ఞ ననుసరించి యామంత్రు లాతనిని తప్తతైల కటాహమున నిలిపిరి. విష్ణుభక్తిమహిమచే సుధన్వుఁ డాతైలబాధ నొందక సుఖుఁడై నిలిచియుండెను. పురోహితు లాతని మహిమ నెఱింగి, యట్లు విష్ణు భక్తుని కాపద కలిగించిన పాపము వోవునట్లు తాము నా తైలభాండమునఁ బ్రవేశించిరి. విష్ణుభక్తి మహిమచే వారు ముగ్గురును నిరపాయులై దేవతల మెప్పుకోలును బొందఁగలిగిరి. ఆ వృత్తాంతము నెఱింగిన హంసధ్వజుఁడు తన యుని విష్ణుభక్తికి మెచ్చి కౌఁగిలించుకొని, యతనిని సేనానాయకునిగా నియో గించెను.

పంచమాశ్వాసము

సుధన్వుఁ డర్జునుని సైన్యముపైఁ దలపడెను. వృషకేతుఁ డాతని నెది రించెను. వారిరువురకు నైన ద్వంద్వయుద్ధమునఁ గర్ణసూనుఁడు పెనుమూర్ఛ మునిఁగెను. ప్రద్యుమ్నాదు లంత సుధన్వు నెదిరించి నిలిచిరి. పోరు ఘోర మయ్యెను. ప్రద్యుమ్న సుధన్వు లిరువురును ద్వంద్వయుద్ధము చేసి మూర్ఛి ల్లిరి. సుధన్వుఁడు వెంటనే తెప్పిరిగొని కృతవర్మతో డీకొని యతనిని నొప్పిం చెను. ఆపై ననుసాల్వుని విజృంభణము మాన్పి శత్రుసేనల పీచమడంచఁ గడంగెను. అంత సాత్యకి సుధన్వునితోఁ బోరి మూర్ఛితుఁడయ్యెను. అర్జునుఁ డంతట సుధన్వునితోఁ దలపడెను. అతఁడు ఆగ్నేయాస్త్ర మేయ నితఁడు పర్జ న్యాస్త్రము నేసెను. అతఁడు వాయవ్యాస్త్ర మేయ నితఁ డర్జునుని సారథిని

జంపెను. సారథిలేని సవ్యసాచి రథము కలగుండు వడెను అంతట నా పార్థుఁడు గోవిందుని మనమున స్మరించెను. యదునందనుఁడు ప్రత్యక్షమై మఱల పార్థసారథి యయ్యెను. అర్జునుఁడు విశిఖత్రయముప సుధన్వుని సంహరింతునని ప్రతిజ్ఞ చేసెను. సుధన్వుఁ డా బాణత్రయమును వమ్ము చేయుదునని ప్రతినబట్టెను. సుధన్వుఁడు బాణశతమును శ్రీకృష్ణుని యురమున నాటెను. ధనంజయుని రథము వెనుక కొదిగి కుమ్మరిసారె వలెఁ దిరుగఁజొచ్చెను. శ్రీకృష్ణుఁ డంతట రథమును నిలువరించి యేకపత్నీవ్రతుఁడగు సుధన్వునిఁ జంపి ప్రతిజ్ఞ నెరవేర్చుకొనుట దుష్కరమని యర్జునుని హెచ్చరించెను. 'నీకృప గలిగినచో నది యెంతటి పని' యని పార్థుఁడు ప్రణమిల్లి మొదటి బాణమును సంధించెను. గోవిందుఁడు గోవర్ధన మెత్తిన ఫలము నానారసమున నుంచెను. దానిని సుధన్వుఁడు భగ్నమొనర్చెను. క్రీడి రెండవ బాణము తొడిగెను. కృష్ణుఁ డా బాణమున విశ్వభూదానఫలము నుంచెను. సుధన్వుఁ డాబాణమును ఖండించెను. అర్జునుఁడట్లు శరద్వితయము భగ్నమగుటకు వెఱగందియు మచ్చరముమీఱ మూఁడవబాణము ననుసంధించెను. గోవిందుఁ డా బాణమున స్వీయతేజోవిశేషమును, రామావతారసంచిత మగు సమంచిత పుణ్యఫలమును బ్రతిష్ఠించెను. పార్థుఁ డేసిన యాయుగ్రబాణము రౌద్రముగాఁ దాకి సుధన్వుని శిరమును ఖండించెను. ఖండితశరము హరినామ స్మరణము చేయుచు గోవిందుని పాదారవిందముల చెంతఁబడెను. సుధన్వుని యాత్మతేజము హరియందు లీనమయ్యెను. కంసమర్దనుఁ డాతని శిరమును హంసకేతనుమ్రోలఁ బడవైచెను. అతఁడు పుత్రశోకమునుబొంది కొంతవడికి తేరుకొని తనయుని శిరమును మఱల గోవిందుని పాదములచెంతఁ బడవైచెను. మురారి దాని నాకసమున విసరెను. అది యదృశ్యమయ్యెను.

హంసకేతనునకు సురథుఁడను మఱియొక పుత్త్రుఁడు కలడు. అతఁడు తండ్రి నోదార్చి రణమున కుద్యుక్తుఁ డయ్యెను. శ్రీకృష్ణుఁడు సురథుని సంరంభము గాంచి యతఁడు మూర్తీభవించిన సత్త్వమనియు, నతని నెదుర్కొనుట కప్పటి కర్జునుని కసాధ్యమనియు భావించి ప్రద్యుమ్నాదులను ముందు నిలిపి, పార్థు రథము నైదుయోజనముల దూరము వెనుకకుఁ గొనిపోయెను. సురథుఁడు శత్రుసైన్యములను జెండాడి, నరనారాయణులను సమీపించి, సోదరుని జంపించి నందులకు గోవిందు నధిక్షేపించి, యర్జునునిపై సాయకములను సారించెను.

వానిని బాండవమధ్యముఁడు ఖండించి, యతని రథమును గూల్చెను, అతఁడు మఱియొక రథమెక్కి పార్థుని రథము నంపగమితోఁ జిక్కుఁబడఁజేసెను. అర్జునుఁడాబాణవ్యూహమును ఛేధించి సురథుని రథ మంబరమున కెగయునట్లు బాణముల గుప్పించెను. సురథు డాకసమునుండి యొక్క భీకరబాణమునేసి పార్థరథమును భూమిలోఁ గ్రుంగునట్లొనర్చెను. కేతనము దిగిన హనుమంతుఁడును, అర్జునుఁడును ఎంత యత్నించినను రథము భూతలముపైకి రాదయ్యెను ఇంద్రసూనుఁ డంత విజృంభించి సురథుని రథమును నుగ్గుచూచ మొనర్చెను. సురథుఁ డర్జునుని రథమును బెకలించి రథభంగముచేయ నుంకింప పార్థుఁడు బాణపంచకమున నాతని యత్నము భగ్నము గావించెను. సురధుఁడు మఱియొక రథమెక్కి రణము సాగించెను. అర్జునుఁ దహంకరించి క్రమముగా నాతఁ డెక్కిన నూటయెనిమిది రథములను గూలగొట్టెను. విరథుఁడైనను విజృంభించిన సురథుని దక్షిణభుజము నర్థచంద్రబాణమున నరికెను. అతఁడు డాకేల గదాదండము ధరించి సమరము సాగించెను. పార్థుఁ డాకేలునుగూడ ఖండించెను. అతఁడు పాదములతో యుద్ధమారంభించెను. చివరకు ధనంజయుఁ డాతని కంఠమును బాణముచే ఖండించెను. సురథుని శిరము నేలఁబడక పార్థుని బిట్టు దాకి యతనిని మూర్ఛితుని గావించెను. పార్థునిఁ దేర్చి నిలువఁబడిన గోవిందుని కరములలో సురథుని శిరము వచ్చినిలిచెను. అతని యుత్తమగుణములను శ్రీకృష్ణుఁడు స్తుతించి పార్థునిచే నతని శిరమునకు మ్రొక్కించి, గరుత్మంతుని స్మరించి యతని నాతని శిరము ప్రయాగసంగమ క్షేత్రమున బడునట్లు చూడ నాజ్ఞాపించెను. గరుత్మంతుని నుండి శివుఁడా సురథుని శిరమును హరించి తన కపాలమాలికలో మణిపూసవలె నిలుపుకొనెను. హంసధ్వజునితో శ్రీకృష్ణార్జునులు స్నేహము చేసికొనిరి. హంసధ్వజుఁడు వెంటరాగా యాగాశ్వము వెంట నర్జునుఁడు పయనమయ్యెను. వాసుదేవుఁడు హస్తిరాపురి కేఁగెను.

మార్గమధ్యమున నుమావనమున నొక సరోవరమున నశ్వము నీరుత్రావి గోడిగ యయ్యెను. ఆపై మఱియొక కాసారమున నీరుద్రావి వ్యాఘ్రమయ్యెను. దాని కబ్బురము చెందిన పార్థుఁడు వాసుదేవుని స్మరింపగా నాయశ్వము నిజాకృతిదాల్చెను. హయరాజము స్త్రీమండలమున ప్రవేశించినప్పుడు పార్థున కా రాజ్యము నేలు ప్రమీలతో యుద్ధమయ్యెను. యర్జునుఁడు తనను వరించినచో నశ్వమును తిరిగియిచ్చెద ననిన ప్రమీలకోర్కె కర్జునుఁ డంగీకరింపక యుద్ధము

మునఁ బడుట, ఆపై శ్రీరాముఁడే స్వయముగా విభీషణ సుగ్రీవులు తోడురాగా యుద్ధమునకు వచ్చుట, కుశునితో యుద్ధము చేసి మూర్ఛితుఁడగుట లవకుశుల వలన నావృత్తాంత మెఱిఁగిన వాల్మీకి రాముని మూర్ఛనుండి తేర్చుట, దేవత లమృతము వర్షించి మృతులను సజీవులఁ గావించుట, రాముఁడు కుశలవులను బిలిపించుకొనుట, వారు రామాయణ గానము చేయుట, రాముఁడు పుత్రగాత్ర పరిష్వంగ సుఖంబు నొందుట, బంధుమిత్రసుతసమేతుఁడై వాల్మీకిమహర్షివెంట రాగా యాగాశ్వమును గొని రాముఁ డయోధ్య చేరుట, రామునసుమతిపై వాల్మీకి మహర్షి సీత నయోధ్యకుఁ గొంపోవుట, సీతారాము లశ్వమేధమును దిగ్విజయ ముగాఁ జేయుట – అను కథాంశము లీ యుపాఖ్యానమునఁ గలవు. రసోదంచి తముగా నీ యుపాఖ్యానమును రచించి పిల్లలమఱ్ఱి పినవీరభద్రుఁ డీ మాటలలో నీ యాశ్వాసము ముగించెను.

క॥ "వెలయఁగ నీ కథ విను ధ
న్యులు తక్కిన కథలు వినఁగ నొల్లరు మదిఁ గా
కుల రొదలు విన రుచించునె
కలకంఠధ్వనులు విన్న కర్ణంబులకున్."

సప్తమాశ్వాసము

బభ్రువాహనుఁడు పార్థుని డీకొనెను. పోరు ఘోరమయ్యెను. సుతుఁడు తండ్రి రథమును గూల్చెను. నరుఁడు మఱియొక రథ మెక్కి సుతుని రథము గూల్చి యతనిని బెను మూర్ఛ ముంచెను. అంత సువేగుఁ డర్జునున కడ్డుపడి బీరమునఁ బోరి యతనిని మూర్ఛాగతు గావించి శత్రువీరులను బలువురను బ్రళయకాల రుద్రునివలెఁ బొలియించెను.

అర్జునునకు దుర్నిమిత్తములు తోపఁదొడఁగెను. వాని నాతఁడు వృష కేతునితో వివరించి చెప్పెను. వంశాంకురముగా వృషకేతుఁడు మిగులవలెనని యర్జునుఁడు భావించి యాతనిని హస్తినాపురికిఁ దిరిగిపోవఁ గోరెను. కాని, వీరుఁడైన వృషకేతుఁడు వీరధర్మములను బేర్కొని బభ్రువాహనునిపై లంఘించెను. వారిరువురకును నైదు దినము లద్భుతమైన యుద్ధము ప్రవర్తిల్లినది. చివరినాఁడు బభ్రువాహనుఁడు వృషకేతుని శిరమును శిలీముఖమునఁ ద్రుంచెను. ఆతని శిరము హరినామస్మరణము చేయుచుఁ గ్రీడి పదముల మీద వ్రాలెను.

ధనంజయుఁ డాతని మృతికి శోకించి, మూర్ఛిల్లి తెలిసి బహుభంగుల పలవించు చుండ నాతనిని గాంచి బభ్రువాహనుఁ డిట్లనెను.

"వైశ్యజుఁడఁ గాన సంగ్రామవనధిలోని
వీరకోటీర మణులకు విలువఁ గంటిఁ
గర్ణసూనుని శిర మనర్ఘంబు దీని
భవున కర్పించి పడయుదు పాశుపతము."

ఆ మాటలు విని యర్జునుఁడు క్రుద్ధుఁడై కర్ణసుతు శిరమును రథముపైఁ గుదురుగాఁ బెట్టి బభ్రువాహనుపై బిట్టు లంఘించి బలములఁ గూల్చి యతని నలయించెను. బభ్రువాహనుఁడు మండిపడి పార్థుని సూతహయకేతనములనుఁ గూల్చి, యుగ్రభల్లముల నావీరుని బాధించెను. అర్జునుఁడు గంగాశాపవశమున దివ్యాస్త్రస్ఫూర్తిలేక తూలఁ జొచ్చెను. ఆ స్థితిని గమనించి బభ్రువాహనుఁ డిట్లు పల్కెను.

"మాతల్లిన్ వనితామతల్లిని సభామధ్యంబునం దొల్లి య
ప్రీతుల్ పల్కిన పాతకంబునకుఁ జేరెం గాల మివ్వేళ ని
న్నాతంకంబునఁ బెట్టుచున్న పితృపుత్రాశల్ విసర్జించి నీ
సూతుం గృష్ణుఁ దలంచు కొ" (మ్మనఁగ నచ్చోఁ బుట్టె నుత్పాతముల్.")

బభ్రువాహనుని చెంత బాణాకృతి గాంచిన జ్వాల అర్జుని మృత్యురూపమున వసించి యుండెను. ఆతఁ డాబాణము నా క్రిడిపై సంధించెను. సూర్యాస్తమయ సమయమున నా యస్త్ర మా మహావీరుని శిరముఁ ద్రుంచెను. కర్ణజేంద్రజుల శిరములు రెండును భూపతితములైన సూర్యబింబముల వలె భాసించుచుండెను. బభ్రువాహనుఁడు విజయోత్సాహముతో రాజధానికి తిరిగి వెళ్ళెను.

అర్జునుని మరణవార్త విని చిత్రాంగదయు, నులూచియు శోకసాగరమున మునిఁగిరి. బభ్రువాహనుఁడు తల్లులను దర్శించి విజయోత్సవవేళ రోదనలకు కారణ మేమని యడిగెను. చిత్రాంగద పుత్రునితో – "కుమారా! అగ్ని తరువునందుఁ బుట్టి తరువునే దహించు విధముగా నీవు నరునికిఁ బుట్టి యతనినే వధించితివి. మమ్మా మహాత్ముఁడున్న చోటికిఁ గొంపోవుము. ఉలూచి "నీవు రణమునకేఁగిన నాటిరేయి నాయెలదోటలో నాటుకొనిన దాడిమ పంచకము నిర్నిమిత్తముగా దగ్ధమై పోయినది. అనాడే నే నీ కీడు శంకించితిని. పుత్రా! యెఱిఁగి

యెఱిఁగి పితృహత్య చేసి విజయోత్సవముగా నెంచెదవా !' యని నిష్ఠురముగాఁ బల్కెను. బభ్రువాహనుఁడు వెలవెలపోయి తల్లులను జనకుఁడు పడియున్న చోటికిఁ గైకొని పోయెను. వారు కిరీటి శిరమును, కర్ణసుతు శిరమును గాంచి, పరిపరివిధముల శోకించిరి. బభ్రువాహనుని గాంచి 'పుత్రా ! హయమేధమునకు హస్తినకేఁగి బంధుమిత్రులను, పతిని గలయుదమని యెన్నియో యాశలు పెట్టుకొనినాము; ఆ యాశల నన్నింటిని నట్టేట ముంచితివి; జనకునిఁ జంపిన విధముగా జనమిత్రులను గూడ చంపి భార్గవుని కంటె ఘనకీర్తిఁ బడయుము. లేదా మా పతితో సహగమన మొనర్చుటకు చితి పేర్పింపుము—" అని చిత్రాంగద పలవింపఁ జొచ్చెను బభ్రువాహనుఁడు మాతృశోకమునకు వగచి, తన తండ్రి సభామధ్యమున మాతృదూషణము చేయుటవలన నట్టి కీఁడు వాటిల్లెనని పల్కి తన యవివేకమును నిందించుకొనెను. ఉలూచి చిత్రాంగదను గాంచి తన తండ్రియగు శేషుని యొద్ద నున్న మృతసంజీవనీ రత్నమును పుండరీకునిచేఁ దెప్పించి, తత్ప్రభావమున నర్జునుని బ్రతికించుకొందమని తెల్పెను. అందులకు చిత్రాంగదయు బభ్రువాహనుఁడును సంతోషముతో నంగీకరించిరి. పుండరీకుఁడు పాతాళమున కేఁగి శేషుని దర్శించి యులూచి సందేశమును వినిపించి మృతసంజీవని నర్థించెను. శేషుఁ డంగీకరించినను, అతని కుటిలమంత్రియగు ధృతరాష్ట్రి డాతనిని వారించెను. అతఁడు చేయునది లేక అర్జునుని నెట్లైన శ్రీకృష్ణుఁడు రక్షించుకొనును. మృతసంజీవని నిచ్చుటకు నాగకుల మంగీకరించుట లేదని చెప్పి పుండరీకునిఁ బంపివైచెను. పుండరీకునిచే నీ వార్త వినిన బభ్రువాహనుఁ డాగ్రహోదగ్రుడై పాతాళముపై దండెత్తి సర్పకులమును హింసించి సంజీవమణిఁ గొనితెచ్చెను. పార్థపుత్రునిచేఁ బరాభూతుడైన ధృతరాష్ట్రిఁడు తన పుత్రులచే నర్జునుని శిరము నపహరింపఁ జేసెను. బభ్రువాహనాదు లట్లాతని శిర మదృశ్యమైనందులకు కలఁతఁ జెందిరి.

హస్తినాపురియందు కుంతికి పీడకల వచ్చెను. కిరీటి నూనెబావిలో మునిఁగి, మేన గోమయ మలందికొని, రక్తమాల్యములు దాల్చి, దక్షిణదిశకు ఖరవాహనమెక్కి యరిగినట్లామె కలలోఁ బొడగాంచెను. ఆ కల కామె వెఱగంది ధర్మజాచ్యుతులకడ కేఁగి పాండవ మధ్యమున కేదియో కీఁడు వాటిల్లినదనియు, వానిని రక్షింపుమనియు గోవిందుని వేడుకొనెను. వెంటనే శ్రీకృష్ణుఁడు దివ్య

దృష్టి సారించి, గరుత్మంతుని బిలిపించి, కుంతీయశోదలును, భీముఁడును వెంట రాగా నాతనిపై నెక్కి యర్జునుఁడు పడియున్న చోటి కరుదెంచెను. పార్థుని మృతికి విలపించెను. ప్రద్యుమ్నుని వలన బభ్రువాహనాదుల నెఱిగించుకొని వారిచేఁ బ్రార్థితుఁడై పార్థశిరముకొర కిట్లు ప్రతిజ్ఞ గావించెను,

> "వినుఁడీ నాదు ప్రతిజ్ఞ యే నఖిలపృథ్విన్ బ్రహ్మచర్యవ్రతం
> బునఁ బెంపొందితినేని కవ్వడి శిరంబున్ వచ్చుఁ దచ్చోరకుల్
> పునుకల్ వ్రయ్యలు వాసి చత్తు" రన నాలోఁ గ్రీడి మస్తంబు చ
> య్యన వచ్చెన్ విగతాసులైరి ధృతరాష్ట్రాపత్యముల్ కానలోన్."

నరుని శిరమును మొండెమునకుఁ జేర్చి జీవదమణి నురముపై గోవిందుడుంచెను. అయస్కాంత మినుముఁ జెందిన విధముగా నాశిర మతని శరీరమున కతికి పోయెను. అట్లే వృషకేతుఁడుచు సజీవుఁ డయ్యెను. బంధువులందరును గలిసి సంతోషాంబుధిఁ దేలియాడిరి. పితృవధా పాతకమునకు వందురుచున్న బభ్రు వాహనుని భీమసేనుఁడు తేర్చెను. అంత వారందరు కలిసి బభ్రువాహన నగర మున నైదునాళ్ళుండిరి· ఆపై భీమునితో సర్వబంధులోకమును హస్తినకుఁ దిరిగి పోయిరి. శ్రీకృష్ణుఁడుచు, బభ్రువాహనుఁడును అర్జునునితోఁ హయరక్షణోద్యో గమున ముందుకు సాగిరి.

యాగాశ్వము మయూరధ్వజుఁడు పాలించు రత్నపురమును సమీపించెను. మయూరధ్వజుఁడు హయమేధము చేయనారంభించి యాగాశ్వమును తన కుమారుఁడగు తామ్రధ్వజుఁడు వెంట నడువగా వదలెను. ఆ యశ్వమును నీ యశ్వమును నెదురయ్యెను. రెండును సంఘర్షణకు దిగెను. తామ్రధ్వజుఁడు ధర్మజుని యాగాశ్వమును బట్టెను. అర్ధచంద్రవ్యూహము పన్ని యెదురు నిలిచెను. శ్రీకృష్ణార్జునులు గృధ్రవ్యూహము పన్ని తామ్రధ్వజు నెధిరించిరి. భీకరమైన సంకులసమరము ప్రవర్తిల్లెను. పార్థుని పక్షమువా రెంత పరాక్రమము ప్రకటించినను తామ్రధ్వజునిముం దాగలేక పోయిరి. శ్రీకృష్ణుఁడు చక్రము ధరించి తామ్రధ్వజునిపై నురికినను, అతఁ డసాధ్యుఁ డయ్యెను. శ్రీకృష్ణార్జును లాతని వాడికోలలకు లోగి మూర్ఛాగతులైరి. తామ్రధ్వజుఁడు హయమును గొని తండ్రిపాల నుంచెను. మయూరధ్వజుఁడు విష్ణుభక్తుఁడు. పుత్రుఁడు హరిని వీడి హయమును మాత్రము తెచ్చినందుల కాతఁడు విచారపడెను.

కృష్ణార్జునులు మూర్ఛనుండి తేరుకొనిరి. అర్జునుఁ డాతామ్రకేతునిపై దాడివెడలి హయమును రక్షించెదనని పూనుకొనెను. హరి యాతని వారించి మయూరధ్వజుని మహత్త్వము నాతనికిఁ దెలుపఁదలంచి, మాయావిప్రవేషములతో నాతని వెంట నిడుకొని రత్నపురి ప్రవేశించెను. యజ్ఞదీక్షితుఁడై యున్న మయూరధ్వజుని దర్శించి, సింహవృత్తాంతము నొకటి కల్పించి, యాభూనాథుని యర్ధశరీరమును దానముగా నడిగెను. శిబిచక్రవర్తికి సముడైన యా నరపతి శ్రీపతికి తన యర్ధాంగమును దాన మొనర్చెను. ఆ యర్ధాంగ మాతని యర్ధాంగిచేఁ గోయఁబడవలెనని హరి నిర్దేశించెను. ఆమెయు హరిని స్మరించుచు విధిని నిర్వహించెను. ఆ మహనీయుని ధర్మవర్తనమునకు మెచ్చి కృష్ణార్జునులు నిజ రూపమున సాక్షాత్కరించిరి. శ్రీకృష్ణుఁడే స్వయముగా కార్యకర్తయై యాతని హయమేధమును నిర్వర్తింపఁ జేసెను. అట్లానగరమున వారందరు మూడు దినములు వసించిరి. మరునాఁడు మయూరధ్వజుఁడు కొలిచిరా నర్జున శ్రీకృష్ణులు యాగాశ్వము వెంట కదలిరి.

అష్టమాశ్వాసము

ధర్మజ మయూరధ్వజుల సవనాశ్వములు జంటగా నడిచి వీరవర్మ పాలించు సారస్వత పురమును సమీపించెను. వీరవర్మ ధర్మవర్తనుఁడైన విష్ణుభక్తుఁడు. అతని పుత్రికయైన సుమాలిని యముఁడు వివాహమై మామ కండదండగా నిలచియుండెను. వీరవర్మ యజ్ఞాశ్వములను బట్టి సపుత్రకుఁడై సేనావాహినులఁ గదలించి కృష్ణార్జునుల నెదిరించెను. ఇరువాగుల పోరు ఘోరముగా సాగెను. శ్రీకృష్ణుఁడు హనుమంతుని బంపి వీరవర్మ రథమును వాలముతోఁ జుట్టి యంబరమున కెగురునట్లు ఆజ్ఞాపించెను. వీరవర్మ యట్లెగసిన రథము నుండి దూకి కృష్ణార్జునులను జంకలయం దిఱికించుకొని యుక్కిరి బిక్కిరి గావించెను. మధుసూదనుఁ డావీరుని తల పాదమున తన్నెను. అతఁడు మూర్ఛిల్లి నేలఁబడెను. శ్రీకృష్ణునియానతిపై పార్థాదులు వీరవర్మతో స్నేహము చేసిరి. అతని వీట నందరు నేడు దినములు నిలచి మఱల సవనాశ్వముల వెంటఁ గదిలిరి.

కతిపయ దినముల కొక్కయెడ గజకబళనప్రవీణ ఝషగ్రాహ తిమితిమింగిల యగు నొక నదం బడ్డంబు రాగా హయములు దాని నవలీలగా దాటిపోయెను. అర్జునాదులు నావలెక్కి దాటి యేగు నరి కాహయములు కానఁబడ

వయ్యెను. అందరు నబ్బుఅపడి నిలుచుతఱి నాకాశమార్గమున నారదమహర్షి యరుదెంచి హయములు చంద్రహాస భూపాలుని కౌంతలక నగరమునకుఁ జేరెనని తెలిపి, రాజులెల్లరు నా ప్రభువు షోడశాంశమునకును సరిరారని కీర్తించెను. అర్జునుని కోరికపైఁ జంద్రహాస చరిత్రమును వినిపించెను. హరిభక్త శిఖామణి యైన చంద్రహాస చరిత్రము విని కృష్ణార్జును లాతని నగరము సమీపించిరి. ఆ ప్రభువు ససైన్యుఁడై వారిరువుర వెదురుకొని భక్తియుక్తుఁడై వాసుదేవునకు వందనమాచరించెను. హరి యాతనిని సమ్మానించి క్రీడితోఁ జెలిమి కలిపెను. చంద్రహాసుఁడు సవనాశ్వముల నిచ్చి, పుత్రులకుఁ బట్టాభిషేకము గావించి కృష్ణార్జునుల వెంట తానును గదలి వెళ్లెను.

సవనాశ్వము లుత్తరసముద్రమును సమీపించి యందుఁ బ్రవేశించెను. నీట ప్రవేశించు నేర్పు హరిమయూరకేతనార్జున ప్రద్యుమ్న హంసకేతనకార్ష్ణులకు మాత్రమే యుండుటచే వారు రథారూఢులై తోయధిఁ జొచ్చిరి. అందు నొక దీవిపై జీర్ణతరఘనవట పర్ణకృతాపకుంతసుఁడైన దాల్భ్యుఁడను ఒక మునివరునిఁ గాంచి, యాతని మాహాత్మ్యమును, పురాతనత్వము నెఱింగిరి. ఆ ముని శ్రీకృష్ణునిఁ గౌఁగిలించుకొని సమ్మానించెను ఆ ముని యాశ్రమమున వర్తించు హయములను గొని దాల్భ్యుని వెంటఁగొని, వారు వారిధి వెలువడి, రాజలోకమును గూడి భూతలమున విహరించుచు సైంధవనగరము సమీపించిరి.

సైంధవతనయుఁడు గాండీవి మహారథులతోఁ గూడి వచ్చెనని తెలిసి సభచేసి, అందు గుండెలు పగిలి చచ్చెను. అతని తల్లియైన దుస్సల పుత్రదుఃఖముతో నగరము వెడలి పుత్రభిక్షఁ బెట్టుమని పురుషోత్తమునిఁ బ్రార్థించెను. అతఁ డర్జునునితోఁ గూడ నగరమున కేఁగి, సైంధవతనయునిఁ గరముల నిమిడి బ్రదికించెను అతఁడు శౌరికిఁ బ్రణమిల్లి భక్తి ప్రకటించి హయమేధమునకు సబంధుమిత్రుఁడై పయనమయ్యెను.

సంపత్సరము పూర్తి కావచ్చుటచే వారువములను స్వేచ్ఛావిహార ముడిపి హస్తినాపురీముఖులై రండని రాజలోకమునకుఁ జెప్పి వాసుదేవుఁడు కరిపురి కేఁగి ధర్మజుని గాంచి గతవృత్తాంతమంతయుఁ జెప్పి, హయమునుగొని బక దాల్భ్యాదులతోఁ గలసి యర్జునుఁడు వచ్చుచున్నాఁడని తెలిపెను. ధర్మజాదులు యథోచితముగ నెదురుపోయి, బకదాల్భ్యుని మణిశిబికాధిరూఢుని గావించి,

రాజలోకమును గౌరవించి, అర్జునాదుల నభినందించుచు కరినగరము ప్రవేశించిరి. అంబికేయున కందఱిని కృష్ణుఁడు పరిచయము గావించెను.

అంత నశ్వమేథయాగ సన్నాహములు సిద్ధమయ్యెను. బకదాల్భ్యుడు బ్రహ్మగా, సాత్యవతేయుఁ డాచార్యుఁడుగా, పసిష్ఠవామదేవాదులు ఋత్విజులుగా, ధౌమ్యాదులు మంత్రపాఠకులుగా నిలువ ధర్మజుఁడు పాంచాలీ సహితుఁడై యజ్ఞశాలఁ బ్రవేశించెను. రాజలోకమున చతుష్షష్టి దంపతులు ధర్మజునకు గంగా తోయమున నభిషేకించిరి. అందు రుక్మిణీ శ్రీకృష్ణులు కూడ నుండిరి. నారదు డీయదను గనిపెట్టి సత్యభామాగారంబున కేఁగి శ్రీకృష్ణుఁడు రుక్మిణి కిచ్చిన చనువు నీకీయఁ డాయగా యని యసూయఁ గలిగింప యత్నించెను. సాత్రాజితి తన యంతఃపురమున నున్న కృష్ణుని నారదునకుఁ జూపెను. ముని విస్మితుఁడై వనజోదరుఁడు సర్వాంతర్యామి యని కీర్తించుచు నేఁగెను.

అభిషిక్తుఁడైన ధర్మజుఁడు ఋత్విజులకు దక్షిణ లర్పించెను. పాంచాలీ సహితుఁడై ధర్మజుఁడు హయమును బూజించి, ప్రదక్షిణించి, వహ్నిరోచి ర్ముఖమునఁ జెంది గంధర్వలోకముఁ జేరుమని ప్రార్థించెను. హయ మప్పుడు ప్రోథాభినయము చేసెను. అశ్వహృదయ మర్మజ్ఞుఁడైన నకులుఁ డాతాత్పర్య మిట్లు వివరించెను.

"క్రతువులకు నెల్ల హరి కర్మకరుఁడు కామి
స్వర్గఫలమాత్ర మిపుడు సాక్షాత్కరించి
శౌరియున్నాఁడు మామకాస్యమున ననుచు
సభికులకుఁ జెప్పె ... ... "

అంతఁ గృష్ణసహితఋషులు క్రతుగంధర్వముకు మంత్రపన్నముల సంస్కారము గావించిరి. ధౌమ్యుఁడు హయసవ్యశ్రోత్రకోణమును పీడింపఁగా రక్తకణములకు బదులు పయఃకణములు స్రవించెను. సభికు లందుల కాశ్చర్యపడిరి. పురోధయనుమతిని భీముఁడు దోరసిచే హయశిరమును దునుముగానది ధారుణిపైఁ బడక దివికిఁ దేజోరూపమున నెగసి సూర్యునిలో లీనమయ్యెను. మురారి తురగకళేబరమును విశసనము చేయఁగా నాహరితేజము హరియందుఁ గలిసి, పలలరాశి కప్పురమయ్యెను. ఆ కప్పురమును నగ్నిముఖమున నుంచునప్పు డాహూతులైన దేవతలు స్వయముగా నందుకొనిరి. పూర్ణాహుతియైన తరువాత

ధర్మజుఁడు బాంధవులతోఁ గలసి యవభృథస్నాన మాచరించి బకదాల్భ్యునకు రత్నమయవృషభమును, పారాశరునకు సమస్తభూవలయమును, ఋత్విజులకు భూరిదక్షిణలను నిచ్చి సంతృప్తిపఱచెను. వ్యాసుఁ డాచార్యదక్షిణయైన వసుధ నమ్మి యాధనమును దీనులకుఁ బంచిపెట్టెను. ఆపై ధర్మజుఁడు బంధుజనులకు కానుకలు పెట్టి శ్రీకృష్ణునిఁ గనకసింహాసనారూఢుఁ గావించి, పూజించి, క్రతు ఫలము నాతనికి ధారవోసెను. దేవతలు పూలవానలు కురిసిరి.

వాయుసుతుఁడు తన పాకశాస్త్ర పాండిత్యము ప్రకటితమగునట్లు షడ్రుచి స్వాదువైన విందుచే నందఱ సంతృప్తి పఱచెను. అంత నిరువురు బ్రాహ్మణులు క్షేత్రమునందలి నిక్షేపమును గూర్చిన తగవును దీర్పుమని ధర్మజుని కడ కరుదెంచిరి. ధర్మజుఁ డా తీర్పునిచ్చెడి భారము సభాసదులైన పెద్దలపై నుంచెను. శ్రీకృష్ణుఁడు వారిని మూడు నెలల తరువాత రండని చెప్పి పంపెను. అట్లంపుటకుఁ గతంబేమియని మునులడుగగా శ్రీకృషుఁడు కలియుగము చొరగా వారు మఱల జగడమాడుదురు, అప్పుడు వారి కాధనమును బంచి యిచ్చెదనని పేర్కొని, కలియుగ ధర్మము లెఱిఁగించి,

"ఆసమయంబున ధర్మజ
నే సోమకులంబునను జనించి కుటిలులన్
శాసించి ధరణిపాలన
చేసెదఁ దగ సాళ్వనారసింహుఁడ నగుచున్."

అని చెప్పి, బంధుమిత్రులను వీడ్కొల్పి తాను ద్వారవతి కరిగెను. జననుతుఁడైన ధర్మజుఁడు సర్వధరిత్రియు నేలెను.

జైమిని ఫలశ్రుతి నిట్లు పఠించెను.

"అనువారంబు నజాతశత్రు హయమేధారంభమున్ యౌవనా
శ్వనృపాలాది మహీశవర్తనములన్ సద్భక్తిఁ బాటించి వి
న్నను రామాయణ భారతశ్రవణ కన్యాగోసహస్రక్షమా
ధనదానాధికపుణ్యముల్ దొరకు మర్త్యశ్రేణి కశ్రాంతమున్ "

సమీక్ష

జైమిని భారతమునందలి కథ రెండేండ్లలో జరిగిన వృత్తాంతము. వ్యాస ప్రబోధితుఁడైన ధర్మజుఁడు భీమాదుల వలన సవనాశ్వమును సాధించిన తర్వ

వాత పదునొకండు నెలలకు వచ్చు చైత్రపౌర్ణమినాఁడు సవనదీక్షపట్టెను. సవనాశ్వయాత్ర యొకయేఁడైనది. ఇట్లు రెండేండ్ల కథ యిందు రెండు భాగము లుగాఁ బరిగణింపఁ దగియున్నది. మొదటి మూఁడాశ్వాసములును మొదటి సంవత్సరమున జరిగిన వృత్తాంతము. మిగిలిన యైదాశ్వాసములకథ రెండవ యేటి వృత్తాంతము.

ప్రథమ వత్సర వృత్తాంతము వ్యాసభారతమునఁ గానరాదు. భారతాశ్వ మేధమున తురగపరీక్షా విదులు సవనాశ్వమును దెచ్చి ధర్మజుని కర్పించిరి. వ్యాసుఁ డాయశ్వము సవనయోగ్యమని నిర్దేశించెను. జైమినిభారతమున భీమా దులు యౌవనాశ్వుని గెలిచి సవనాశ్వమును దెచ్చినట్లు కల్పింపఁ బడినది. దివ్యహయసాధనోద్యోగమును దెల్పు నీవృత్తాంతము వీరరసోన్నిద్రమై పాండవ పరాక్రమమునకుఁ బతాకయై భాసించుచున్నది.

జైమినిభారత మంతయు శ్రీకృష్ణమాహాత్మ్యమును బ్రతిపాదించు గ్రంథము. మహాభారత యుద్ధానంతరము భారతదేశము నందలి భూనాథుల కెల్లఁ జకును పాండవులయం దాదరగౌరవములును, శ్రీకృష్ణునియందు భక్తియును గుదురుకొనినవి. విష్ణువును నమ్మిన పాండవులు విష్ణుభక్తులైన పార్థివులను జయించుటయో, స్నేహమున వారిని తమవారినిగాఁ జేసికొనుటయో జరిగినది. చిత్తమున శ్రీకృష్ణుని భక్తి నింపి, అభిమానమునకు చివ్వకోలలతో యుద్ధము నకు దిగుటయే యీ భారతములోని రాజన్యుల స్వభావము. వారు పాండవ హయమును బట్టుట పురుషోత్తమ దర్శనార్థము. అందువలన శ్రీకృష్ణుఁడు పాండవ విజయముతో పాటు భక్తజనోద్ధరణము గావించుట యీ కథా తాత్పర్యము.

మొదటిభాగమున నాయకపక్షమున రణవీరులై నిలిచినవారు భీమ,వృష కేతు మేఘవర్ణులు. ఈ మువ్వురును దంద్రులను మించిన మహావీరులు. పైపెచ్చు విష్ణుభక్తులు. ఈ పాత్రలకు భక్తిపరిమళపరివృద్ధి గావించిన గౌరవము జైమిని భారతమునకే దక్కుచున్నది. ఈ ముగ్గురిలో భీముని పాత్రచిత్రణమున కొక వైశిష్ట్యము కలదు. అతనికి మనసునం దెంత కృష్ణభక్తి కలదో మాటయం దంత పరిహాసస్ఫూర్తి కలదు. వాసుదేవుని జగన్నాథునిగా భావించు భక్తితో పాటు బావగాఁ బరిహాసములాడు వ్యవహారకౌశల మాతని పాత్రలో మనోహర

ముగా మేళవింపఁ బడినది. ధర్మజుఁడు 'కృష్ణుఁడు దవ్వుల నున్నాడు క్రతువు చేయుట తరమే' యన్నప్పుడు భీముఁడు "విష్ణుఁడు నికటంబున లేఁడన నేటికి? మనమునఁ దలఁచిన దురిత మడఁగి పుణ్యము దొరకున్" అనుటయే కాక వాసుదేవుని శాసనంబునం జేసి మనకు బంధునాశంబున నైన దోసంబు వీసంబును లేదు. జన్నంబు సేయకున్నను నవ్వెన్నుండు నిన్ను ధన్యునిం జేయు నయిన లోకంబునం గల రాజలోకంబులోన నుత్తమశ్లోకుండ వగుటకుం దగ నియ్యాగంబు సుప్రయోగంబుగా సాగింప నుద్యోగింపు మని" వాసుదేవుని కృపపై నపార విశ్వాసమును బ్రకటించెను. స్వీయబాహావిక్రమమున నకుంఠిత విశ్వాసముగల యభిమానధనుఁ డయ్యును భీముఁడు హయసాధనము నందు "వాసుదేవుని కృపగలవారి కెందు నరయ దుర్ఘటమైన కార్యమును గలదె" యను భక్తిప్రపత్తులను బ్రకటించి యున్నాఁడు. ఇంతటి భక్తుఁడయ్యు కృష్ణుఁ డాతనిఁ బరిహాసోక్తుల నధిక్షేపించినప్పు డా యభిమానధనుఁ డా యదువంశ తిలకునిఁ దిరిగి యధిక్షేపించుట కోటుచూపలేదు.

అనఘ! నీ వానతిచ్చినట్ల మిగులఁ
దుందిలుండను బహ్వాశి దుష్టరాక్ష
సీరతుండను నగుఁదు జర్చించిచూడ
దేవరకు నట్టి గుణములు లేవుగాన "

"మొదల నత్యంత కాముకుఁడ వౌటకు గొల్ల
యిల్లాండ్ర గుబ్బపాలిండ్లు సాక్షి;
యతినీచరతిశీలి వగుటకుఁ జాతీన
కమఠసూకర విగ్రహములు సాక్షి;
బహ్వాశి వగుటకు బ్రహ్మాండకోట్లను
బూరింపలేని నీ బొజ్జసాక్షి;
స్త్రీలోలుఁ డగుటకుఁ ద్రైలోక్యము నెఱుంగ
ధరకుఁ దెచ్చిన వేల్పుతరువు సాక్షి।

జడసముత్సాహి వగుటకు జలధిసాక్షి
వామనుఁడ వగుటకు బలీశ్వరుఁడు సాక్షి
మందమతివౌట నది మఱపొందెఁ గాక
స్మరవిఁ బేర్కొనఁ దరమె నీనటలు కృష్ణ!" (1.125-126)

ఇట్లు నిందాస్తుతి యొనర్చిన యాయనిలసుతుఁడు దాసుని తప్పులు దండముతో సరి యన్నట్లు

"పంకనిర్మగ్న మగుగోవుఁ బరికరించి
సుకరముగ నుద్ధరించు గోపకునిమాడ్కి-
ముదము దైవార నుద్ధరింపుదువు గాక
పంకనిర్మగ్ను నన్ను గోపాలతిలక !" (1 180)

యని నమస్కరించి భక్తవర్యుఁడై భక్తసులభుని కరుణకుఁ బాత్రుఁడైనాడు. శ్రీకృష్ణు నుల్లసమాడుచునే యతని యుల్లమును గొల్లగొట్టనేర్పు భీమసేనునకేఁ జెల్లినది. ఆపాత్రల నట్లు చిత్రించుట మహాభారతకథాప్రవృత్తికి విరుద్ధముకాదు.

కర్ణపుత్రుఁడైన వృషకేతుఁ డెంత పరాక్రమశాలియో అంతభక్తశీలి. తన తండ్రినిగూర్చి "అంతరము దప్పి లక్ష్మీకాంతునిఁ గృష్ణునిఁ భజింపక దయారహితస్వాంతు సుయోధనుఁ గొలిచెన్ జింతామణి విడిచి గవ్వఁ జేకొను భంగిన్" అను నభిప్రాయము గలవాఁ డాతఁడు. 'నాన్యథా దైవబుద్ధిఁ బ్రత్యహము నేను, హరిపదారాధనైక తత్పరుఁడ నేని శూరతముఁడైన యిమ్మహా సుకృతరాశి బాణజాతవ్యథలఁ బాసి బ్రదుకుఁగాత" యని యౌవనాశ్వుని ప్రాణములను రక్షించిన భక్తశిఖామణి యాతఁడు. రణరంగమున నొంటిగా నిలిచిన వేళ 'శౌరి కృపగాదె నాకు నక్షయబలంబు' నని తలంచిన ధీమంతుఁడతఁడు. జైమినిభారతమున బ్రతిపాదింపఁ బడిన శ్రీకృష్ణుని మాహాత్మ్య మెన యెత్తు వృషకేతుని పౌరుషపరాక్రమ ప్రదర్శన మొక యెత్తుగా సాగినది. కర్ణుని తల మహాభారత మైనచో కర్ణుని తల జైమినిభారతము. ఆతని సహవీరుఁడైన మేఘవర్ణునకు వెన్నునిపై నెంత భక్తియో వాయుజునిపై నంత భక్తి. పితను జగత్పితను నొకటిగా భావించిన వింతభక్తుఁ డా వాయునందనుఁడు.

పాంచాలీ ధర్మజు లీ భారతమున నొక్కవిధమైన కృష్ణభక్తినిఁ బ్రకటించిరి.

"కౌరవసభలో లజ్జా
వారిధి దిగ నుద్ధరింపవా ద్రౌపది న
న్నారీతి నుద్ధరింపుము
నీరజదళనేత్ర కలుషనీరధి వలనన్" (1.107)

అని ధర్మజుఁడు దామోదరుని స్మరించినంత మాత్రమున నర్ధరాత్రమున నాతఁడు ప్రత్యక్షమయ్యెను. "భక్తజనులకు ముంగొంగు పసిఁడిగాఁడె, దేవతా రత్న మీ వాసుదేవుఁ డనఘ!" యని పాంచాలి శ్రీకృష్ణభక్తరక్షణ కళాపారీణత్వమును వ్యాఖ్యానించెను.

ప్రథమ భాగమున ప్రతినాయకుఁడైన యౌవనాశ్వుఁడు "కృష్ణ ద, యా సింధువుఁ గానిపింప నద్దేవునుతుల్, చేసి హితబంధుయుతముగ, నాసర్వస్వము సమర్పణం బొనరింతున్" అని సంకల్పించిన వాఁడు. అతని పుత్త్రిఁ దవక్ర పరాక్రమమునందేగాక యచంచల విష్ణుభక్తియందును వాసికెక్కినవాఁడు

"శౌరివెలియైన ధనము శ
రీరము సామ్రాజ్యమును బరేతసమంబుల్
పేరు గొనఁదగదు గాన ము
రారి పదాబ్జములు విడువ ననవరతంబున్". (3 20)

హరి పాదపద్మముల కంకితమైన హృదయ మా సువేగునిది. నాయకప్రతి నాయకులందఱు నారాయణభక్తు లగుటయే కాదు, జైమినిభారతకర్తయుఁ బూవులలో రెమ్మవలె పురాణ కథార్థములందు విష్ణుభక్తిని విశేషముగా వ్యంజింపఁ జేసినాఁడు. ఉదాహరణమునకు రణభూమిలో రక్తసిక్తములై పడియున్న రథాశ్వ గజాదులను వర్ణించిన విధము—

"ఆహవభూమి సోఁకఁబడె నంతట దంతి రథాశ్వసైనిక
వ్యూహము గీలుగీలునకు నూడి పడిన్ రుధిరంబు గ్రక్కుచున్
శ్రీహరికీర్తనంబుఁ జెవిఁ జేర్పక దుర్మతిఁ జన్న వైష్ణవ
ద్రోహులు ముక్తకేశములతో నిరయంబునఁ గూలుకైవడిన్" (3.77)

ధర్మజు యాగాశ్వమును హరించిన దానవునియందును దానవాంతకుని పదపద్మారాధనేచ్ఛను స్థాపించుట జైమినిభారత విశేషము. అనుసాల్వుఁడంత విజృంభించుట 'స్వామీ! నీ పదములకుఁ బ్రణామము సేయఁగఁ దొరకెనాకుఁ బ్రియముతో' నని హరిపాదము లంటుటకే నట! త్రిగుణప్రధానులైన త్రివిక్రమ భక్తుల తీవ్రయుద్ధములు వాసుదేవ పదరాజీవముల సన్నిధికై పరితపించు భక్తుల సాధన మార్గములుగా సమీకరించుట జైమినిభారత కథా తత్త్వముగా భాసించుచున్నది.

జైమినిభారతమునందలి చివరి యైదాశ్వాసములును సవనాశ్వ విహారము, అర్జునాదులు భూపతులను నిర్జించుట మొదలగు కథాంశములతోఁ గూడియున్నది. పాండవాశ్వమును బట్టిన భూపతులు పాండవుల కంటె నెందును దీసిపోయినవారు కారు. ధర్మజుఁడు భావించినంతగా భారతదేశము నిర్వీర్యము కాలేదు. అడుగడుగున నర్జునునకు విజయము దుష్కరమై భాసించినది శ్రీకృష్ణసారథ్యము లేనిచోఁ గవ్వడి విజయము సాధించుట యసాధ్యమైనది. అర్జునుఁడు గంగా శాపమున నిజతనయుని చేత మృతుఁడగుటయు, శ్రీకృష్ణుని మహిమవలన బ్రదుకుటయు సంభవించినది. శ్రీకృష్ణ సహాయములేనిచో పార్థునకును, పాండవులకును గార్యసిద్ధి లేదను సత్యము వ్యంగ్యముగా స్థాపింపఁబడినది.

అర్జును నెదిరించిన ప్రతివీరుల పరాక్రమాదులను గణించినచో నుత్తరోత్తర బలీయ న్యాయము ద్యోతమాన మగుచున్నది. నీలధ్వజుఁ డగ్నిదేవుని మామ. మామను గాపాడుటకై యగ్నిభట్టారకుఁడు పార్థసైన్యమును గాల్చివైచెను. కిరీటి యగ్నిదేవు నారాధింపవలసి వచ్చెను. అట్టి యెడ నగ్నిదేవుడు హరిస్మరణమే శరణోపాయ మని సూచించినాఁడు.

"హరి విసర్జించి దేవతాంతరముఁ జేర
దుగ్ధ పాథోనిధానంబు దొరఁగి మేఁకఁ
బిదుకఁ జూచుట యినరశ్మి పెంపువిడిచి
యవల ఖద్యోత దీప్తికి నాసపడుట" (4.81)

అర్జునుని నాహవమున రక్షించినది కోదండపాండిత్యము కాదు. అచ్యుతారాధనము

నీలధ్వజుని కంటె మిన్నగా నెన్నఁదగినవాఁడు హంసధ్వజుఁడు. అతని పుత్త్రు లనంతమహితాత్ములైన విష్ణుభక్తులు. సుధన్వుఁ డపర ప్రహ్లాదుని వంటివాఁడు. "తప్తతైలకటాహమునఁ బడియుఁ బన్నగవాహనునిభక్తిమహిమ వలనఁ బన్నీట మునిఁగిన విధమున భద్రముగా నున్నవాఁ డాతఁడు. అతని నిర్జించుటకు వాసుదేవుఁడే కదలివచ్చి పార్థ రథసారథ్యము సలుప వలసి వచ్చినది. సుధన్వుని శిరము హరినామస్మరణము చేయుచు శ్రీకృష్ణుని వక్షస్థలిఁ దాకినది, అతని తేజ మా పరమాత్మునిలో లీనమైనది. సుధన్వుని సోదరుఁడు సురథుఁడు. అతఁ డసాధ్యుఁ డయ్యు నచ్యుతుని మహిమవలన నీల్గినవాఁడు. అతని శిరము పరమశివుని కపాలమాలికలో కాలికిపూసగా నిలిచినదన్న నాతని

మహత్త్వమును గూర్చి వేఱఁజెప్పఁ బనిలేదు. అట్టి తనయులకుఁ దండ్రి హంస ధ్వజుఁడు ఆతనితో నర్జునాదులు స్నేహము చేయుటకంటె గత్యంతరము లేక పోయినది.

హంసధ్వజుని కంటె వేయి మండుగుల వీరధర్మము నెఱపినవాఁడు పార్థ తనూజుఁడైన బభ్రువాహనుడు. 'పుత్రా దిచ్ఛేత్ పరాజయ'మ్మనుసూక్తిని పార్థునిపట్ల శ్రీరాముని యందువలె సార్థకము గావించిన యసమాన తేజోవిరా జితుఁ డాతఁడు. పార్థుని ప్రాణములే యతనిచేత హరింపఁబడినవి. నాగలోక మతని పరాక్రమమునకు పాదాంకితమైనది. వాసుదేవుఁడే వేంచేసి ప్రాణమిత్రుఁ డగు నర్జునుని రక్షించుకొనవలసిన యగత్య మాతని వలనఁ గలిగినది. పార్థుని మించిన రణపండితుఁడు పాండవాంకుర మగుట ధర్మజాదులకే ధన్యతను జేకూర్చి పెట్టినది.

నాటినుండి వాసుదేవుఁడు కిరీటిని విడిచి యుండలేదు. కృష్ణార్జును లా తరువాత నెదుర్కొనిన తామ్రకేతుఁడు పరమ భాగవతుఁడు; శిబిచక్రవర్తిని మఱపించిన దాత. అతనిచేత కృష్ణార్జునులు పరాభూతులైరి. విప్రవేషములతో నాతని దాతృత్వమును పరీక్షించి, యతనితోఁ జెలిమి గావించి, యతని సవనా శ్వమునుగూడ తమ యశ్వముతో నడిపించుకొనుచు ముందుకు సాగిరి. ధర్మ జునివలె తామ్రధ్వజుఁ డశ్వమేధ ప్రవర్తకుఁ డనుటచే నాతఁడు పాండవులతో సమమైన సమ్రాట్టని వ్యంగ్యము. కాని యతఁడు వాసుదేవునిపైఁ గల భక్తిచే పాండవాశ్వమేధమును సమర్థించెను. తామ్రకేతుని సౌజన్యముపైఁ బాండవుల యజ్ఞసాఫల్య మాధారపడినదన నాతని మహత్త్వమును వేఱుగాఁ జెప్ప నవస రము లేదు. యముని మామయైన వీరవర్మ వీరత్వమును విష్ణుభక్తిని సమ ముగాఁ బ్రదర్శించిన వాఁడు.

చివరివాఁడగు చంద్రహాసుఁ డజేయుఁడైన విష్ణుభక్తుఁడు. అతనితోడి స్నేహమే యర్జునునకుఁ గర్తవ్యమైనది. పార్థుని విజయయాత్రలో సాహసపరా క్రమముల కంటె వాసుదేవ భక్తిశక్తులే సామసూత్రములుగా గార్యసాధకము లైనవని సులభముగాఁ దెలియుటకు వీలగుచున్నది.

పార్థుఁ డవలీలగాఁ గెలువ గలిగినవారు విష్ణువిరోధులు. అట్టి వారిలో భీషణుఁ డను రాక్షసుఁడును, సైంధవుని పుత్రుఁడును బేర్కొనఁ దగినవారు,

పార్థు నెదుర్కొని నిలిచినవారిలోఁ బురుషపుంగవులేకాదు, పంతముగల పడతులును గలరు. నీలధ్వజుని భార్యయగు జ్వాల కిరీటికి మృత్యువై తార సిల్లినది. స్త్రీ మండలాధికారిణి యైన ప్రమీల తన కోర్కెకు ధనంజయుని దాసునిఁ జేసినది. ఉలూచి పార్థుని ప్రాణరక్షణకుఁ బరమౌషధమును బుట్టి నించినుండి తెప్పించి యిచ్చినది. సబలలైన సాధ్వుల వృత్తాంతము లీ జైమిని భారత కథకు శక్తితోపా టాసక్తిని గూడఁ గలిగించుట గమనింపఁదగిన యంశము.

ఉపాఖ్యానములు :

పురాణకిథలందుఁ బ్రసక్తాను వశమునఁ జెప్పఁబడు నుపాఖ్యానముల కొక విశిష్టస్థానము కలదు. అవి ప్రధానకథకు రక్తితోపాటు శక్తిని జేకూర్చు చుండును. జైమిని భారతమున జెప్పఁబడిన కథ లేడుగలవు. అవి :

1: వ్యాసుఁడు ధర్మజుని కెఱిఁగించిన మరుత్తురుని హయమేధ వృత్తాంతము. (3.25)

2. జైమిని మహర్షి జనమేజయున కగ్నిదేవుఁడు నీలధ్వజున కల్లుఁడైన విధము నెఱిఁగించుట (4:34-47)

3. సౌబరి మహాముని యర్జునకుఁ జెప్పిన యుద్దాలకముని చరిత్రము (4.85-102)

4. జైమిని ముని జనమేజయునకు యజ్ఞాశ్వము గోడిగయు, వ్యాఘ్రము నైన దానికిఁ గారణమైన కథ చెప్పుట (5.100-103)

5. జైమిని ముని జనమేజయున కెఱిఁగించిన కుశలవోపాఖ్యానము. (ఆఱవయాశ్వాసము)

6. శ్రీకృష్ణుఁడు విజయునకు యముఁడు వీరవర్మ కల్లుఁడైన విధముఁ దెల్పుట (8.11-21)

7. నారదమహర్షి విజయునకుఁ జెప్పిన జంద్రహాసుని వృత్తాంతము (8.36-128)

ఈ యేడింటిలో సంపూర్ణోపాఖ్యాన లక్షణలక్షితములైనవి రెండు. అవి కుశలవోపాఖ్యానము, చంద్రహాసవృత్తాంతము. వీనికిఁ బ్రత్యేకముగా ఫల

శుతులను గవి రచించుటయు వాని స్వయంసమగ్రతను సమర్థించుచున్నది. మిగిలినవానిలోఁ గడు చిన్నది మరుత్తుని చరిత్రము. కట్టె, కొట్టె, తెచ్చెనను విధముగా నొక పద్యమున జెప్పిన దానిని 'మరుత్తురుని కథ' యని పిల్లలమఱ్ఱి పినవీరభద్రుఁడు పేర్కొనెను. నిజమునకు దానిని కథ యనుటకంటె వార్త యనుట మేలు. భారతాశ్వమేధపర్వమున నీవృత్తాంతము విస్తరించి చెప్పఁబడి నది. జైమిని భారతమున వ్యాసుఁడు ధర్మబోధ కిచ్చినంత ప్రాముఖ్య ముపాఖ్యానముల కీయలేదు. చెప్పిన యీ యొక్కదాని నొక్కగుక్కలో ముగించి వైచినాఁడు.

పైవరుసలో నాల్గవకథ నాలుగు పద్యములలో చెప్పఁబడినది. ఆ కథ తెలియవలసిన యర్జునునకుఁ దెలియదు గాని శ్రోతయగు జనమేజయుని చిత్త రంజనము కొఱకుఁ జెప్పఁ బడినది. కథార్థములు ప్రసన్నములగుట కీ వృత్తాంతము తోడుపడుచున్నది.

యమాగ్నుల వివాహవృత్తాంతములను వర్ణించునవి వరుసగా నాఱవ కథ రెండవ కథ. వారు మామలకు రణమున దోడుపడుటకు హేతువులైనవి యీ వృత్తాంతములు. మామలకు ముకుందుని దర్శనము కలిగించి యల్లుండ్రు తమ మాటను నిలువఁబెట్టుకొనినారు. మామల విష్ణుభక్తిని వస్తుధ్వని నాశ్రయించి వ్యంజింపఁ జేయుట వారి వృత్తాంతముల ప్రయోజనము.

ఉద్దాలక మహర్షి చరిత్రము హాస్యరసమును బోషించు నింతకథ. ఉద్దాలకునకుఁ జండికయను గయ్యాళి పెండ్లము కలదు. పెండ్లియైనది మొదలామతో ముని సరసముగా జీవించి యెఱుఁగడు. ఆతఁడామెతో పడిన యవస్థలాతని కాయాసము కలిగించినను మనకు హాసము పుట్టించును.

సీ॥ సంధ్యవార్వఁగ నిమ్ము జలపాత్ర మనఁ బోవఁ
గొట్టిన నతికించుకొనఁగ వలసెఁ
దడిదోవ తిమ్మన్న నడిమికి వడిఁ జింపఁ
గట్టుకోఁబడె బ్రహ్మకమ్మి వైచి
యక్షమాలికఁ జూపు మనఁ ద్రెంచివైచినఁ
బనిచెడి మఱి గ్రుచ్చికొనఁగ వలసె
సమిధ లిమ్మన్న ప్రేలిమిగుండ మార్చిన
నూఁదుకోఁబడె మంద నొకవిధమున

తే॥ ననుదినము నిట్టు ప్రాతికూల్యము భజింపఁ
జండికతమున ముని బ్రహ్మచర్యనియమ
మునకు గృహమేధివర్తనమునకుఁ దొలఁగి
రెంటికిని జెడ్డ రేవనిరీతి యయ్యె." (4.87)

విధివాక్యమునకు వ్యతిరేకముగాఁ జేయుట యామెవర్తనములోని వికృతి కొంది న్యుఁడను ముని యా రహస్యము నెఱింగి వికృతిని విధింపుమని యుద్దాలకునకు హితవు సెప్పెను. ఆ మంత్రము పారి యామె కార్యములను జక్కఁబెట్టెను. శ్రాద్ధవిధి సక్రమముగా నిర్వహించిన యుద్దాలకు డుబ్బి యా సూత్రమును మఱచి పిండములను గంగలోఁ గలుపుమని సవ్యముగా నామెకు బోధించెను. ఆమె యా పిండములను బెంటకుప్పపాలు గావించెను. క్రుద్ధుఁడైన యా ముని నామెను గండశిల యగునట్లు శపించెను. ధనంజయుని కరస్పర్శచే శాప మోక్షము గలుగునని తెల్పెను. చండి శాపమోక్షమును బొందినను ఆమెతోఁ గాపురముఁ జేయనొల్లక యుద్దాలకుఁడు సన్యస్తుఁడయ్యెను. చట్రాతి కంటుకొని పోయిన యాగాశ్వము విముక్తమగుటకు హేతువైన యీ కథ కథాగతి కుప స్కారకమై హాస్యరసరుచులను బఠితల కందించుచున్నది.

విష్ణుభక్తులకు శ్రేయములు సిద్ధించుననియు, వారికి ద్రోహము తలపెట్టు దుష్టబుద్ధులకు హాని వాటిల్లుననియుఁ దెలుపు నుపాఖ్యానము చంద్రహాసుని కథ. ప్రసిద్ధమైన ఈకథను పిల్లలమఱ్ఱి పినవీరభద్రకవి కథాకథన ప్రధానముగా రచించెను. శృంగారరసభావపోషణము నీతఁ డీయుపాఖ్యానమున విషయావన విహారసందర్భమున నౌచిత్యముతోఁ గావించెను. దుస్స్వప్నారిష్టముల కథనము కొంత విస్తృతిగాఁ జేసినను కథ నుత్కంఠతో నడిపించు నేర్పును పినవీరన యిందుఁ బ్రదర్శించెను.

ఇందలి యుపాఖ్యానము లన్నింటిలోను బెద్దదియు, గుణమున దొడ్డదియు నైనది కుశలవోపాఖ్యానము. కుశుఁడు రాఘవేశ్వరుని నిర్జించినట్లు బభ్రువాహ నుఁడు కిరీటి నెదుర్కొనెనని కథకుఁడు చెప్పగా వచ్చిన జనమేజయుని ప్రశ్నకు జవాబుగా నీయుపాఖ్యానము నెఱిగించెను. తుల్యపరిశీలనముచే బభ్రువాహనుని పరాక్రమమును ధ్వనింపఁ జేయుట యీ కథాకథన రహస్యము.

ఉత్తరరామాయణ కథార్థములను పిల్లలమఱ్ఱి పినవీరభద్రకవి రసోదంచితమైన యుపాఖ్యానముగా నిందు తీర్చి దిద్దెను. పూర్వరామాయణకథ నీ యుపాఖ్యానమునకుఁ బూర్వరంగముగాఁ బది పద్యములలోఁ బొందుపఱచెను. శ్రీరాముని మహత్త్వము వ్యక్తమగునట్లు కౌసల్య నోటఁ బలికించిన యీ పద్యమాణిముత్తెము.

శా॥ "అన్నా రాఘవ నన్నుఁ గన్గొని వసిష్ఠాదుల్ భవత్సూనుఁ డ
చ్ఛిన్నుం డక్షరుఁ డప్రమేయబలుఁ డచ్ఛేద్యుం డనన్ విశ్వసిం
ప న్నాలో; నిపు డద్దశాస్యుఁ గలనస్ మర్దించి నీ వచ్చుటం
గన్నారం గనుఁగొంటిఁ గాన నిజముల్గాఁ గంటిఁ దద్వాక్యముల్" (6.7)

సీత గర్భవతియై నాలుగు నెలలు నిండిన తరువాత రామున కొక దుస్స్వప్నము వచ్చినట్లును, అందు లక్ష్మణునిచేత సీతను గంగాతీరమున విడువఁబంచినట్లు పొడగాంచినట్లును గావించిన కల్పనము భావికథార్థ వ్యంజకము. చారులవార్త, రాముని శోకము, లక్ష్మణాదుల వాక్యములు, రామనిర్ణయము మొదలగు నంశములు సంగ్రహములయ్యు సారవంతములు. సీతారమణి 'దుష్పూరుషచే నిందఁబొందు శ్రుతియుం బోలె' నిందఁ బొందినదనియు, 'యోగపురుషుఁడు మమకార ముడిగినట్లు' సీతను విడిచెదననియు,

క॥ 'మంగళచరిత్రయగు సీ
తాంగన నపవాదభీతుఁడగు నాకుఁ ద్యజిం
పంగ నగు నేఁడు దుష్టభు
జంగము తన ప్రాఁతకుప్పసం బూడ్చుగతిన్.'

అని నిశ్చయించుటయు రామపాత్ర కబ్బిన సంభాషణ శిల్పాలంకారములు.

సీత తన దురవస్థను లక్ష్మణునితోఁ జెప్పి శోకించిన ఘట్టము కరుణరస భావాలవాలము. ఉపాఖ్యానమగుటచే నుక్తివైపుల్యము లేకపోయినను రసభావ వ్యక్తికిమాత్రము లోటు రాలేదు. మచ్చునకు మూఁడు పద్యములు.

సీ॥ విపులబాహాశక్తి విఱిచెఁ బురారి కో
దండంబు నానిమిత్తంబ కాదె
చలపట్టి దైతేయ శాంబరీమృగము మ
స్తముఁ ద్రుంచె నా నిమిత్తంబ కాదె

పాథోధి గిరులచే బంధించి కపిసేన
దాఁటించె నా నిమత్తంబ కాదె
కదనరంగమున జగద్ద్రోహిఁ బంక్తికం
ధరుఁ గూల్చె నా నిమిత్తంబ కాదె

తే॥ యట్టి రాముఁడు తాన న న్నడవిలోన
డించి రమ్మని నిన్నుఁ బుత్తెంచె నట్ల
తీర్చితివి నీవు నన్న ప్రతిజ్ఞ నెఱయఁ
బొమ్ము తమ్ముఁడ సాకేతపురమునకును.

ఉ॥ దీక్షితుఁడైన కౌశికుఁడు తేరఁగ నాఁడు వివాహవేళ నా
లక్షితకాకపక్ష సమలంకృతమున్ నవరత్నకుండల
ప్రేక్షితమున్ సుధాకిరణబింబనిభంబు విశాలపుండరీ
కాక్షమునైన రాముని ముఖాంబుజ మెన్నఁడుఁ బాయ తాత్మలోన్.

క॥ ననుఁ బాసి విరహతాపముఁ
గొని తీఁగలఁ గౌగిలించుకొనెనఁట నేఁడ
వ్వనవల్లునలోనన్ న
న్నునిచెనఁట రాముఁ డేమనుదు దైవంబున్."

శోకము పూర్వస్మృతి చర్వణము వలన దీప్తమగును. పునరుక్తి వలన శోక తరంగపౌనఃపున్యము భాసించును. వియోగదుఃఖమున విభునియందలి నిశ్చల చిత్తము వ్యంగ్యమగునట్లు రచించుట సంభాషణ శిల్పము. చివరికందము సాభి మానయైన సాధ్వీమతల్లి పరితాపమును పరమరమణీయముగా ప్రతిపాదించిన చందమును పట్టి యిచ్చినది.

వాల్మీక్యాశ్రమమున సీతకు నడచిన పరిచర్యలను పినవీరన స్వభావ సుందరముగా వర్ణించి సన్నివేశ చారుత్వమును సంతరించినాఁడు

సీ॥ కాఁడిన విషకంటకములు మెల్పునఁ బుచ్చి
తను పెచ్చు పాపద్మములు గాఁచి,
కలదు లే దనుపాటి గారనూనె యొకింత
పంకించి తలచిక్కుఁ బాపి ముడిచి,

తఱచుగాఁ జెక్కుటద్దముల నోడికలైన
కన్నీరు దుడిచి మొగంబుఁ గడిగి
పొరలాడఁ బెంధూళి గ్రుంగిన వలుపూడ్చి
పలుచని నూత్నవల్కలముఁ గట్టి
తే॥ పూటపూటకు నుపచారములు ఘటింప
మునివతంసంబు వాల్మీకి యనుదినంబుఁ
గథలకారణమునఁ బ్రొద్దు గడప సతికి
నెలలు తొమ్మిది పరిపాటి నిండుటయును. (6—85)

కథలోని యాయువుపట్టుల నెఱిఁగి యాయావివరముల నభివర్ణించుట వీనవీర భద్రుని ఉపాఖ్యాన కథాశిల్పరహస్యము. లవుని గగన యుద్ధోద్ధత్యమునకు వెఱ గందిన సౌమిత్రి సైనికుల భయభావమును హాస్యచతురముగా వర్ణించిన విధము గనుఁడు.

సీ॥ గజశరీరముల మార్గణరంధ్రముల వెంటఁ
జొరఁ బాఱి దివిఁ దొంగిచూచువారు
భగ్నశతాంగ కూబర చక్రముల క్రింద
నొదిఁగి చప్పుడు చేయకుండువారు
హయకబంధములఁ బాయఁగఁ ద్రోచి యెడరైన
యెడఁ బక్కెరలలోన నీఁగువారు
భటవిగ్రహముల కుప్పలక్రేవఁ దలలపై
హరిగలు మాటుగా నడఁగువారు
తే॥ నై రణస్థలి నీతఁ డెవ్వారిమీఁది
కొఱఁగునో యని మది వెఱచఱచి ప్రాణ
రక్షణోపాయపరత నస్త్రములు విడిచి
కళవళించిరి శౌర్యంబు గట్టిపెట్టి. (6—170)

సైనికవర్ణనమే కాదు సూర్యోదయ వర్ణనమును వీరరస వ్యంజకమే.

క॥ ఘోరతర మైన యక్కుశ
వీరుని సమరంబుఁ జూచువేడుక వచ్చెన్

గోరి యనఁ బొడుపుగుబ్బలి
పై రవి పొడచూపుటయుఁ బ్రభాతంబైనన్." (6-217)

కార్యకారణ సంబద్ధములైన సంభాషణములు పాత్రల ముఖమున బలికించుట విన వీరభద్రుని ప్రత్యేకత. రాముఁడు హయముఖమున గట్టించిన పట్టికను చదివి లవుఁడు వీరోక్తులను బలుకుట :

కII మిత్రకులాగ్రణి దివిజ
స్తోత్రపరాక్రముఁడు వీరసూః కౌసల్యా
పుత్రుఁడు రఘుపతి విడిచిన
సత్రహయముఁ బట్టుఁ డుర్వి సాహసు లున్నన్.

కII అని చదివి లవుఁడు రాఘవ
మనుజేశుని తల్లి వీరమాతట సీతా
జనని కుశలవుల నిరువురఁ
గనియు నకట గొడ్డువోయెఁ గడపట ననుచున్." (6.114-115)

లక్ష్మణుఁడు కుశుని విగత కిరీట కవచుని గావించినపుడు పినవీరభద్రుని రచనము:

కII క్రమమునఁ గిరీటమును గవ
చము నైదస్త్రములఁ దునుమ సంహృతనిర్మో
క మహాహిలీల విగత
క్షముఁడై కుశుఁ డనియె నగుచుఁ గాకుత్స్థునితోన్.

తేII మోపు చేటుగ నున్న యీ మకుట కవచ
భార ముడిపిన పరమోపకారి వగుట
నేను బ్రత్యుపకారినై యిపుడ తీర్తు
బాణపంక్తుల నీ సైన్యభార మనుచు." (6.180-181)

లవుని మాట లాహో యనిపించును. కుశుని పలుకు లోహో యనిపించును. లవుని వాక్యములలో ఛందస్సంవాదము పాటించుట శిల్పము. కుశుని పలుకులలో ఛందస్సంవాదము పాటింపకుండుట శిల్పము.

కుశలవోపాఖ్యానమున కవి వాడిన ఉపమాలంకారములు వ్యంగ్యశోభా విలసితములు. అడుగడుగునఁ గానిపించు నీయలంకార రామణీయకమున కొక్క పద్యము :

చ॥ అడగిన చంద్రనిప్పు నికటార్జునముం దెగటార్చి పేర్చి కో
    అడవి దహించు మాడ్కి లవుఁ డంటిన సేనలఁ బెక్కుభంగులన్
    బొడ వడఁగించి మండి బలుమూకల వెంపరలాడు చుండె న
    ప్పు డెదిరె లక్ష్మణుం సుతుఁ డపూర్వమృగేంద్రపరాక్రమోన్నతిన్."

ఒకఁడు దవానలసన్నిభుఁడు; మఱొకఁడు మృగేంద్రసన్నిభుఁడు. వారి యుద్ధముల తీరు వారి యుపమాన బలముచే వ్యంగ్యము. శిల్పియైనవాఁడు గాని యిట్టి తీరు వర్ణింపలేఁడు తిక్కన శిల్పము నొడియగట్టి వీరపురుషులను, యుద్ధఘట్టములను వర్ణించినాఁడు పినవీరభద్రుఁడు. కవియే యన్నట్లు "వెలయఁగ నీకథ విను ధన్యులు తక్కిన కథలు విన నొల్లరు."

అనువాదవిధానము :

ప్రాచీనాంధ్రకవులు పాటించిన యనువాదవిధానములు ప్రధానముగా మూఁడు. అవి : 1 కథానువాదము, 2. భావానువాదము, 3. శబ్దానువాదము. మూలమునందలి కథను మాత్రమే గ్రహించి దాని పరమార్థము చెడకుండ స్వతంత్రకావ్యముగా సంతరించు విధము కథానువాదము. మూలమునందలి కొన్ని శ్లోకముల నొక్కొక్కి ప్రమాణముగా గ్రహించి యౌచిత్యము పాటించి పెంచియో, తగ్గించియో, మార్చియో రచించుపద్ధతి భావానువాదము. మూలమునందలి ప్రతిశబ్దమున కనువాదమును గూర్చుట శబ్దానువాదము. ఇందు కవిత్రయము వారిది కథానువాద పద్ధతి. శ్రీనాథాదులది భావానువాద పద్ధతి. శాస్త్రగ్రంథకర్తది శబ్దానువాదపద్ధతి.

పిల్లలమఱ్ఱి పినవీరభద్రకవి జైమిని భారతమును భావానువాద పద్ధతి ననుసరించి యనువదించెను. కథను చాలవరకు మూలానుసారముగా ననుసరించియుఁ గొన్ని వర్ణనలను, సంభాషణలను, అలంకారములను స్వీయప్రతిభా విలసితములుగా కల్పించి విస్తరించియు రచించెను మూలమునందు దీర్ఘములని తోచిన సంభాషణలనుఁ బెక్కింటిని సంగ్రహించెను. ప్రబంధోచిత వర్ణనలను నాతివిస్తరముగాఁ బెంచెను. పాత్రల స్వరూపస్వభావములను మూలమునకంటె వన్నె తగ్గకుండ పోషించెను. అనువాదమున దెలుఁగు నుడికారము తేనె లూరునట్లు మధురమైన కవనమును వెలయించెను.

జైమిని భారత ద్వితీయాశ్వాసారంభము నందలి భద్రావతీనగర వర్ణన మతని యనువాదదృష్టి తెలియుట కుపకరించును. ఉదాత్తవస్తువర్ణనము నోజో గుణవరిష్ఠముగా నెత్తుకొనిన యీ ఘట్టమున తొలి రెండు పద్యము లమూలక ములుగా నవతరింపఁ జేసినాఁడు పినవీరభద్రుఁడు.

ఉ॥ పావని కాంచెఁ గట్టెదుర భర్మశిరోగృహ తుంగ శృంగ సం
భావిత పద్మరాగజ గభస్తి సమాజ విరాజమాన లీ
లా విపరీత సాంధ్యనిశలం దిశలందు నలంకరించు భ
ద్రావతి యౌవనాశ్వసురరాజ విరాజదిరామరావతిన్.

సీ॥ స్ఫాటికమణిశిలా ప్రత్యగ్రరచనాతి
బంధురప్రాకార భాసురంబు
పాతాళజలఝరీ పర్యాప్తకల్లోల
సుకుమార పరిఖోపశోభితంబు
కనకసౌధాంచల కలితముక్తాఫల
రాజి లీలాగ్రగతారాగణంబు
శుక్రనీలశిలా విశాలగోపురరోచి
రసమయజనిత మిథ్యాతపంబు
భవనకాసారకహ్లార పద్మకుముద
పుండరీక నీలోత్పలషండసురభి
విపులమధుకరకలనాద విజితపుష్ప
చాపనినదంబు భద్రావతీపురంబు. (2.3–4)

మూలశ్లోకము నొక పద్యముగా ననువదించుచు దానిని స్వీయవ్యాఖ్యానముతో సుందరతర మొనర్చుట కీక్రింది యుదాహరణము.

శ్లో॥ "యూపై ర్నలభ్యతే మార్గో హోమధూమై ర్నదృశ్యతే
న బహి శ్శ్రూయతే శబ్దో వేదఘోషై ర్ధనుస్వనైః"

"పంబినవేద ఘోషణల భాషణముల్ వినరాక హోమ ధూ
మంబులు గ్రమ్మి కార్కొ-న ఖమార్గము గానఁగనీక యూపసం
ఘంబుల సందడిన్ నడువఁగాద్దెరువైనను లేక సాధు ర
మ్యంబును శత్రుభీషణమునై పుర మొప్పుచునుండు నెప్పుడున్" (2–5)

పురము శత్రురమ్యమును, శత్రుభీషణమునునై యుండె నను వ్యాఖ్య యమూలకమై యనువాదమున కందము కలిగించినది. మూలమున నాలు శ్లోకములలో నగర వన వృక్ష పక్షి మృగసంపద వర్ణింపఁబడి యుండ వినవీరన వాని నన్నింటి నొక పద్యమున హృద్యముగాఁ గుదించెను.

"నానాపక్వఫలాతినమ్రతరుసంతానంబులన్ విస్ఫుర
న్నానాపుష్పలతాప్రతానముల నానాపక్షిరావంబులన్
నానావర్ణమృగప్రచారముల నానాకేళికుంజంబులన్
నానాభంగి నుతింప నొప్పఁ బురి నానాభోగసంపన్నతన్."

సంభాషణల యందు సందర్భౌచిత్యముల నెంచి పినవీరన పెంపు తెంపులను ప్రకటించిన సందర్భములు పెక్కు గలవు. మచ్చునకు

1. యజ్ఞాశ్వము నుజ్జగించి యధరమును గ్రహింపు మని యర్థించు ప్రమీల వాక్యములు మూలమున కంటె నెంత చతురములో గమనింపుడు :

మూలము : "కిం కరిష్యసి యాగేన మయాసహ మధుం పిబ".

అనువాదము : సోమపానంబు నీయగ్రజుం డొనర్చి
యిష్టఫలభోగములఁ బొందనిమ్ము నీవు
నిట మదీయాధరామృతం బెలమిఁ గ్రోలి
యుపతిమండలమున కెల్ల నొడయఁ డగుము. (5.117)

2. భీముని పలుకులలో మూలమునందు కంటె భక్తిని పరిమళింపఁ జేసిన ఘట్టము :

మూలము : "త్వత్కరే చార్పితం దేవ । స్వల్పం తద్బహుళం భవేత్"

అనువాదము :"అరసి భవత్కరాంబురుహమం దొక టిడ్డను గోటికొండలై
పెరుగుటఁజేసి దుష్కృతముఁ బెట్టఁగఁగూడదు నీకరంబునన్
నరపతి యశ్వమేధసవనం బొనరించిన నాఫలంబు నీ
కరకమలంబునందు నిడఁ గానికగా నది గాంచు నున్నతిన్."
(1.132)

3. యౌవనాశ్వ సైన్యమును నవోఢగా భావించి భీమునితో వర్ణించి చెప్పిన వృషసేనుని వాక్యములయందలి రూపక మనువాదమున సావయవమును, సమగ్రమును నైనది.

మూలము : "భవతం శ్వశురం వీక్ష్య విముఖా హి భవిష్యతి
పతాకా పల్లవ వృతం నముఖం ధర్శయిష్యతి.

అనువాదము : కరియానం బటుపాశహస్తఁ బృథుశంఖగ్రీవఁ జక్రస్తనిన్
ఖరసేనారమణిన్ వరించితి నుశోభాగంబునన్ నిల్చె ని
ర్భరకేశిన్ విషమాస్త్రచిహ్నములు సేరన్ వావి గాదింక మా
ను రణోత్సాహము నీవు జన్యరతిఁ గాంతు న్నే యశస్సంతతిన్.

"నన్ను వరియించినది కారణంబు గాఁగ
దేవరకుఁ గోడలైన సేనావధూటి
సిగ్గుపెంపున మొగము వాంచినది చిత్ర
వైజయంతీ నవాంశుక వ్యాజమునను" (2.49—50)

4. లవకుశోపాఖ్యానమున "తవ పుత్రౌ మహారాజ ! గృహ్యేతాం రఘు నందన !" యను శ్లోకపాదమును గ్రహించి వినవీరభద్రన సన్నివేశ సుందరములైన సంభాషణములను బెంచి యొక కమనీయ ఘట్టమునే చిత్రించెను. (6.245-257)

నిరలంకారమై నీరసముగ నున్న మూలశ్లోకము తెలుఁగున సాలంకారమై సహస్రశీర్షుని వలె విశ్వరూపము దాల్చి సంస్కృతసమాసజటిలమై సాక్షాత్కరించిన వైనతేయ వర్ణనము :

"కృష్ణః సంస్మార గరుడం స్మృతమాత్రః సమాగతః
వైనతేయో నమస్కృత్య స్వనాథం చాగ్రతః స్థితః"

"అరుదెంచెన్ వినతాతనూజుఁడు సముద్యత్ప్రౌఢారంభ ని
ర్భరజీమూత ఘటాంతరాళ విచలద్ధ్రాఘిష్ఠ విద్యుల్లతా
పరిపంథి ప్రథమాన దీధితినట త్పక్షానిలాఘాత జ
ర్జరితోడ్డీనకులక్ష్మాధరదృపజ్జుంపాకళాసంపదన్" (5.79)

దీర్ఘములైన సంభాషణల నౌచిత్య మెఱిఁగి సంగ్రహించుటకు రుక్మిణీ శ్రీకృష్ణుల 'పరిహాస పల్లవిత సల్లాపము' లుదాహరణములు. "మూలమునం దున్న కథాసందర్భములలో రసప్రత్యాయకముగా నాయా నాయకులును, నాయికలును జరిపిన సంభాషణాదులను సామాన్యముగఁ బినవీరభద్రకవి యను

వదింప లేదు. కథాసరణి మనోహరముగా నుండుటకు కొన్ని కొన్ని క్రొత్త కల్పనలు, క్రొత్తవర్ణనములు చేర్చియుండెను గాని సంభాషణములను మాత్రము తఱచు విడిచి పెట్టెను. బహుశః గ్రంథ సంగ్రహముకొఱ కిట్లు చేసి యుండెనని యూహింప వలసియున్నది[1]." సంభాషణలు సంగ్రహము లయ్యు సారవంతములై యుపక్రమోపసంహారశిల్ప సమన్వితములై యొప్పుచుండును.

జైమిని భారతమున పాండవవీరులు ప్రతివీరులతోఁ బోరాడి సవనాశ్వరక్షణము గావించుకొను యుద్ధవృత్తాంతమే ప్రధానముగా వర్ణింపఁబడియున్నది. అందు యథావకాశముగాఁ బ్రబంధోచిత వర్ణనలు చోటుచేసికొనినవి. సూర్యోదయాస్తమయ సంధ్యా వర్ణనలు (1.100, 102, 136, 4.55, 98, 6.217); నగరవర్ణనము (2.3—6; 5.149); తటాకవర్ణనము (2.7); గజయూథ వర్ణనము (2.12—13); హరులసందడి (2.14-15); యజ్ఞాశ్వ వర్ణనము (2;21; 4.4) సేనావర్ణనము (2.48—50, 53; 5 3; 6.154; 8.167); వ్యూహ వర్ణనము (5.5); నగరయాత్రోత్సవము (2.97వ) భోజనము (3.49-51; 6.92; 8.198-204); కానుకలు (3.76; 5-167); ఆశ్రమ వర్ణనము (4.79); సభావర్ణనము (5.157); నదీవర్ణనము (6.57) వీరగుణవర్ణనము (6.56, 245, 7.59; 8.3); సమరరంగ వర్ణనము (5.192-196); స్త్రీలయుద్ధ సన్నాహవర్ణనము (5.111), వనవిహారము (4.10; 8.73-74); పుత్రోదయము (6.86-90); బ్రాహ్మణవర్ణనము (7.197); బ్రహ్మరాక్షసవర్ణనము (5.129; 131;) మొదలగునవి నాతివిపులములై కథారక్తిని బెంచుచున్నవి. పినవీరభద్రుఁ డాకృతి వర్ణనమున కిచ్చినంత ప్రాధాన్య మనుభావాది వర్ణనముల కీయలేదు. సాత్త్వికభావాభి వర్ణనము కంటె చేష్టాదులను వర్ణించుట యందును, దానికంటె సంభాషణ చాతుర్యమును చిత్రించుట యందును పిల్లలమఱ్ఱి పినవీరభద్రకవి కడునేర్పు ప్రకటించెను.

సీ. "కటిఁ బ్రాతముతుకనీర్కావిదోవతి పంచె
భ్రూమధ్యమున నూర్ధ్వపుండ్రకంబు

---

1. విజయనగరసామ్రాజ్యము నందలి ఆంధ్రవాఙ్మయ చరిత్రము. కేతుమళ్ల అచ్యుతరావు, పుట 208.

వక్షఃస్థలమునఁ బద్మాక్షమాలిక కర్ణ
బిలమున నులివాడు తొడసి యెన్ను
నంసభాగంబున నాయవారపు సంచి
దోర్మూలమున నిర్జితోలు సజ్జ
కుడికరంబున నఱుగుడు వేణుదండంబు
గూని వీఁపునఁ జింపి గొడుగుఁ దడక" (7-197)

గలిగిన మాయావిప్రుని రూపు స్థిరచిత్రముగా నెట్లు వర్ణింపఁ గలిగెనో చలచ్చిత్ర ములను గూడ నట్లే నేర్పుతో నడపింపఁగలఁడు. స్త్రీమండలము నందలి చెలుల వీరశృంగార వర్ణన మట్టిది:

సీ॥ నెలవంక బొమలకుఁ దలఁకి ప్రొక్కుచునున్న
పగిది నానమితచాపములు మెఱయఁ
గలికిచూపులకు భీతిలి డాఁగి నిలిచిన
కైవడిఁ బొదుల మార్గణము లమరఁ
గుచమండలములఁ గన్గొని భయంబందెడు
రీతిఁ జక్రములు పరిభ్రమింప
నలువొందు రోమావళులకుఁ గాక వడంకు
కరణిఁ బట్టెంబులు కంపమొంద

తే॥ వీరశృంగారములు మేళవించినట్టి
చెలువమున నిందుముఖులు తేజీల నెక్కి
వచ్చి రాహవ మొనరింప వారిలోనఁ
బడఁతి యొక్కతె మున్నాడి పాఱితెంచి -" (5-111

చలదాకృతులతో పాటు చేష్టామధురములైన చైతన్యమూర్తులను గూడ నీ కవి ప్రత్యక్షీకరింపఁ గలఁడు. ఉదాహరణమునకు :

సీ॥ అంగవల్లులకుఁ బర్యాయంబులైన క్రా
వ్వలపుఁ దీఁగలు వంచి వంచి మాని,
హస్తపల్లవముల కభిధాంతరములైన
కిసలయంబులు గిల్లి గిల్లి మాని,

కుచగుళుచ్ఛములకు విచికిత్సలైన పూ
గుత్తులుబ్బున గోసి కోసి మాని,
అధరామృతములకు నామ్రేడితములైన
తేనె లింపున నాని యాని మాని

తే॥ మదనమంజరి మానినీమణులుఁ దాను
వనవిహారంబు చాలించి చనియెఁ బురము
త్రోవఁ బట్టి పదంబులు తొట్రువడఁగ
నధిపుఁ బెడఁ బాసి చతురంతయానమునకు". (4-10)

మానవమూర్తులనే కాక మహాస్త్రములను గూడ చైతన్యమనోజ్ఞములుగా వర్ణించి యీ కవి యుద్ధవర్ణనల కొక వన్నె తెచ్చినాఁడు. కుశుఁడు లక్ష్మణునిపై సంధించిన నాగ్నేయ వాయవ్యాస్త్రముల వర్ణన మిట్లు కలదు:

శా॥ "ఆగ్నేయాస్త్ర మధర్వమంత్రమున నేయం దన్మహార్చిశ్ఛటా
భగ్నంబై నెఱి దూలు సైన్యముఁ బరిభ్రష్టాశ్వముం జేతనా
భుగ్నాగ్రప్రకరంబుఁ జూర్ణితరథంబున్ దగ్ధపాదాతమున్
ద్రాగ్నిర్మూలితచామరాభరణతూర్యచ్ఛత్ర శస్త్రంబుగన్." (6-182)

శా॥ వాయవ్యాస్త్రము వింటఁ గూర్చి విమతవ్యాపాద వైదగ్ధిమై
నేయం దచ్చటులాశుగ ప్రభవబంహిష్ఠ భ్రమీధూత వా
త్యాయంత్రోత్థిత సైన్య మాకసము డాయంబోయెనాయోధన
శ్రీయోషిన్మణి మండపంబునకు మాంజిష్ఠంబు మేల్కట్టనన్. (6-184)

పై రూపవర్ణనములందలి సీసపద్యములును, ఇందలి శార్దూల వృత్తములును పినవీరభద్రుని ఛందస్సంవాద శిల్పచాతుర్యమును జాటుచున్నవి.

పిల్లలమఱ్ఱి పినవీరభద్రుఁడు జైమిని భారతమున శబ్దాలంకారములకంటె నర్థాలంకారములను, అందును ఉపమాలంకారములను విశేషముగా వాడెను. ఇతఁ డెన్నుకొను నుపమాన ద్రవ్యము లన్నియు సామాజిక జీవితమున కతి సన్నిహితము లగుటచే స్వారస్యము నింపుచున్నవి. ఉదాహరణమునకు :

1. "అన విని మేఘవర్ణుఁ డనిలాత్మజుతో నను నీకుఁ బుట్టి మ
జ్జనకుఁడు ముజ్జగంబునఁ బ్రశస్తి వహించె నహల్య రామచం
ద్రుని చరణాబ్జరేణువునఁ దొంటి శిలాకృతి వీడుకొన్న లా
గున; సురసింధుతోయములఁ గూడిన యోడికవాఁగుకైవడిన్." (1.99)

2. "గోవిందుని పాదములకుఁ
బావనియును నర్జునుండుఁ బ్రణమిల్లిరి రా
జీవ యుగళంబుపైఁ గ్రొ
త్తావులు గొన వ్రాలు తుమ్మెదల చందమునన్."   (1–112)

3. "కోలాట మాడు పాత్రల
పోలిక నరుదైన కీలుబొమ్మలగతి నా
ఖీలతఁ బెనఁగిరి గదలను
వేలుపులు నుతింపఁ బెక్కు విన్నాణములన్."   (2–82)

4. "ఇందునిభాస్య నాథుఁ జననీయక మంగళభూషణద్యుతుల్
గ్రందుకొనంగ దగ్గఱి యురంబున బింకపు గుబ్బచన్ను లం
టం దమకంబుఁ గాకయు ఘనంబుగ మక్కువఁ జేర్చెఁ గౌఁగిటన్
గందపుమ్రాఁకు తావిఁ గొనఁగాఁ బెనఁగొన్న భుజంగి కైవడిన్" (4-120)

5. "కీలిశిఖాముఖదారుణ
తైలకటాహంబు కంఠదఘ్న మయిన భూ
పాలసుతువదన మొప్పెన్
గాళిందీనదములోని కమలము భంగిన్."   (4–184)

6. "ఈ చందంబునఁ బటునా
రాచపరంపరలఁ దొరఁగు రక్తంబులచేఁ
బూచిన మోదుగులకు నెన
యై చేసిరి దురము త్రిజగదాభీలముగన్."   (5–181)

7. "పలగొని భక్తితో నెరఁగి వంచిన మోమున బాష్పపూరముల్
తలముగ రామునాజ్ఞకుఁ గలంగుచుఁ బోవ మహీజ లక్ష్మణుం
బలవుచుఁ జూపుచుండెఁ బశుపాలకుఁ డుద్ధతిఁ గొంచుబోవ బె
ద్దలుగునఁ జిక్కి హోమగవి తర్ణకముం బొరిఁ జూచుకైవడిన్."(6-76)

8. "దైతేయు నిట్లు కెడపిన
సైతేయునిఁ జుట్టుముట్టి సైన్యము గవిసెన్
మాతృజఠరభరసద్యో
జాతార్భకుఁ బొదువు మోహజాలము లీలన్."   (6–176)

9. "వీలక కాలజిత్ప్రముఖవీరులు మున్న కుశాశుగాహతిన్
గూలిరి రక్తధారలు బుగుల్గొన లక్ష్మణు మ్రోల ధాతు కు
త్కీలము నాల్గువంకల నతిత్వరమాణ సమీరవర్తనో
న్మీలిత సంప్రపుల్ల సుమనోభర కింశుకవాటి కైవడిన్." (6-197)

10. "సరముల రీతిఁ గ్రొన్నెలల జాతి బిసంబుల భాతిఁ బద్మ కే
సరముల భంగిఁ దారకలసంగతిఁ దార్వులమాడ్కిఁ బుష్పమం
జరుల విధంబునన్ మణుల చాడ్పునఁ బెక్కులు గంధతైల పా
కరచితముల్ విచిత్రములు కమ్మని సైఁదపుఁ బిండివంటలున్."
(8-199)

పిల్లలమఱ్ఱి వాని యుపమాలంకార సంపద నింకను జూడఁ గోరిన వారీ క్రింది సంఖ్యలుగల పద్యముల నఱయునది. 1.91; 2.21; 32; 46; 54, 67; 68; 69; 76; 77; 3.41; 103; 4.31; 64; 70; 76; 108; 108; 138; 5.56; 64; 77; 111; 176; 197; 202; 6 29; 34; 35; 42; 59; 65; 79; 118; 130; 132; 136; 137; 145; 146; 169; 177; 178; 180; 189; 197; 199; 237; 265; 7.18; 22; 35; 47; 54; 126; 127; 158; 170; 177; 208; 234; 8.7; 50; 92; 95; 199. రూపకాలంకారము : 1.32; 38; 2.53; 4.135; అర్థాంతరన్యాసము : 2.51; 3.67; 6.238; ఉత్ప్రేక్ష : 6.188; 249; శ్లేష : 2.49; 2.55; 5.5; 6.59; 7.55.

పినవీరభద్రుఁ డుపమాలంకారము లధికముగా లవకుశోపాఖ్యానమున వాడి దాని యౌత్కృష్ట్యమును వ్యంజింపఁ జేసెను.

జైమిని భారతమున యుద్ధవీర మంగిరసము. నాయకప్రతినాయకాశ్రయమైన వీరము రౌద్రరసానుప్రాణితమై రక్తికట్టుట యీ కావ్యరచన యందు భాసించు రసపోషణ శిల్పము. యుద్ధవీరపోషణము వాచికాంగికభేదముచే ద్వివిధముగా నిందు సంవిధానము చేయబడియున్నది. వీరుల పౌరుషోక్తులలో వాచికాభినయము వ్యక్తమై రసవ్యంజకముగా నింపు నింపిన ఘట్టము లెన్నియో కలవు. అందాయా వీరుల ధీరోదాత్తాది లక్షణములు రూపుకట్టి విభావ పరిపోషణము గావించినవి. రణరంగమున వీరుల యుద్ధోచిత సంభాషణములు సన్నివేశచారుత్వము నినుమడింపఁ జేయుటతోపాటు నాటకీయతను సంతరించి పెట్టినవి. ఉధాహరణమునకు ;

1. యౌవనాశ్వ వృషకేతుల సంభాషణము :

క॥ "నీవు పదాతివి నే దం
తావళరాజంబు నెక్కినాఁడఁ దగవు గా
దో వత్స ! యరద మెక్కుము
నావుడుఁ జిఱునవ్వు మోమునం దళుకొత్తన్."

చ॥ "తరువులు ఱాలు గొడ్లును బ్రదాతల వెవ్వని వీట నట్టి యా
సురపతి నర్థిఁ జేసిన యశోనిధి కూర్మిసుతుండ నీవు న
న్నరదముఁ బుచ్చుకొమ్మనెద వందిన వందిన కాదె? మీఁద సం
గరమ్ము ఘటిల్లునే చెలిమిగాఁ బదుఁగా కిటు మాటలాడినన్." (2.60,61)

వీరము ధర్మప్రధానమైనది. యౌవనాశ్వుఁడు సమయుద్ధ ధర్మమునెంచి వృషకేతునకు రథము నిచ్చెదనని యౌదార్యము ప్రకటించెను. అభిమానియైన వృషకేతున కట్లాతఁ డిచ్చు రథమును గ్రహించుట దైన్యమగును. అతఁడు కర్ణుని దానవీరము నుగ్గడించి యతని సుతుఁడైన తా'నిచ్చువాఁడనే కాని, పుచ్చుకొనువాఁడను గా'నని స్వాభిమానమును వ్యక్తమొనర్చెను. సత్త్వగుణప్రధానులైన యిరువురి వీరులయందును వీరోచితోత్సాహము ధర్మదీప్తిని భజించి యాస్వాదనీయ మగుచున్నది.

2. అనుసాళ్వుఁ డచ్యుతునిపై నుఱికి పరిహాసగర్భితములైన పౌరుషోక్తు లాడిన ఘట్టము రమణీయము.

చ॥ "మిడుక మదగ్రజన్ముఁ గుళమీఁదికిఁ గట్టుకపోయి బావిలోఁ
గెడపితి వట్టి నిన్నిపుడు గీటణఁగింపక పోవనిత్తునే
కొడుకు మఱందియుం బడినకోల్తలఁ జూచి రసాతలంబులో
నడఁగిన మౌని మానసగృహంబులు చొచ్చినఁ బంత మిచ్చినన్."

క॥ "విను నేఁ గడుఁ బ్రాయము వాఁ
డను నీవు పురాణపురుషుఁడవు తెలియఁగ నీ
కును నాకు నెంతయంతర
మని వికటభ్రుకుటిభీషణాననుఁ డగుచున్." (3.109-110)

అనుసాళ్వునియందు గుప్తమైన విష్ణుభక్తిని స్థాపించినాఁడు పినవీరభద్రుఁడు. మొదటి పద్యమున దీప్తమై భాసించిన ప్రతినాయక క్రోధము రెండవ పద్య

మున నిందాస్తుతి రూపమున భక్తిని గుబాళింపఁ జేసినది. రౌద్రము భక్తివ్యంజకమై ప్రతినాయకునియం దాభాసమైనది. ప్రతినాయకుని నాశ్రయించిన రౌద్రమాభాసమగుట నాయక వీరరసపోషణ శిల్పములోని యొక రహస్యము.

3. జైమిని భారతమున వృషకేతుని వీరవాక్యముల వలెనే పఠితల కొడలు పులకింతలు వెట్టునవి సుధన్వుని ప్రతివీరోక్తులు. అతఁ డర్జునుని డీకొనుచు నతనికిఁ బ్రత్యుత్తరించిన విధము విష్ణుభక్తి వ్యంజకములయ్యు యుద్ధవీరపోషకములు.

మ॥ "గురుభీష్మార్కతనూభవాదుల మహాకోదండ విద్యాధురం
ధర పాండిత్య మెఱింగినాఁడ భవదుద్యత్సంగర క్రీడకున్
సరిగా దన్న నృపాలసూనుఁ డను నస్మద్బాణసంధావిశే
షరహస్యంబులు నీవ చూచె దిఁక వాదాలత్వ మింతేటికిన్ ?"

తే॥ "కృష్ణసారథ్యమున మున్ను గెలుపు లొదవెఁ
గాక; యిట్లొంటి వచ్చినఁ గలదె జయము;
అతఁడు తోడైనఁ బట్టిన హయము విడువ
నశ్వమేధంబు మాతండ్రి కర్త యగుట." (5.24-25)

సుధన్వుఁడన్నంత పనిచేసిన యాహవదోహలుఁడు. క్రీడి కృష్ణుని సారథ్యమును మఱలఁ గల్పించుకొనవలసిన యగత్యము కలిగిన దా యుద్ధమున. భావికథార్థ సూచకముగాఁ బ్రతివీరభాషణముల నిబంధించు కావ్యరచనాశిల్పమున కిది తార్కాణము.

4. బభ్రువాహనుఁడు మృతసంజీవనీరత్నము నీయఁ దిరస్కరించిన శేషునిపైఁ గ్రుద్ధుఁడై పలికిన పౌరుషోక్తులు రౌద్రరసోన్నిద్రములు. వాచికాభినయశోభాముద్రితములు.

శా॥ "ఎట్టా శేషుఁడు పోతరించి సభ న న్నెగ్గాడెనా రత్న మీఁ
డట్టా వాసుకి తక్షకాది ధృతరాష్ట్రామాత్య కర్కోటకుల్
చుట్టా నిల్తురు గాక నన్ను సమరక్షోణిన్ విజృంభించి మా
గట్టాచూలివిభుం డెదిర్చిన నహంకారంబు వారించెదన్." (7.92)

పరవీరధిక్కారముచేఁ బ్రజ్వలించిన క్రోధము రణోత్సాహమునకుఁ బోషకము. బభ్రువాహనునియందు రౌద్రానుప్రాణితమైన వీరము సర్వాంగముగాఁ బోషింపఁబడినది.

5. తామ్రధ్వజుని విజృంభణమునుండి యర్జునుని రక్షించుటకు చక్రి చక్రము గాని స్యందనము డిగ్గనుఱికి నప్పుడు—

శా. "మాయూరధ్వజి శౌరిఁ జూచి నగి, రమ్మా! కృష్ణ; మున్నాజిఁ గొం
తేయుం గావఁగఁబూని నీసుకృతము న్వెచ్చించి తివ్వేళ నీ
కాయంబున్ దెగనిమ్ము నాయెదురఁ జక్రంబెత్తితే చూడు వా
లాయంబు న్నినుఁ గ్రీడి నివ్వు దవలీలం గట్టి కొంపోయెదన్"(7.188)

ఆడినమాట నాచరించి చూపిన కర్మవీరుఁడు తామ్రధ్వజుఁడు. అతని మాట లన్నియు నొక యెత్తు. అతని పరిహాసవ్యంజకమైన న వ్వొకయెత్తు. తిక్కన వలె పినవీరభద్రుఁడు రణవీరుల మోములపై వివిధ వీరరసభావ వ్యంజకములైన నవ్వులను వెలయించి వానిని సందర్భోచితముగా వర్ణించు నేర్పును ప్రకటించి యుండెను.

జైమిని భారతమున వీరుల పౌరుష వాక్యముల కంటె పరాక్రమ క్రియా బహుళమైన వ్యాపారమే యధికముగా వర్ణింపఁ బడినది. అందు రౌద్ర భయానక బీభత్సాద్భుతములను యథోచితముగా వర్ణింపఁబడి వీరరస పోషకములుగా ననుసంధింపఁ బడినవి. జైమిని భారత కర్త సున్నితమైన హాస్యమును పన్నీటిజల్లువలె నెడనెడ నొలికించు చుండును. శ్రీకృష్ణ పవనాత్మ జుల సంభాషణము లట్టి హాస్యమునకు బట్టుకొమ్మలు. శత్రుసైన్యముల భయ చేష్టలయం దట్టి పట్టులు కొన్నియెడల కాననగును; పరిహాస జల్పితములైన వీరుల పౌరుషోక్తులలో నెడనెడ పొడగట్టు చుండును. రణవిజృంభణములందును హాస్యరసశీకరములను జిందించు నే ర్పతనికిఁ గలదు. మచ్చునకు — భీషణుని రాజ్యమున రాక్షసవనితలు పార్థుని సైన్యముపై మాయాయుద్ధము నెఱపిన ఘట్టమున నొక నక్తంచరి వీరవిహారమును గాంచుఁడు :

"అంచుఁ గలంగఁ బాఱు సమయంబున నొడకుఁ డంచు నొక్క న
క్తంచరి మించి కుప్పరముగా వెసఁ దాఁటి పయోదభంగి మే
న్పెంచి కఠోరహుంకృతులఁ బేరెము వాఱుచుఁ జుట్టుముట్టి మ
ర్దించెఁ గిరీటిసేన నతి దీర్ఘకుచద్వయ తాడనంబులన్"— (5.189)

ఈపద్యము చదివి యెంత నిబ్బరము కలిగిన పతితయైనను గడుపుబ్బ నవ్వక యూరకుండడు.

ధర్మజుని యశ్వమేధయాగోత్సవ సందర్భమున రుక్మిణీకృష్ణులు ధర్మజుని యభిషేకార్థము యమునా జలములఁ దెచ్చు చున్నప్పుడు నారదుఁడు సాత్రాజితి మందిరమున కేఁగి యాడిన ప్రహసనమును జదివిన పరిత పురాణ కర్త హాస్యరసస్ఫూర్తి వేళ సంవిధాన చాతుర్యమును మెచ్చుకొన కూరకుండలేఁడు.

జైమిని భారతము నందలి కొన్ని హాస్యరసఘట్టము లౌచిత్యశోభితములు కావని యాంధ్ర విమర్శకు లభిప్రాయపడిరి. వేకుమళ్ల అచ్యుతరావుగారు తృతీయాశ్వాసమునఁ గృష్ణుఁడు భీమునితోడను, రుక్మిణీసతితోడను గావించిన పరిహాసము లనౌచిత్యములని నిరసించిరి. లక్ష్మీశకవి కన్నడానువాదముతో నీ యాంధ్రానువాదమును దులనాత్మకముగాఁ బరిశీలించి యెగ్గునిగ్గులను బరిశీలించిరి. బావమరదులైన శ్రీకృష్ణ భీముల నడుమ నడచిన సంభాషణలను అచ్యుతరావుగారు మఱికొంత సహృదయముతో సమీక్షించినచో నట్టి యనౌచిత్యము వారికిఁ దోచి యుండెడిది కాదేమో ! వారిరువురి నడుమ నట్టి పరిహాస వాక్యములు నడచుట మహాభారతము నందును బ్రసిద్ధియే. ఇఁక సరోవరతీరమున రుక్మిణితోఁ గృష్ణుఁ డనిన మాటలు (3.67) వారి కా దంపతులు సకల భువన జననీజనకులుగాఁ దోచుటచే – విరసములుగాఁ గనుపట్టినవి. కాని శ్రీకృష్ణుని రసికజనమనోభిరామునిగాఁ దలంచినచో నట్టి యనౌచిత్యము స్ఫురింపకపోయి యుండెడిది. సతీపతుల నడుమ పరిహాసపల్లవితములైన సల్లాపములు నడచునెడ పురాణసూక్తులు కాదు నడువవలసినది. ప్రకృతిని వికృతిగాఁ జిత్రించు పురుషోత్తముని కొంటెతనము, వికృతిని ప్రకృతిగా నిరూపించి ప్రత్యుక్తి పలుకనేర్చిన పడతి జాణతనము. వాని నంతవఱకే గ్రహించి రసికులాస్వాదించుట కవి యభిమతము.

జగత్పితరులను వర్ణించుపట్లఁ గూడ పినవీరభద్రుఁడు తన హాస్య కల్పనా చాతుర్యమును మానినవాఁడు కాఁడు.

చ. "జడముడి జాహ్నవీతటనిశాకరపోతముఁ జూచి యెవ్వ రీ
కొడిమెలు గట్టి పెండ్లికొడుకుం గడియారము మోవఁజేసి రం
చడుగ వివాహవేదిపయి నంబిక నెచ్చెలిఁజూచి నవ్వు నా
మృడుఁడు నృసింహశౌరికి సమిజ్జయముల్ దయసేయుఁగావుతన్"

(పీ. 2)

శృంగారశాకుంతలము—జైమిని భారతము :

పిల్లలమఱ్ఱి పినవీరభద్రుని యీ రెండు రచనల నేక ప్రమాణముతోఁ బరిశీలింపరాదు. ఒకటి ప్రబంధము; మఱియొకటి పురాణప్రాయము. ఒకటి యనువాదము కాదు; మఱియొకటి యనువాదము. ఒకటి శృంగారరసప్రధానము; రెండవది వీరరస ప్రధానము; ఒకటి యేకనాయకసంవృత్తము; మఱియొకటి బహునాయక ప్రదీప్తము. ఇట్టి భేదముండుటచే రచనలో గూడ నట్టి తారతమ్యము గోచరమగుచున్నది. శృంగారశాకుంతలము పినవీరభద్రుఁడు ప్రౌఢనిర్భరవయః పరిపాకమున రచించినది. జైమిని భారతము వయసు మరలిన తరువాత సంతరించినది. శైలిలో నా భేదము కానవచ్చుచున్నది.

జైమినిభారతము పురాణ మని చెప్పఁబడినను అందు పురాణ లక్షణములు లేవు. అది యొక జైత్రయాత్రాకావ్యమువలెఁ గనుపట్టును. అరంభ పరిసమాప్తులతోఁ గూడిన వస్తు వీగ్రంథమున నుండుటచే దీనికి కావ్యత్వ మలవడినది. నాయకుఁడు ధర్మరాజు. అర్జున భీమాదు లనునాయకులు. శ్రీకృష్ణుఁ డుపనాయకుడు, నాయక సహాయకుఁడు. ధర్మజుఁ డిందు సచివాయత్త సిద్ధుఁడగుటచే భీమార్జున కృష్ణాదుల విజయములన్నియు నంతమున ధర్మజునకు దత్తములైనవి. యజ్ఞదీక్షితుఁడు, తత్ఫలభోక్త ధర్మజుఁడు. అనునాయకోపనాయకులలోఁ గొందఱు నిహతులైనను బునరుజ్జీవితు లగుటచే నాయక యత్నమునకు భంగము వాటిల్లలేదు; రసభంగము కాలేదు. ప్రతిచాయక పరాక్రమము బభ్రువాహనునియం దప్రతిహతమై నిలిచినను, అతఁడు పాండవవంశాంకుర మగుటచే రసవిచ్ఛిత్తి కలుగలేదు. ధర్మజుఁడు కృష్ణాశ్రితుఁ డగుటచేతను, యజ్ఞఫలము చక్రికి దత్త మొనర్చుట చేతను కృష్ణమహిమ యీ కావ్యమునఁ జాటఁబడుచున్నది. నాయకుని కంటె మహనీయుఁడైన యుపనాయకుఁ డున్న కావ్యములలో నిట్టి తాత్పర్యము వ్యక్తము గాక తప్పదు. అయినను శ్రీకృష్ణుని యత్నమంతయు స్వీయ కార్యసాధనమునకు గాక పాండవ యజ్ఞసాఫల్యమునకగుటచే నాతని మహిమము ధర్మజుని నాయకత్వమహత్త్వమునకు గౌణమనియే అన్వయింపవలెను. పినవీరభద్రుఁడు జైమిని భారతమును బ్రబంధముగాఁ దీర్చిదిద్దవలయునని సంకల్పింపలేదు. వీరకథాకావ్యముగనే దానిని భావించి యనువదించినాఁడు. ప్రబంధలక్షణము లన్నియు దీనియందు లేకపోయినను అతని

www.ingramcontent.com/pod-product-compliance
Lightning Source LLC
LaVergne TN
LVHW020206230825
819395LV00044B/955
9781021515032